ಡಾ. ಶರಣು ಹು

ಹುಟ್ಟಿದ್ದು ಗದಗ ಜಿಲ್ಲೆ ರೋಣ ತಾಲೂಕಿನ ಹು
ಬರೆಯುವ ಹವ್ಯಾಸ. ಮೊದಲ ಸಂಕಲನ ಬಿಡುಗಡ [illegible] [illegible] ತಪ್ಪು ಮಾಡಿದೆ ತಾತ, ಮುಂದಿರುವ ಮೌನ, ಜುಗಲ್‌ಬಂದಿ ಕಾವ್ಯ ಕವನ ಸಂಕಲನಗಳು. ಚಂದನ ಸಿಂಚನ (ಬಿ.ಜಿ. ಅಣ್ಣಿಗೇರಿ ಅವರ ಜೀವನ ಚರಿತ್ರೆ), ಮಲ್ಲಿಗೆ, ಕನಸಿನ ಹುಡುಗ ನಾಟಕಗಳು. ಹಳ್ಳಿಗಾಡಿನ ಮಕ್ಕಳ ಆಟಗಳು, ಅಂಬರೀಶ್ ವ್ಯಕ್ತಿ–ವ್ಯಕ್ತಿತ್ವ–ವರ್ಣರಂಜಿತ ಬದುಕು, ಸಿನಿ ಸಾಂಗತ್ಯ, ಬದುಕು ಹ್ಯಾಕ್ ಆಗಿದೆ, ಕೊರೋನಾ ಕರುಣಾಜನಕ ಕಥೆಗಳು, ಕನ್ನಡ ಮಾಣಿಕ್ಯ ಕಿಚ್ಚ, ಟಿವಿ ಮಾಧ್ಯಮದಲ್ಲಿ ದುಡಿಯುವ ಮಹಿಳೆ, ಅನಂತವಾಗಿರು, ಕರುನಾಡ ಯಜಮಾನ ಡಾ.ವಿಷ್ಣುವರ್ಧನ್, ಪುನೀತ್ ರಾಜ್ ಕುಮಾರ್ ಬಯೋಗ್ರಫಿ 'ನೀನೇ ರಾಜಕುಮಾರ', ಡಾ.ವಿಷ್ಣುವರ್ಧನ್ ಅವರ 'ಮೇರುನಟ', ರುದ್ರಯ್ಯ ಸಂಗೂರಮಠ ಅವರ 'ಕಾಯಕ ಜೀವಿ' ಕೃತಿಗಳ ಲೇಖಕ. ಹಂಪಿಯ ಕನ್ನಡ ವಿಶ್ವವಿದ್ಯಾಲಯದಿಂದ ಪಿಎಚ್‌ಡಿ ಪದವಿ ಮಾಡಿದ್ದಾರೆ. ಇವರ 'ನೀನೇ ರಾಜಕುಮಾರ' ಸಿನಿಮಾದ ಒಂದು ಭಾಗ ಬೆಂಗಳೂರು ವಿಶ್ವವಿದ್ಯಾಲಯದ ಬಿಕಾಂ ಎರಡನೇ ಸೆಮಿಸ್ಟರಿಗೆ ಪಠ್ಯವಾಗಿದೆ.

ಪ್ರಜಾವಾಣಿ, ವಿಜಯ ಕರ್ನಾಟಕ, ಸಂಯುಕ್ತ ಕರ್ನಾಟಕ, ತುಷಾರ, ಮಯೂರ ಸೇರಿದಂತೆ ನಾಡಿನ ಹಲವು ಪತ್ರಿಕೆಗಳಿಗೆ ನೂರಾರು ಲೇಖನಗಳನ್ನು ಬರೆದಿದ್ದಾರೆ. ವಿಜಯ ಕರ್ನಾಟಕ ಲವಲವಿಕೆಯಲ್ಲಿ ಸಿನಿಮಾ ಸಂಪಾದಕರಾಗಿ ಕೆಲಸ ಮಾಡಿದ್ದಾರೆ. ತಕಧಿಮಿತಾ, ಮುಂಗಾರಿನ ಕನಸು, ಕಾರ್ತೀಕ ದೀಪ, ಬದುಕು, ಮದರಂಗಿ ಮುಂತಾದ ಧಾರಾವಾಹಿಗಳಿಗೆ ಕಥೆ, ಚಿತ್ರಕಥೆ ಮತ್ತು ಸಂಭಾಷಣೆ ಬರೆದಿದ್ದಾರೆ. ಪೆಂಟಾಗನ್ ಚಿತ್ರಕ್ಕೆ ಇವರ ಸಂಭಾಷಣೆ ಇದೆ. ಎಸ್‌ಎಸ್‌ಎಸ್ ಮೂವಿ ರಿವಿವ್ಯ ಯೂಟ್ಯೂಬ್ ಚಾನೆಲ್‌ನ ಪಾಲುದಾರ. ಜಿವಿಎಸ್ ನ್ಯೂಸ್‌ನ ಸಿನಿಮಾ ಸಂಪಾದಕರಾಗಿ ಕೆಲಸ ಮಾಡಿದ್ದಾರೆ. ಪ್ರಸ್ತುತ ಪಬ್ಲಿಕ್ ಟಿವಿ ಡಿಜಿಟಲ್‌ನ ಸಿನಿಮಾ ವಿಭಾಗದ ಮುಖ್ಯಸ್ಥರು.

ಪ್ರಜಾವಾಣಿ ದೀಪಾವಳಿ ವಿಶೇಷಾಂಕ 2005ರಲ್ಲಿ ಕವಿತೆ ಮತ್ತು 2006ರಲ್ಲಿ ಕಥಾ ಸ್ಪರ್ಧೆಯ ವಿದ್ಯಾರ್ಥಿ ವಿಭಾಗದಲ್ಲಿ ಪ್ರಶಸ್ತಿ ಪಡೆದಿದ್ದಾರೆ. ಕೇಂದ್ರ ಕನ್ನಡ ಸಾಹಿತ್ಯ ಪರಿಷತ್ ಬೆಂಗಳೂರು ಮತ್ತು ಬಿಎಂಟಿಸಿ ಜಂಟಿಯಾಗಿ ಕೊಡುವ ಪ್ರತಿಷ್ಠಿತ ಮಯೂರ ವರ್ಮಾ ಸಾಹಿತ್ಯ ಪ್ರಶಸ್ತಿ 2019ರ ಪುರಸ್ಕೃತರು. ಕಾರ್ಯನಿರತ ಪತ್ರಕರ್ತರ ಸಂಘದ ಅತ್ಯುತ್ತಮ ಸಿನಿಮಾ ಪತ್ರಕರ್ತ ಪ್ರಶಸ್ತಿ, ಇಂಡಿವುಡ್ ಮೀಡಿಯಾ ಎಕ್ಸಲೆನ್ಸ್ ಅವಾರ್ಡ್ 2017, ಕರ್ನಾಟಕ ಸರಕಾರದ ಅತ್ಯುತ್ತಮ ಸಿನಿಮಾ ಸಾಹಿತ್ಯ ಕೃತಿ ಪ್ರಶಸ್ತಿ 2018, ಕನ್ನಡ ಬರಹಗಾರರು ಮತ್ತು ಪ್ರಕಾಶಕರ ಸಂಘ ನೀಡುವ ಯುವ ಸಾಹಿತ್ಯ ರತ್ನ ಪ್ರಶಸ್ತಿ 2021, ಕರ್ನಾಟಕ ಸರಕಾರದ ಮಾಧ್ಯಮ ಅಕಾಡಮಿ ಕೊಡಮಾಡುವ ಅತ್ಯುತ್ತಮ ಸಿನಿಮಾ ಪತ್ರಕರ್ತ 2022 ಪ್ರಶಸ್ತಿ, ಗೌರಿ ರಾಮಯ್ಯ ದತ್ತಿ ಪ್ರಶಸ್ತಿ, ಪುಟ್ಟರಾಜ ಗವಾಯಿ ಕಾವ್ಯ ಪ್ರಶಸ್ತಿ, ಸುವರ್ಣ ಪುರಸ್ಕಾರ ಸೇರಿದಂತೆ ಹತ್ತು ಹಲವು ಪ್ರಶಸ್ತಿಗಳು ಸಂದಿವೆ.

ಮೇರುನಟ

(ದೇಶಕ್ಕೊಬ್ಬ ದುರಂತ ನಾಯಕ)

ಡಾ. ಶರಣು ಹುಲ್ಲೂರು

ವೀರಲೋಕ

ವೀರಲೋಕ ಬುಕ್ಸ್ ಪ್ರೈ.ಲಿ.

207, 2ನೇ ಮಹಡಿ, 3ನೇ ಮೇನ್, ಚಾಮರಾಜಪೇಟೆ

ಬೆಂಗಳೂರು–560018. ಮೊಬೈಲ್: 70221 22121

ಇಮೇಲ್: veeralokabooks@gmail.com

ವೆಬ್‌ಸೈಟ್: www.veeralokabooks.com

MERUNATA
A book about Dr. Vishnuvardhan
written by **Dr. Sharanu Hullur**

Published by:
VEERALOKA BOOKS PVT. LTD.
207, 2nd Floor, 3rd Main
Chamarajpet, Bengaluru-560018

Mobile:	+91 7022122121
E-mail:	veeralokabooks@gmail.com
Website:	www.veeralokabooks.com

Price:	Rs. 240/-
Pages:	192
First Impression:	January 2023
Second Impressin:	January 2023
Third Impression:	May 2023
Fourth Impression:	December 2023

Paper used:	70 GSM NS Maplitho
Book size:	1/8th Demy

ISBN: 978-93-94942-33-2

Cover page illustration by:
Raju Vishnu

Inner pages design by:
Vijaya Vikram

crew
Anand Rach
Anantha Kunigal
RajVishnu
Govind Vishnu
Vishwajith
Mamatha
Parvathi
Sai Raghav

ಅರ್ಪಣೆ

ಯಾವ ವ್ಯಕ್ತಿಗೂ,
ಯಾವ ಸಂಸ್ಥೆಗೂ
ನೋವು ಮಾಡುವಂತಹ,
ಆರೋಪಿಯನ್ನಾಗಿಸುವ
ಉದ್ದೇಶ ಪುಸ್ತಕದ ಹಿಂದಿಲ್ಲ.
ಸತ್ಯವನ್ನು ಬಿಚ್ಚಿಡುವ
ಪ್ರಾಮಾಣಿಕ ಪ್ರಯತ್ನವಿದೆ.
ಇದನ್ನು ಒಪ್ಪುವ ಎಲ್ಲ
ಮನಸುಗಳಿಗೆ ಈ ಕೃತಿ
ಅರ್ಪಣೆ.

ಲೇಖಕರ ಮಾತು

'ಒಬ್ಬ ತಾರೆಯ ಎಂಟ್ರಿ ಮತ್ತು ಎಗ್ಸಿಟ್ ಅದ್ಭುತವಾಗಿರಬೇಕು; ನೆನಪಿನಲ್ಲಿಡುವಂತಿರಬೇಕು' ಎಂದು ಚಿತ್ರರಸಿಕರ ಮನದ ಅನಭಿಷಿಕ್ತ ದೊರೆಯಾಗಿ ಮೆರೆದ ಡಾ. ವಿಷ್ಣುವರ್ಧನ್ ಯಾವಾಗಲೂ ಹೇಳುತ್ತಿದ್ದರು. ಆದರೆ, ಅವರ ಜೀವನದಲ್ಲೇ ಅದು ಅರ್ಧಂಬರ್ಧ ರೀತಿಯಲ್ಲಿ ನಡೆದು ಹೋಯಿತು. 'ನಾಗರಹಾವು' ರಾಮಾಚಾರಿಯ ಎಂಟ್ರಿ ಅದ್ಭುತವಾಗಿಯೇ ಇತ್ತು. ನಂತರದ ದಿನಗಳಲ್ಲಿ ಆ ರೋಚಕ ಗೆಲುವೇ ಅವರಿಗೆ ಶಾಪವಾಯಿತು. ಬಂದಿದ್ದ ಆ ಯಶಸ್ಸನ್ನು ಸಂಭ್ರಮಿಸುವುದಕ್ಕೆ ಹಿತಶತ್ರುಗಳು ಬಿಡಲೇ ಇಲ್ಲ.

ಡಾ. ರಾಜಕುಮಾರ್ ಮತ್ತು ಡಾ. ವಿಷ್ಣುವರ್ಧನ್ ಕನ್ನಡ ಚಿತ್ರರಂಗ ಕಂಡ ಮರೆಯಲಾಗದ ಎರಡು ನಕ್ಷತ್ರಗಳು. ಉತ್ತಮ ಚಾರಿತ್ರ್ಯ ಹೊಂದಿದ್ದ, ಅತ್ಯಂತ ಸಜ್ಜನ ಸ್ವಭಾವವಿದ್ದ, ಅಸಂಖ್ಯಾತ ಅಭಿಮಾನಿಗಳನ್ನು ಹೊಂದಿದ್ದ, ನಟನೆಯ ಜೊತೆ ಜೊತೆಗೆ ಸಮಾಜದ ಬಗ್ಗೆ ಅತ್ಯಂತ ಪ್ರಾಮಾಣಿಕ ಕಾಳಜಿ ಇಟ್ಟುಕೊಂಡಿದ್ದ ಮಹಿನೀಯರಲ್ಲಿ ಇವರು ಅಗ್ರಪಂಕ್ತಿಯಲ್ಲಿ ನಿಲ್ಲುತ್ತಾರೆ. ಇಂತಹ ಅನೇಕ ಹೋಲಿಕೆ ಗುಣಗಳೇ ಡಾ. ವಿಷ್ಣುವರ್ಧನ್ ಅವರನ್ನು ಬೆನ್ನುಬಿದ್ದು ಕಾಡಿದ್ದು ಸುಳ್ಳಲ್ಲ.

ಡಾ. ವಿಷ್ಣುವರ್ಧನ್ ಅವರೇ ಹೇಳಿದಂತೆ ಸಿನಿಮಾ ರಂಗಕ್ಕೆ ಬಂದಿದ್ದು ಆಕಸ್ಮಿಕ. ಬಾಲ ಕಲಾವಿದನಾಗಿ ಸಿನಿಮಾ ಮಾಡಿದ್ದರೂ, ತಂದೆ ಕೂಡ ಸಿನಿಮಾ ರಂಗದಲ್ಲಿ ಇದ್ದರೂ, ವಿಷ್ಣುವರ್ಧನ್ ಅವರಿಗೆ ನಟನೆಯ ಮೇಲೆ ಅಷ್ಟೊಂದು ಆಸಕ್ತಿ ಇರಲಿಲ್ಲ. 'ವಂಶವೃಕ್ಷ' ಸಿನಿಮಾದಲ್ಲಿ ಪುಟ್ಟದೊಂದು ಪಾತ್ರ ಮಾಡಿದ ನಂತರ ಸಿನಿಮಾ ರಂಗದಲ್ಲಿ ಇರಬೇಕು ಅಂತ ಅನಿಸಿತ್ತು. ಆದರೆ, ನಾಯಕನಾಗಿ ಪ್ರವೇಶ ಮಾಡುತ್ತೇನೆ ಎಂದು ಅವರು ಕನಸೂ ಕಂಡವರಲ್ಲ. ನಾಗರಹಾವು ಸಿನಿಮಾ ಸಿಕ್ಕಿದ್ದು ಕೂಡ ಆಕಸ್ಮಿಕವೇ. ಈ ಒಂದು ಸಿನಿಮಾ ವಿಷ್ಣುವರ್ಧನ್ ಅವರ ಬದುಕಿಗೆ ದೊಡ್ಡ ತಿರುವು ನೀಡಿತು.

ವಿಷ್ಣುವರ್ಧನ್ ಯಾರ ತಂಟೆಗೂ ಹೋದವರಲ್ಲ. ತಮ್ಮ ಪಾಡಿಗೆ ತಾವು ಕೆಲಸ ಮಾಡಿಕೊಂಡಿದ್ದವರು. ಆದರೆ, ಅವರ ಗೆಲುವನ್ನು ಸಹಿಸಿಕೊಳ್ಳೋಕೆ ಆಗದೇ ಇರುವಂತಹ ಗೋಸುಂಬೆಗಳು ಬೇಕು ಬೇಕಂತಾನೇ ವಿವಾದ ಸೃಷ್ಟಿ

ಮಾಡುತ್ತಿದ್ದರು. ನಾಗರಹಾವು ಗೆಲುವನ್ನು ಸಂಭ್ರಮಿಸುತ್ತಿದ್ದ ಇನ್ನೂ ಪ್ರಾಯದ ಹುಡುಗ ವಿಷ್ಣುವರ್ಧನ್ 'ಗಂಧದ ಗುಡಿ' ವಿವಾದದ ನಂತರ ನೆಮ್ಮದಿಯಾಗಿ ಮಲಗಲೇ ಇಲ್ಲ. ತಿರುಗಿ ಬಿದ್ದಿದ್ದರೆ ಬೇರೆಯೇ ಆಗುತ್ತಿತ್ತು. ಆದರೆ, ಬೀಳಲಿಲ್ಲ. ಒಳಗೊಳಗೆ ಸಂಕಟವನ್ನು ನುಂಗಿಕೊಳ್ಳುತ್ತಲೇ, ತನ್ನ ಅಭಿಮಾನಿಗಳನ್ನು ರಂಜಿಸುತ್ತಲೇ ಹೋದರು.

'ಗಂಧದ ಗುಡಿ' ವಿವಾದ ನಂತರದ ಅವರ ಬದುಕು ನರಕ, ನರಕ. ಕೂತರು ಹರಲೆ ಹೊರಬೇಕು, ನಿಂತರೂ ಏಟು ತಿನ್ನಬೇಕು. ಆ ಮಟ್ಟಿಗೆ ಅಭಿಮಾನಿಗಳ ಸೋಗಿನ ರೌಡಿಗಳು ಕಾಟಕೊಟ್ಟರು. ಮೈಸೂರಿನಲ್ಲಿದ್ದರೆ ಅವರು ಉಳಿದುಕೊಂಡಿದ್ದ ಹೋಟೆಲ್‌ಗೆ ಕಲ್ಲು ಹೊಡೆಯುತ್ತಿದ್ದರು. ಬೆಂಗಳೂರಿಗೆ ಬಂದರೆ ಬೀದಿ ಬೀದಿಯಲ್ಲಿ ನಿಂತು ವಿಷ್ಣುವರ್ಧನ್ ಅವರಿಗೆ ತೊಂದರೆ ನೀಡುತ್ತಿದ್ದರು. ಅವರ ಉಪಟಳ ಎಷ್ಟಿತ್ತು ಎಂದರೆ, ಮೈಸೂರಿನಿಂದ ವಿಷ್ಣುವರ್ಧನ್ ಬೆಂಗಳೂರಿಗೆ ಬರಬೇಕಾದರೆ ಎರಡಾದರೂ ಕಾರು ಬದಲಾಯಿಸುತ್ತಿದ್ದರು. ಅಂಬರೀಶ್ ಇಲ್ಲದೇ ಬಹಿರಂಗ ಸಭೆಗಳಲ್ಲಿ ವಿಷ್ಣು ಕಾಲಿಡದಂತಹ ವಾತಾವರಣವನ್ನು ಸೃಷ್ಟಿಸುತ್ತಿದ್ದರು.

ವಿಷ್ಣುವರ್ಧನ್ ಅವರ ಮೂವತ್ತೇಳು ವರ್ಷಗಳ ವೃತ್ತಿಬದುಕಲ್ಲಿ ಜನಪ್ರಿಯತೆಯಷ್ಟೇ ವಿವಾದಗಳ ಪಾಲು ಕೂಡಾ ದೊಡ್ಡದು. ವಿನಾಕಾರಣ ವಿವಾದಗಳು ಸರ್ಪಸುತ್ತಿನಂತೆ ಅವರನ್ನು ಸುತ್ತಿಕೊಳ್ಳುತ್ತಿದ್ದವು. ಕೇವಲ ಕೆಲ ನಟರ ಅಭಿಮಾನಿಗಳು ಮಾತ್ರ ಇವರನ್ನು ಕಾಡಲಿಲ್ಲ. ಒಂದು ಗುಂಪಿನ ಪತ್ರಕರ್ತರು, ಕೆಲ ನಿರ್ದೇಶಕರು, ಕೆಲ ನಿರ್ಮಾಪಕರು, ಕೆಲ ವಿತರಕರು, ಸಿನಿಮಾ ಸಂಬಂಧಿಸಿದ ಸಂಸ್ಥೆಗಳು ಕೂಡ ಬೆನ್ನುಬಿದ್ದ ಬೇತಾಳದಂತೆ ಬೆದರಿಸಿದವು. ನಂಬಿದ್ದ ಸ್ನೇಹಿತರು ದ್ರೋಹ ಮಾಡಿದರು. ಲಾಭ ಪಡೆದುಕೊಂಡಿದ್ದವರೇ ತಿರುಗಿ ಬಿದ್ದರು. ಹುಟ್ಟಿ ಬೆಳೆದ ನೆಲವನ್ನೇ ಬಿಡಬೇಕಾದ ಸನ್ನಿವೇಶ ಉಂಟಾಯಿತು. ಎಲ್ಲವನ್ನೂ ಮೌನವಾಗಿಯೇ ಸಹಿಸಿಕೊಂಡರು. ಏನಾದರೂ ಮಾತನಾಡಿದರೆ, ಅದು ಕೂಡ ವಿವಾದ ಆಗಿಬಿಡುವ ಆತಂಕ ಅವರನ್ನು ಸದಾ ಕಾಡುತ್ತಿತ್ತು.

ಸಿನಿಮಾ ಮಂದಿಯ ಜೊತೆಗೆ ರಾಜಕೀಯ ಪಕ್ಷಗಳು ಕೂಡ ತಮ್ಮ ಬೇಳೆ ಬೇಯಿಸಿಕೊಳ್ಳುವುದಕ್ಕಾಗಿ ಪ್ರತಿ ಚುನಾವಣೆ ಬಂದಾಗಲೂ ವಿಷ್ಣುವರ್ಧನ್ ಹೆಸರನ್ನು ಬಳಸಿಕೊಳ್ಳುತ್ತಿದ್ದರು. ಅದರಲ್ಲೂ ಬೆಂಗಳೂರು ದಕ್ಷಿಣ ಲೋಕಸಭಾ ಕ್ಷೇತ್ರದಲ್ಲಿ ಇವರು ಸ್ಪರ್ಧೆ ಮಾಡುತ್ತಾರೆ ಎಂದು ಹಲವು ಬಾರಿ ಗುಲ್ಲೇಳುತ್ತಿತ್ತು. ಪ್ರತಿ ಬಾರಿ ನಿರಾಕರಿಸುವುದು ಅವರ ಉದ್ಯೋಗವಾಗಿ ಹೋಯಿತು. ಮಲ್ಲೇಶ್ವರಂನಲ್ಲಿ ಅನಂತಕುಮಾರ್ ವಿರುದ್ಧ ಅವರನ್ನು ಚುನಾವಣೆಗೆ ಸ್ಪರ್ಧಿಸುವಂತೆ ಮಾಡುವುದಕ್ಕೆ ಕಾಂಗ್ರೆಸ್ ಪಕ್ಷ ಒತ್ತಾಯ ಮಾಡಿತ್ತು. ವಿಷ್ಣು

ಅದನ್ನು ನಯವಾಗಿ ನಿರಾಕರಿಸಿದರು. ಆದರೆ, ಕುಚಿಕು ಗೆಳೆಯ ಅಂಬರೀಶ್ ಅವರು ಚುನಾವಣೆಗೆ ನಿಂತಾಗ ಪ್ರಚಾರಕ್ಕೆ ಹೋದರು. ಅಂಬಿ ಮೇಲಿನ ಪ್ರೀತಿಯಿಂದಾಗಿ ಪ್ರಚಾರಕ್ಕೆ ಹೋಗಿರುವ ಕುರಿತು ಸ್ಪಷ್ಟನೆ ನೀಡಿದ್ದರು.

ವಿಷ್ಣುವರ್ಧನ್ ಸಿನಿಮಾ ರಂಗಕ್ಕೆ ಬಂದಾಗ ಆ ಕಾಲಘಟ್ಟ ನಿಜಕ್ಕೂ ಚಿತ್ರರಂಗದ ಪಾಲಿನ ಸುವರ್ಣಯುಗ. ಘಟಾನುಘಟಿ ಕಲಾವಿದರು ಚಿತ್ರೋದ್ಯಮವನ್ನು ಆಳುತ್ತಿದ್ದರೂ, ಮಧ್ಯಮವರ್ಗದ ಮಹಿಳೆಯರ ಅಚ್ಚುಮೆಚ್ಚಿನ ಹೀರೋ ಅಂದರೆ ಅದು ವಿಷ್ಣುವರ್ಧನ್ ಆಗಿದ್ದರು. ಹೆಚ್ಚೆಚ್ಚು ಕೌಟುಂಬಿಕ ಸಿನಿಮಾಗಳನ್ನೇ ಮಾಡುತ್ತಾ, ಬದುಕಿಗೊಂದು ಘನತೆ ತುಂಬುತ್ತಾ, ಮನೆಮಂದಿ ಕೂತು ನೋಡುವಂತಹ ಸಿನಿಮಾಗಳನ್ನೇ ವಿಷ್ಣುವರ್ಧನ್ ಕೊಟ್ಟರು. ಮಹಿಳೆಯರನ್ನು ಅಗೌರವಿಸುವ, ಸಮಾಜಕ್ಕೆ ತಪ್ಪು ಸಂದೇಶ ಹೋಗುವಂತಹ ಯಾವ ಚಿತ್ರಗಳನ್ನೂ ಅವರು ಮಾಡಲಿಲ್ಲ. ದ್ವಂದ್ವಾರ್ಥದ ಸಂಭಾಷಣೆಯನ್ನು ಹೇಳುತ್ತಲೇ ಇರಲಿಲ್ಲ. ಶುದ್ಧ ಕನ್ನಡ, ಧ್ವನಿಯಲ್ಲಿದ್ದ ಮಾರ್ದವತೆ, ಅವರ ವ್ಯಕ್ತಿತ್ವ ಈ ಎಲ್ಲ ಕಾರಣದಿಂದಾಗಿ ವಿಷ್ಣುವರ್ಧನ್ ಕನ್ನಡಿಗರ ಪಾಲಿಗೆ 'ಮನೆಮಗ'ನಾದರು. ಆದರೆ, ಅವರನ್ನು ಮಲತಾಯಿಯ ಮಗ ಎನ್ನುವಂತೆ ಬಿಂಬಿಸುವ ಪ್ರಯತ್ನ ಕೂಡ ನಡೆಯಿತು.

ವಿಷ್ಣುವರ್ಧನ್ ಸಿನಿಮಾ ರಂಗಕ್ಕೆ ಬಂದಾಗ ಆಗಲೇ ಡಾ. ರಾಜಕುಮಾರ್ ಅವರು 147 ಸಿನಿಮಾ ಮಾಡಿದ್ದರು. ಅನಭಿಷಿಕ್ತ ದೊರೆಯಂತಿದ್ದರು. ಆದರೂ, ರಾಜಕುಮಾರ್ ಅವರಿಗೆ ವಿಷ್ಣುವರ್ಧನ್ ಸರಿಯಾದ ಎದುರಾಳಿ ಎಂದು ಹಬ್ಬಿಸಲಾಯಿತು. ರಾಜ್ ಅವರನ್ನು ಸಮರ್ಥವಾಗಿ ಎದುರಿಸಬಲ್ಲ ಏಕೈಕನಟ ವಿಷ್ಣುವರ್ಧನ್ ಎನ್ನುವ ಮಾತನ್ನೂ ಹರಿಬಿಡಲಾಯಿತು. ತನ್ನ ಪಾಡಿಗೆ ತಾನಿದ್ದ ವಿಷ್ಣುವರ್ಧನ್ ಅವರನ್ನು ಅವರ ಅರಿವಿಗೇ ಬಾರದಂತೆ ಡಾ. ರಾಜಕುಮಾರ್ ಎದುರು ತಂದು ಅಖಾಡಕ್ಕೆ ಇಳಿಸಲಾಯಿತು.

ಆದರೆ, ವಿಷ್ಣುವರ್ಧನ್ ಯಾವತ್ತೂ ಯಾರನ್ನೂ ಎದುರಾಳಿ ಎಂದು ಹೇಳಿದವರಲ್ಲ. ಡಾ. ರಾಜಕುಮಾರ್ ಅವರನ್ನು ಅತ್ಯಂತ ಗೌರವದಿಂದ ಕಂಡರು. 'ಗಂಧದ ಗುಡಿ' ಪ್ರಕರಣದ ನಂತರವೂ ಅವರ ಒಡನಾಟ ಚೆನ್ನಾಗಿಯೇ ಇತ್ತು ಅನ್ನುವುದಕ್ಕೆ ಈ ಘಟನೆಯೇ ಸಾಕ್ಷಿ. ಅದು ಡಾ. ರಾಜಕುಮಾರ್ ಅವರ ಸಾರ್ಥಕ ಸುವರ್ಣ ಸಂಭ್ರಮ ಕಾರ್ಯಕ್ರಮ. ಈ ಕಾರ್ಯಕ್ರಮಕ್ಕೆ ವಿಷ್ಣುವರ್ಧನ್ ಅಭಿಮಾನಿ ರೀತಿಯಲ್ಲಿ ಹೂವಿನ ಹಾರವನ್ನು ತಂದು ರಾಜಕುಮಾರ್ ಅವರ ಕೊರಳಿಗೆ ಹಾಕಿ, ಕಾಲಿಗೆ ನಮಸ್ಕರಿಸಿದ್ದರು. ಮತ್ತೊಂದು ಹಾರವನ್ನು ರಾಜ್ ಅವರ ಕೈಯಿಂದಲೇ ಪಾರ್ವತಮ್ಮನವರಿಗೆ ಹಾಕಿಸಿ, ಅವರ ಪಕ್ಕ ನಿಂತು ಫೋಟೋ ತೆಗೆಸಿಕೊಂಡರು. ಇದು ಅವರ ಪ್ರಾಮಾಣಿಕ ಬದುಕಿಗೆ ಸಾಕ್ಷಿ.

ವಿಷ್ಣುವರ್ಧನ್ ಅವರು ಚಿತ್ರೋದ್ಯಮಕ್ಕೆ ಬಂದು ಐವತ್ತು ವರ್ಷ. ವೃತ್ತಿಜೀವನದ ಸಾರ್ಥಕ ಸುವರ್ಣ ಸಂಭ್ರಮದಲ್ಲಿರುವ ಅವರ ಸಿನಿಯಾನ ಬಂಗಾರದಷ್ಟು ಸುಂದರವಾಗಿರಲಿಲ್ಲ. ನಿರಂತರವಾಗಿ ಅವರ ಮೇಲೆ ದಾಳಿಗಳು ನಡೆದರೂ, ಅಭಿಮಾನಿಗಳ ಹೊರತಾಗಿ ಚಿತ್ರೋದ್ಯಮ ಆ ಕುರಿತು ಮಾತಾಡಲೇ ಇಲ್ಲ. ಅದಕ್ಕೆ ಪರಿಹಾರವನ್ನು ಕಂಡುಕೊಳ್ಳುವಂತಹ ಪ್ರಯತ್ನ ಮಾಡಲೇ ಇಲ್ಲ. ಇಬ್ಬರು ಮೇರು ನಟರ ಮಧ್ಯ ತಂದಿಡುವ ಕೆಲಸ ನಡೆಯಿತೇ ಹೊರತು, ಈ ಮಹಾನ್ ಕಲಾವಿದರು ಜೊತೆಯಾದರೆ, ಉದ್ಯಮ ಇನ್ನಷ್ಟು ಬೆಳೆಯಬಹುದು ಎನ್ನುವ ಲೆಕ್ಕಾಚಾರವನ್ನೂ ಹಾಕಲಿಲ್ಲ.

ವಿಷ್ಣುವರ್ಧನ್ ಅವರ ವೃತ್ತಿ ಜೀವನದ ಬಗ್ಗೆ ಸತ್ಯ ಮಾತನಾಡಲಿಲ್ಲ, ಇತಿಹಾಸದಲ್ಲಿ ನಮೂದಾಗಲಿಲ್ಲ. ಕೆಲ ಪತ್ರಿಕೆಗಳು ಕೂಡ ಅಕ್ಷರ ದಾಳಿ ಮಾಡಿದವು. ಕೋಟ್ಯಂತರ ಅಭಿಮಾನಿಗಳನ್ನು ಹೊಂದಿದ್ದ ನಟನೊಬ್ಬನಿಗೆ ಹಾದಿ ಬೀದಿಯಲ್ಲಿ ಅವಮಾನ ಮಾಡಲಾಯಿತು. ಏನೆಲ್ಲ ನಡೆದರೂ ದುಷ್ಟಶಕ್ತಿಗಳ ಹಿಂದಿದ್ದ ವ್ಯಕ್ತಿ ಯಾರು ಎಂದು ಹೇಳುವ ಪ್ರಯತ್ನ ಮಾಡಲೇ ಇಲ್ಲ. ಅವರಿಗಾದ ಅವಮಾನವನ್ನು ಜನರೆದುರು ಇಡುವಂತಹ ಕೆಲಸವೂ ಆಗಲಿಲ್ಲ.

ವಿಷ್ಣುವರ್ಧನ್ ಅವರು ಚಿತ್ರೋದ್ಯಮಕ್ಕೆ ಬಂದು ಭರ್ತಿ ಐವತ್ತು ವರ್ಷಗಳು ತುಂಬಿವೆ. ಅವರು ದೈಹಿಕವಾಗಿ ಅಭಿಮಾನಿಗಳನ್ನು ತೊರೆದು ಹದಿಮೂರು ವರ್ಷಗಳಾಗಿವೆ. ಅವರಿಗಾದ ಅವಮಾನ ಇನ್ನೂ ನಿಂತಿಲ್ಲ. ಈ ಹೊತ್ತಿನಲ್ಲೂ ನಾವು ಧೈರ್ಯವಾಗಿ ಅವರಿಗಾದ ಒಟ್ಟು ಅಪಮಾನವನ್ನೂ ಜಗತ್ತಿನ ಮುಂದಿಡದಿದ್ದರೆ "ಕಾಲ ಕ್ಷಮಿಸುವುದಿಲ್ಲ"...

–ಡಾ. ಶರಣು ಹುಲ್ಲೂರು

ಪ್ರಕಾಶಕರ ಮಾತು

ವೀರಲೋಕ ಪ್ರಕಾಶನವು ಈಗಾಗಲೇ ಐವತ್ತಕ್ಕೂ ಹೆಚ್ಚು ಕೃತಿಗಳನ್ನು ಓದುಗರ ಮಡಿಲಿಗೆ ಹಾಕಿದೆ. ಅದರಲ್ಲಿ "ಮೇರುನಟ-ದೇಶಕ್ಕೊಬ್ಬ ದುರಂತ ನಾಯಕ" ಕೃತಿ ಕೂಡ ಒಂದು. ನಾನಾ ಕಾರಣಗಳಿಂದಾಗಿ ಈ ಪುಸ್ತಕ ನಮಗೊಂದು ಹೆಮ್ಮೆ ಮತ್ತು ಇಂತಹ ಪುಸ್ತಕವನ್ನು ನಾವೇ ಪ್ರಕಟಿಸಬೇಕಾಯಿತಲ್ಲ ಎನ್ನುವ ಸಂಕಟ ಒಟ್ಟೊಟ್ಟಿಗೆ ಇದೆ.

ಯಜಮಾನರು ಈ ದೇಶಕ್ಕೆ, ನಾಡಿಗೆ ಕೊಟ್ಟಿರುವ ಕೊಡುಗೆ ಅಪಾರ. ನನ್ನಂತಹ ಲಕ್ಷಾಂತರ ಸೇನಾನಿಗಳಿಗೆ ಅವರು ದೇವರು. ಅಂತಹ ಮಹಾನ್ ಕಲಾವಿದನಿಗೆ ಸಿಗಬೇಕಾದ ಮನ್ನಣೆ ಸಿಗಲಿಲ್ಲ ಎನ್ನುವ ಕೊರಗು ನನಗೆ ಯಾವತ್ತಿನಿಂದಲೂ ಇದೆ. ಯಜಮಾನರ ಬದುಕು, ಅವರ ಸಿನಿಮಾ, ಸಾಮಾಜಿಕ ಚಿಂತನೆ, ಈ ನಾಡಿಗೆ ಅವರ ಸೇವೆ ಅಕ್ಷರಗಳಲ್ಲಿ ಹಿಡಿದಿಡೋದು ಕಷ್ಟ. ಅವರ ಒಟ್ಟಾರೆ ಬದುಕೇ ಅಸಂಖ್ಯಾತ ಅಭಿಮಾನಿಗಳಿಗೆ ಮಾದರಿಯಾಗಿರುವಾಗ, ಆ ಮಾದರಿ ಬದುಕಿಗೆ ನೆಮ್ಮದಿಯ ಗೌರವ ಸಿಗಲಿಲ್ಲ ಎನ್ನುವುದು ದುರಂತ.

ಯಜಮಾನರು ನೂರಾರು ಸಿನಿಮಗಳನ್ನು ಮಾಡಿದರೂ, ಜನರ ಮಧ್ಯೆಯೇ ಬದುಕಿದರೂ, ನಾಡು ನುಡಿಯ ಹೋರಾಟಕ್ಕೆ ತಮ್ಮದೇ ಆದ ಕೊಡುಗೆ ನೀಡಿದರೂ, ಒಂದು ವರ್ಗ ಅವರನ್ನು ದ್ವೇಷಿಸುತ್ತಲೇ ಬಂತು. ಕೊಡಬಾರದ ಕಷ್ಟ ಕೊಟ್ಟಿತು. ಅವರ ಮೇಲೆ ಆದ ದಾಳಿ ಒಂದಾ, ಎರಡಾ? ಇವೆಲ್ಲವೂ ಆಯಾ ಸಂದರ್ಭಕ್ಕೆ ನಾಡಿಗೆ ಗೊತ್ತಾಗುತ್ತಲೇ ಬಂದಿದೆ. ಆದರೆ, ಅವರ ಒಟ್ಟಾರೆ ಸಂಕಟವನ್ನು ಹಿಡಿದಿಟ್ಟು ಜನರ ಮುಂದಿಡಬೇಕು ಎನ್ನುವುದು ಸೇನಾನಿಗಳ ಕನಸಾಗಿತ್ತು. ಅದು ನನಸಾಗಿದೆ. ಹಲವಾರು ವರ್ಷಗಳಿಂದ ಸಿನಿಮಾ ಪತ್ರಿಕೋದ್ಯಮದಲ್ಲಿ ತಮ್ಮದೇ ಆದ ಛಾಪು ಮೂಡಿಸಿರುವ ಡಾ.ಶರಣು ಹುಲ್ಲೂರು ಅವರಿಗೆ ಯಜಮಾನರ ಸಂಕಟವನ್ನು ಹಿಡಿದಿಡುವ ಕೆಲಸ ಒಪ್ಪಿಸಿದಾಗ ತುಂಬಾ ಶ್ರದ್ಧೆಯಿಂದ ಮತ್ತು ಸಂಶೋಧನಾತ್ಮಕ ಗುಣದಿಂದ ಈ ಪುಸ್ತಕವನ್ನು ಸಿದ್ಧ ಮಾಡಿದ್ದಾರೆ. ಇಲ್ಲಿರುವ ಯಾವ ಸಂಗತಿಗಳು ಕಪೋಕಲ್ಪಿತವಾಗಿಲ್ಲ. ಪ್ರತಿಯೊಂದು ಘಟನೆಗಳಿಗೂ

ಸಾಕ್ಷ್ಯ ಒದಗಿಸಲಾಗಿದೆ. ಹಲವಾರು ಜನರನ್ನು ಸಂದರ್ಶನ ಮಾಡಲಾಗಿದೆ. ಈಗಾಗಲೇ ದಾಖಲಾಗಿರುವ ಕಡತಗಳನ್ನು ಹೆಕ್ಕಿ ತಗೆಯಲಾಗಿದೆ. ಈ ಕಾರಣಕ್ಕಾಗಿಯೇ ಮೇರುನಟ ಪುಸ್ತಕವನ್ನು ಎಲ್ಲರೂ ಒಪ್ಪಿಕೊಂಡಿದ್ದಾರೆ. ಓದಿ ಕಣ್ಣೀರಿಟ್ಟಿದ್ದಾರೆ. ಒಂದೇ ವರ್ಷದಲ್ಲಿ ಈ ಪುಸ್ತಕ ನಾಲ್ಕನೇ ಮುದ್ರಣವೂ ಕಂಡಿದೆ. ವೀರಲೋಕದ ಟಾಪ್ ಪುಸ್ತಕದಲ್ಲಿ ಸತತವಾಗಿ ಇಪ್ಪತ್ತಕ್ಕೂ ಹೆಚ್ಚು ವಾರ ಟಾಪ್ ಯಾದಿಯಲ್ಲಿದೆ.

ಇಂಥದ್ದೊಂದು ಪುಸ್ತಕವನ್ನು ಸಾಧ್ಯವಾಗಿಸಿದ ಲೇಖಕ ಡಾ.ಶರಣು ಹುಲ್ಲೂರು ಅವರಿಗೆ ಧನ್ಯವಾದಗಳು. ಈ ಪುಸ್ತಕಕ್ಕೆ ಅನೇಕ ಆಕರಗಳನ್ನು ಬಳಸಿಕೊಳ್ಳಲಾಗಿದೆ. ದಾಖಲೆಗಳನ್ನು ನೀಡಲಾಗಿದೆ. ಪೂರಕವಾಗಿ ಫೋಟೋಗಳನ್ನೂ ಹಾಕಲಾಗಿದೆ. ಈ ಸಂದರ್ಭದಲ್ಲಿ ತಮ್ಮೆಲ್ಲರನ್ನೂ ಸ್ಮರಿಸಿಕೊಳ್ಳುವೆ. ಈ ಪುಸ್ತಕಕ್ಕಾಗಿ ಸಂದರ್ಶನ ನೀಡಿದವರಿಗೆ, ಲೇಖಕರಿಗೆ, ಪುಸ್ತಕದಲ್ಲಿ ಬಳಸಲಾದ ಆಯಾ ಫೋಟೋಗಳ ಛಾಯಾಗ್ರಾಹಕರಿಗೆ ಎಲ್ಲರಿಗೂ ವಿಶೇಷ ಧನ್ಯವಾದಗಳು.

ಪುಸ್ತಕದ ಮುಖಪುಟ ಮಾಡಿರುವ ರಾಜ್ ವಿಷ್ಣು, ಒಳಪುಟ ವಿನ್ಯಾಸ ಮಾಡಿರುವ ವಿಜಯ ವಿಕ್ರಮ್ ಅಡಿಗ ಅವರಿಗೆ, ಸೊಗಸಾಗಿ ಮುದ್ರಿಸಿರುವ ಮುದ್ರಕರಿಗೂ ಹಾಗೂ ಯಜಮಾನರನ್ನು ಪ್ರೀತಿಸುವ ಪ್ರತಿಯೊಬ್ಬರಿಗೂ ಋಣಿಯಾಗಿರುವೆ.

ಯಜಮಾನರಿಗೆ ಸಿಗಬೇಕಾದ ನ್ಯಾಯ ಆದಷ್ಟು ಬೇಗ ಸಿಗಲಿ. ಈ ಕೃತಿಯನ್ನು ಅರ್ಪಿಸಿಕೊಳ್ಳಿ. ಯಜಮಾನರಿಗೆ ಆದ ಅನ್ಯಾಯ ಇನ್ನಾರಿಗೂ ಆಗದಿರಲಿ. ಇಂಥದ್ದೊಂದು ಪುಸ್ತಕ ಮತ್ತೆ ನಾಡಿಗೆ ದೊರೆಯದಿರಲಿ.

–ವೀರಕಪುತ್ರ ಶ್ರೀನಿವಾಸ್

ಪರಿವಿಡಿ

ನಾಗರಹಾವು:
ಅಂಜದ ಎದೆಯಲಿ ನಂಜೇ ಇಲ್ಲ

'ನಾಗರಹಾವು' ಸಿನಿಮಾ ತೆರೆಗೆ ಬಂದಾಗ ಚಂದನವನಕ್ಕೆ ಮೂವತ್ತೆಂಟರ ಹರೆಯ. ಮದ್ರಾಸಿನ ಕರುಳಬಳ್ಳಿ ಕತ್ತರಿಸಿಕೊಂಡು ಕರ್ನಾಟಕದಲ್ಲೇ ಕನ್ನಡ ಸಿನಿಮಾ ರಂಗ ಬೇರು ಬಿಟ್ಟಿತ್ತು. ಮುನ್ನೂರ ತೊಂಬತ್ಮೂರು ಚಿತ್ರಗಳು ಆಗಲೇ ಬಿಡುಗಡೆಯಾಗಿದ್ದವು. ಡಾ. ರಾಜಕುಮಾರ್, ಉದಯಕುಮಾರ್, ಕಲ್ಯಾಣ್ ಕುಮಾರ್, ರಾಜೇಶ್, ಶ್ರೀನಾಥ್, ದ್ವಾರಕೀಶ್, ಬಾಲಕೃಷ್ಣ, ಎಂ.ಪಿ.

ಶಂಕರ್ ಸೇರಿದಂತೆ ಸಾಕಷ್ಟು ನುರಿತ ಕಲಾವಿದರು ತಮ್ಮ ಸ್ಥಾನಗಳನ್ನು ಭದ್ರಪಡಿಸಿಕೊಂಡಿದ್ದರು. ಮತ್ತೊಬ್ಬ ಕಲಾವಿದ ಹುಟ್ಟಲಾರ, ಹುಟ್ಟಿದರೂ ಈ ದಿಗ್ಗಜರ ಎದುರು ನಿಲ್ಲಲಾರ ಎನ್ನುವ ಸ್ಥಿತಿ ನಿರ್ಮಾಣವಾಗಿತ್ತು. ಅತ್ಯದ್ಭುತ ಚಿತ್ರಗಳ ತಯಾರಿಕೆಯ ಜೊತೆಗೆ ಕಲಾವಿದರ ಹಾಗೂ ನಿರ್ದೇಶಕರ ಮಧ್ಯೆ ಪೈಪೋಟಿ, ತಿಕ್ಕಾಟ, ಒಬ್ಬರನ್ನು ಕಂಡರೆ ಮತ್ತೊಬ್ಬರಿಗೆ ಆಗದಂಥ ಘಟನೆಗಳು ನಡೆದು ಹೋಗಿದ್ದವು. ಕಲಾವಿದರ ಮತ್ತು ನಿರ್ದೇಶಕರ ಮಧ್ಯ ಗುಂಪುಗಳಾಗಿ ಅವರಿಗೆ ಯಾರು ಬೇಕೊ, ಅವರನ್ನು ಆಯ್ಕೆ ಮಾಡಿಕೊಂಡು ಚಿತ್ರ ಮಾಡುತ್ತಿದ್ದ ವಿಷಯ ಗುಟ್ಟಾಗಿರಲಿಲ್ಲ. ಇಂತಹ ಪ್ರಕ್ಷುಬ್ಧ ವಾತಾವರಣದಲ್ಲಿ ತಯಾರಾಗಿದ್ದು ಪುಟ್ಟಣ್ಣ ಕಣಗಾಲ್ ನಿರ್ದೇಶನದ 'ನಾಗರಹಾವು' ಸಿನಿಮಾ. ಹೆಸರಾಂತ ಕಲಾವಿದರೊಂದಿಗೆ ಪುಟ್ಟಣ್ಣ ಗಲಾಟೆ ಮಾಡಿಕೊಂಡು, ನಿಮ್ಮೆದುರು ಹೊಸ ಹುಡುಗನನ್ನು ನಿಲ್ಲಿಸುತ್ತೇನೆಂದು ಶಪಥ ಮಾಡಿ ಅದನ್ನು ಸಾಧಿಸಿ ತೋರಿಸಲೆಂದೇ 'ನಾಗರಹಾವು' ಚಿತ್ರಕ್ಕೆ ನಾಯಕನನ್ನಾಗಿ ಆಯ್ಕೆ ಮಾಡಿಕೊಂಡಿದ್ದು ಸಂಪತ್‌ಕುಮಾರ್ ಎನ್ನುವ ಚಿಗುರು ಮೀಸೆ ಹುಡುಗನನ್ನು. ತರುಣನ ಕಣ್ಣುಗಳು ಸೂಸುತ್ತಿದ್ದ ಪ್ರತಿಭೆಯ ಬೆಂಕಿಯನ್ನು ಗುರುತಿಸಿದ್ದ ಪುಟ್ಟಣ್ಣ ಕಣಗಾಲ್, ಆ ಹುಡುಗನಿಗೆ ವಿಷ್ಣುವರ್ಧನ್ ಎಂದು ಹೆಸರಿಟ್ಟು ಸಿನಿಮಾ ರಂಗಕ್ಕೆ ಪರಿಚಯಿಸಿದರು.

ವಿಷ್ಣುವರ್ಧನ್ ಹೆಸರನ್ನೇ ಆಯ್ಕೆ ಮಾಡಲು ಕಾರಣವೂ ಇತ್ತು. ಕಲೆ ಮತ್ತು ವಾಸ್ತುಶಿಲ್ಪಗಳಿಗೆ ಪ್ರೋತ್ಸಾಹಿಸಿ, ತನ್ನ ರಾಜ್ಯದಲ್ಲಿ ಕಲೆಗಳಿಗೆ ಶ್ರೀಮಂತಿಕೆ ತಂದುಕೊಟ್ಟ ಹೊಯ್ಸಳ ಸಾಮ್ರಾಜ್ಯದ ಅತ್ಯಂತ ಪ್ರಸಿದ್ಧ ಅರಸು. ತನ್ನ ತಂದೆ

ಸಾಮಂತನಾಗಿ ಎದುರಿಸಿದ್ದ ಅವಮಾನ ಗುರುತಿಸಿ ಸ್ವತಂತ್ರ ರಾಜನಾಗಿ ಸ್ವಾಭಿಮಾನ ಕಾಪಾಡಿಕೊಳ್ಳಬೇಕು ಎಂದು ನಿರ್ಧರಿಸಿದ. ಅದರಂತೆ ಅವುಡುಗಚ್ಚಿ ಅಡೆತಡೆ ಎದುರಿಸಿ ಸೋಲರಿಯದ ಮಹಾರಾಜನೆಂದೇ ಗುರುತಿಸಿಕೊಂಡಿದ್ದ ವಿಷ್ಣುವರ್ಧನ್‌ನನ್ನು ಸಂಪತ್ ಕುಮಾರ್‌ನಲ್ಲಿ ಕಂಡಿದ್ದರು ಪುಟ್ಟಣ್ಣ. ಇವರಿಗೆ ಸಿನಿಮಾ ರಂಗದ ಆಳ ಅಗಲ ಎಲ್ಲವೂ ಗೊತ್ತಿತ್ತು. ತಾನು ಆಯ್ಕೆ ಮಾಡಿಕೊಂಡ ಹುಡುಗ ಸ್ಟಾರ್ ಆಗಿ ಬೆಳೆದರೆ, ಅವನಿಗೆ ಏನೆಲ್ಲ ಕಷ್ಟಗಳು ಎದುರಾಗಬಹುದು ಎನ್ನುವ ಅಂದಾಜಿತ್ತು. ಹಾಗಾಗಿ ವೀರ ವಿಷ್ಣುವರ್ಧನ್ ರೀತಿಯಲ್ಲೇ ಸಂಪತ್‌ಕುಮಾರ್‌ಗೆ ಅದೆಷ್ಟೇ ಕಷ್ಟಗಳು ಎದುರಾದರೂ, ದಕ್ಕಿಸಿಕೊಳ್ಳಬಲ್ಲಂತಹ ಶಕ್ತಿ, ಚೈತನ್ಯ ಈ ಹುಡುಗನಲ್ಲೂ ಹರಿಯಲಿ ಎಂದು ವಿಷ್ಣುವರ್ಧನ್ ಹೆಸರನ್ನು ನಾಮಕರಣ ಮಾಡಿದ್ದರು ಪುಟ್ಟಣ್ಣ.

ಹೌದು, ಪುಟ್ಟಣ್ಣ ಕಣಗಾಲ್ 'ನಾಗರಹಾವು' ಸಿನಿಮಾ ಕೈಗೆತ್ತಿಕೊಂಡಾಗ ಅವರಿಗೂ ಒಂದು ಗೆಲುವು ಬೇಕಿತ್ತು (ಸಾಕ್ಷಾತ್ಕಾರ ಸಿನಿಮಾ ಸೋಲಿನಿಂದ ಕಂಗೆಟ್ಟಿದ್ದರು). ಆದ ಅವಮಾನಕ್ಕೆ ಉತ್ತರ ಕೊಡಬೇಕಿತ್ತು. 'ಹೊಸ ಸೂಪರ್ ಸ್ಟಾರ್ ಹುಟ್ಟಿಗೆ ನಾನು ಕಾರಣನಾಗುತ್ತೇನೆ' ಎಂದು ಕೋಪದಲ್ಲಿ ಶಪಥ ಮಾಡಿದ್ದರಲ್ಲ ಅದು ಈಡೇರಬೇಕಿತ್ತು. ಇವೆಲ್ಲದರ ಜೊತೆಗೆ ತಾನು ಏನು ಅನ್ನುವುದು ಲೋಕಕ್ಕೆ ಹೇಳಬೇಕಿತ್ತು. ಪುಟ್ಟಣ್ಣನವರ ಒಳಗಿನ ಒಟ್ಟಾರೆಯ ರೋಷಾಗ್ನಿಯಲ್ಲಿ ಹುಟ್ಟಿ ಬಂದವನೇ 'ನಾಗರಹಾವು' ಸಿನಿಮಾದ ರಾಮಾಚಾರಿ.

ಸಾಮಾನ್ಯವಾಗಿ ಕೋಪದಲ್ಲಿ ತೆಗೆದುಕೊಂಡ ನಿರ್ಧಾರಗಳು ಗೆಲ್ಲುವುದು ಕಡಿಮೆ. ಅದರಲ್ಲೂ ಪುಟ್ಟಣ್ಣನವರಿಗೆ ಇದ್ದ ಕೋಪವಿದೆಯಲ್ಲ

ಅದನ್ನು ಅಂದಾಜಿಸಲು ಅಸಾಧ್ಯ. ಆದರೆ, ಗೆಲ್ಲಲೇಬೇಕು ಎನ್ನುವ ಹಟವಿದೆಯಲ್ಲ ಅದು ಬರೋಬ್ಬರಿ ಎಂಟುನೂರು ಹುಡುಗರನ್ನು ಆಡಿಷನ್ ಮಾಡಿಸಿತ್ತು. ರಾಮಾಚಾರಿ ಪಾತ್ರದ ಆಯ್ಕೆಗಾಗಿ ಅಷ್ಟೊಂದು ಹುಡುಗರು ಸರದಿ ಸಾಲಲ್ಲಿ ನಿಂತಿದ್ದರು. ಅಂತಿಮವಾಗಿ ಒಂಬತ್ತು ಜನರನ್ನು ಆಯ್ಕೆ ಮಾಡಿಕೊಳ್ಳಲಾಗಿತ್ತು. ಒಂಬತ್ತು ಜನರಲ್ಲಿ ಮತ್ತೆ ಸೋಸಿ ಆಯ್ಕೆ ಮಾಡಿದ್ದು ವಿಷ್ಣುವರ್ಧನ್ ಅವರನ್ನು.

"ಸಂಪತ್‌ಕುಮಾರ್ ಎಂಬ ಹುಡುಗನನ್ನು ಆಯ್ಕೆ ಮಾಡಿಕೊಂಡು, ಆತನಿಗೆ ವಿಷ್ಣುವರ್ಧನ್ ಎಂದು ಹೆಸರಿಟ್ಟು 'ನಾಗರಹಾವು' ಸಿನಿಮಾ ಮಾಡಿಸುತ್ತಿದ್ದಾನಂತೆ ಪುಟ್ಟಣ್ಣ" ಎಂದು ಆಡಿಕೊಂಡವರೂ ಇದ್ದರು. ತರಾಸು ಎಂಬ ಪ್ರಸಿದ್ಧ ಕಾದಂಬರಿಕಾರನ ಮೂರು ಕಾದಂಬರಿಗಳನ್ನು ಒಟ್ಟಾಗಿಸಿ 'ನಾಗರಹಾವು' ಸಿನಿಮಾ ಮಾಡುತ್ತಿದ್ದರಿಂದ ಆ ಹುಡುಗ ಈ ಭಾರವನ್ನು ಹೇಗೆ ಹೊತ್ತುಕೊಳ್ಳಬಲ್ಲ ಎನ್ನುವ ಅನುಮಾನವನ್ನೂ ವ್ಯಕ್ತ ಪಡಿಸಿದ್ದರು. ಆದರೆ, ವಿಷ್ಣುವರ್ಧನ್ ಅವರಲ್ಲಿ ನಂಬಿಕೆ ಇಟ್ಟಿದ್ದರು ಪುಟ್ಟಣ್ಣ. ಯಾರು ಯಾವ ಜಾಗದಲ್ಲಿ ತನ್ನ ಹುಡುಗನಿಗೆ ಅವಮಾನ ಮಾಡುತ್ತಿದ್ದರೊ, ಅದೇ ಜಾಗದಲ್ಲೇ ಕಟೌಟ್ ನಿಲ್ಲಿಸುವ ಮತ್ತೊಂದು ಸಂಕಲ್ಪ ಹೊತ್ತರು. ಶೂಟಿಂಗ್ ಶುರುವಾಯಿತು. ವಿಷ್ಣುವರ್ಧನ್ ಅವರು ಕೂಡ ಪಾತ್ರಕ್ಕೆ ಬೇಕಾದ ಎಲ್ಲ ಸಿದ್ಧತೆಯನ್ನು ಮಾಡಿಕೊಂಡರು. ಪುಟ್ಟಣ್ಣನಂತಹ ದೈತ್ಯ ನಿರ್ದೇಶಕ, ಶಿವರಾಮಣ್ಣನಂತಹ ನುರಿತ ಮಾರ್ಗದರ್ಶಿ, ಅಶ್ವತ್ಥ್ ಅವರಂತಹ ಮಾಗಿದ

ಜೀವವು ಜೊತೆಯೇ ಇರುವಾಗ ಸೋಲುವ ಮಾತೇ ಇಲ್ಲ. ಆಡಾಡುತ್ತಲೇ ಅದ್ಭುತ ಸಿನಿಮಾವೊಂದು ತಯಾರಾಗಿತ್ತು.

ಕನ್ನಡ ಚಿತ್ರರಂಗಕ್ಕೆ ಶ್ರೀಮಂತ ಹಾಗೂ ಸದಭಿರುಚಿಯ ಸಿನಿಮಾಗಳನ್ನು ನಿರ್ಮಾಣ ಮಾಡಿದ್ದ ಈಶ್ವರಿ ಪ್ರೊಡಕ್ಷನ್ ಬ್ಯಾನರ್‌ನಲ್ಲಿ 'ನಾಗರಹಾವು' ಸಿನಿಮಾ ಮೂಡಿ ಬಂದಿದ್ದರಿಂದ ಅದ್ದೂರಿಯಾಗಿಯೇ ಬಿಡುಗಡೆಗೆ ಸಿದ್ಧ ಮಾಡಿಕೊಳ್ಳಲಾಯಿತು. ಸಾಕಷ್ಟು ಚಿತ್ರಮಂದಿರಗಳು 'ನಾಗರಹಾವು' ಸಿನಿಮಾವನ್ನು ಬರಮಾಡಿಕೊಳ್ಳಲು ಸಿಂಗಾರಗೊಂಡವು. ತಾವು ನಾಯಕರಾಗಿ ನಟಿಸಿದ್ದ ಮೊದಲ ಸಿನಿಮಾಗೆ ಪ್ರತಿಕ್ರಿಯೆ ಹೇಗೆ ಸಿಗಬಹುದು ಎನ್ನುವ ಆತಂಕ ಸಹಜವಾಗಿಯೇ ವಿಷ್ಣುವರ್ಧನ್ ಅವರಲ್ಲಿತ್ತು. ಸಿನಿಮಾ ಬಿಡುಗಡೆಯೂ ಆಯಿತು. ಸಿನಿಮಾ ರಿಲೀಸ್ ಆಗಿ ಮಾರನೇ ದಿನವೇ ಪತ್ರಿಕೆಗಳಲ್ಲಿ ದೊಡ್ಡ ಸುದ್ದಿ, 'ಇದು ನಾಗರಹಾವಲ್ಲ, ಕೇರೆ ಹಾವು' ಅಂತ. ಇಂಥದ್ದೊಂದು ಬಾಂಬು ಸಿಡಿಸಿದವರು ಬೇರೆ ಯಾರೂ ಆಗಿರಲಿಲ್ಲ. 'ನಾಗರಹಾವು' ಚಿತ್ರದ ಕಾದಂಬರಿಕಾರ ತರಾಸು ಅವರೇ ಪತ್ರಿಕೆಗಳಿಗೆ ಇಂಥದ್ದೊಂದು ಸುದ್ದಿಯನ್ನು ರವಾನಿಸಿಬಿಟ್ಟಿದ್ದರು. ಅದು ದೊಡ್ಡಮಟ್ಟದಲ್ಲೇ ಸುದ್ದಿ ಆಯಿತು. ಪುಟ್ಟಣ್ಣನವರ ವಿರೋಧಿಗಳು ನಕ್ಕರು. ಸಾಧ್ಯವಾದಷ್ಟು ಈ ವಿಷಯವನ್ನು ಮುಟ್ಟಿಸಿದರು. ದೊಡ್ಡ ಸುದ್ದಿಯನ್ನೂ ಮಾಡಿಸಿದರು. ಮೊದಲ ಚಿತ್ರವೇ ಹೀಗಾಯಿತಲ್ಲ ಎಂದು ವಿಷ್ಣುವರ್ಧನ್ ಅದಿರಿದ್ದು ಸುಳ್ಳಲ್ಲ, ಪುಟ್ಟಣ್ಣ ಕಣಗಾಲ್ ಆಕ್ಷಣಕ್ಕೆ ಗಲಿಬಿಲಿಗೊಂಡಿದ್ದೂ ಸುಳ್ಳಲ್ಲ, ಈಶ್ವರಿ ಪ್ರೊಡಕ್ಷನ್ ಹಿಂದಿನ ಶಕ್ತಿ, ಪುಟ್ಟಣ್ಣ

ಅವರಿಗಿದ್ದ ಆತ್ಮಸ್ಥೈರ್ಯ, ವಿಷ್ಣುವರ್ಧನ್ ನಿರ್ವಹಿಸಿದ್ದ ರಾಮಾಚಾರಿಯ ಪಾತ್ರ ತರಾಸು ಮಾತುಗಳನ್ನು ಅಳಿಸಿ ಹಾಕಿಬಿಟ್ಟವು. ಕೇರೆ ಹಾವಿನ ಪ್ರಭಾವ ತುಂಬಾ ದಿನ ಉಳಿಯಲಿಲ್ಲ, ಕೊನೆಗೂ ಗೆದ್ದದ್ದು ನಾಗರಹಾವೇ.

'ನಾಗರಹಾವು' ಸಿನಿಮಾ ದಿನದಿಂದ ದಿನಕ್ಕೆ ಹೆಚ್ಚೆಚ್ಚು ಜನರಿಗೆ ತಲುಪುತ್ತಾ ಹೋಯಿತು. ಕೇವಲ ಕನ್ನಡ ಸಿನಿಮಾ ರಂಗ ಮಾತ್ರವಲ್ಲ, ಭಾರತೀಯ ಚಿತ್ರರಂಗವೇ ಸಿನಿಮಾವನ್ನು ಕೊಂಡಾಡಿತು. ಈ ಚಿತ್ರ ಶತದಿನೋತ್ಸವ ಆಚರಿಸಿತು. ಬೆಂಗಳೂರಿನಲ್ಲಿ ನಿತ್ಯವೂ ಮೂರು ಪ್ರದರ್ಶನ ಕಂಡ ಕನ್ನಡದ ಪ್ರಥಮ ಚಿತ್ರ ಎಂಬ ಹೆಗ್ಗಳಿಕೆಗೆ ಪಾತ್ರವಾಯಿತು. ಮೂರು ಚಿತ್ರಮಂದಿರಗಳಲ್ಲಿ ಸಿಲ್ವರ್ ಜ್ಯುಬಿಲಿ (25 ವಾರಗಳ ಸತತ ಪ್ರದರ್ಶನ) ಆಚರಿಸಿಕೊಂಡಿತು. ಬಾಲಿವುಡ್‌ನ ಖ್ಯಾತ ನಟರಾದ ಧರ್ಮೇಂದ್ರ, ದೇವಾನಂದ ಸೇರಿದಂತೆ ಭಾರತೀಯ ಸಿನಿಮಾ ರಂಗದ ಅನೇಕ ಕಲಾವಿದರು ಚಿತ್ರ ಮೆಚ್ಚಿಕೊಂಡರು. ಡಾ. ರಾಜಕುಮಾರ್ ಸೇರಿದಂತೆ ಕನ್ನಡದ ಅನೇಕ ಕಲಾವಿದರು ಕೂಡ ಮೆಚ್ಚಿ ಮಾತನಾಡಿದರು. ಆ ವರ್ಷ ಕರ್ನಾಟಕ ಸರಕಾರದ ಚಲನಚಿತ್ರ ಪ್ರಶಸ್ತಿ ಘೋಷಣೆಯಾದಾಗ ಬರೋಬ್ಬರಿ ಎಂಟು ಪ್ರಶಸ್ತಿಗಳು ಈ ಸಿನಿಮಾಗೆ ಬಂದಿದ್ದವು. ಅತ್ಯುತ್ತಮ ನಟ ಪ್ರಶಸ್ತಿಯು ವಿಷ್ಣುವರ್ಧನ್ ಅವರ ಪಾಲಾಗಿತ್ತು. ದಿನ ಬೆಳಗಾಗುವುದರೊಳಗೆ ವಿಷ್ಣುವರ್ಧನ್ ಅವರಿಗೆ ತಾರಾ ವರ್ಚಸ್ಸು ಬಂದಿತ್ತು. ಕನ್ನಡಕ್ಕೆ ಮತ್ತೊಬ್ಬ 'ಸೂಪರ್‌ಸ್ಟಾರ್' ಸಿಕ್ಕ ಎನ್ನುವ ಘೋಷಣೆ ಮೊಳಗಿತ್ತು. ಪುಟ್ಟಣ್ಣ ಅವರ ಮುಖದಲ್ಲಿ ಗೆಲುವಿನ ನಗುವಿತ್ತು.

'ನಾಗರಹಾವು' ಸಿನಿಮಾದ 'ಹಾವಿನ ದ್ವೇಷ ಹನ್ನೆರಡು ವರುಷ' ಹಾಡಿನಲ್ಲಿ ಕೆಲವು ಸಾಲುಗಳು ಬರುತ್ತವೆ–'ಈ ಅಂಜದ ಎದೆಯಲಿ ನಂಜೇ ಇಲ್ಲ ಬಗ್ಗುವ ಆಳಲ್ಲ, ತಲೆ ತಗ್ಗಿಸಿ ಬಾಳೊಲ್ಲ' ಎಂದು. ವಿಷ್ಣುವರ್ಧನ್ ಇದೇ ಉದಾತ್ತ ಚಿಂತನೆ ಇಟ್ಟುಕೊಂಡು ಸಿನಿಮಾ ರಂಗಕ್ಕೆ ಬಂದಿದ್ದರು. ಆದರೆ, ಕೆಲವರು ಇದೇ ಹಾಡಿನ ಬೇರೊಂದು ಸಾಲುಗಳನ್ನು ಮೆದುಳಿಗಚ್ಚಿಕೊಂಡು ಬಡಿದಾಡುವುದಕ್ಕೆ ಶುರುವಾದರು. ಸತ್ಯಕ್ಕಿಂತ ಭ್ರಮೆ ಆಪ್ಯಾಯಮಾನ ಅನ್ನುವ ಹಾಗೆ ಇಲ್ಲದ ಭಾವವನ್ನು ತುಂಬಾ ಸಶಕ್ತವಾಗಿ ಹುಟ್ಟುಹಾಕಿ ಅದು ಆರದ ಹಾಗೆ ಕೊನೆಯ ತನಕ ನೋಡಿಕೊಳ್ಳಲಾಯಿತು.

'ಈ ರಾಮಾಚಾರೀನ್ ಕೆಣಕೋ ಗಂಡು ಇನ್ನೂ ಹುಟ್ಟಿಲ್ಲ, ಆ ಗಂಡೇ ಹುಟ್ಟಿಲ್ಲ'... ಎನ್ನುವ ಸಾಲುಗಳು ವಿಷ್ಣುವರ್ಧನ್ ಅವರನ್ನು ಜೀವನ ಪರ್ಯಂತ ಮೊಗ್ಗಲು ಮುಳ್ಳಾಗಿ ಕಾಡಿದ್ದು ಸುಳ್ಳಲ್ಲ.

ಆ ಮುಳ್ಳು ಕೊನೆಯ ತನಕ ಅವರ ಎದೆಯಲ್ಲಿ ರಕ್ತಹರಿಯುವುದು ನಿಲ್ಲದ ಹಾಗೆ ನೋಡಿಕೊಂಡಿತು. ಬಹುಶಃ ಚಿತೆಯಲ್ಲೂ ಉರಿಯದೆ ಹಾಗೆ ಉಳಿಯಿತೇನೋ...

ಡಾ. ರಾಜಕುಮಾರ್ ಕೊಲ್ಲಲು ವಿಷ್ಣುವರ್ಧನ್ ಸುಪಾರಿ ಕೊಟ್ಟಿದ್ದರಾ?

ಅದು 1973ನೇ ಇಸವಿ. ವಿಷ್ಣು ಅವರು ಚಿತ್ರರಂಗಕ್ಕೆ ಬಂದು ಒಂದು ವರ್ಷವಾಗಿತ್ತಷ್ಟೇ. ಆಗ ಗಾಂಧಿನಗರದ ಗಲ್ಲಿ ಗಲ್ಲಿಗಳಲ್ಲಿ ಗಿರಿಗಿಟ್ಲೆ ಆಡುತ್ತಿದ್ದ ಒಂದೇ ಒಂದು ಸುದ್ದಿ ಎಂದರೆ ಡಾ. ರಾಜಕುಮಾರ್ ಮತ್ತು ಚಿಗುರು ಮೀಸೆಯ ಹುಡುಗ ವಿಷ್ಣುವರ್ಧನ್ ಒಟ್ಟಾಗಿ ನಟಿಸುತ್ತಿದ್ದಾರೆ ಎನ್ನುವುದು. ಆಗಿನ ಕಾಲಕ್ಕೆ ಅದು ಬಿಗ್ ಬ್ರೇಕಿಂಗ್ ನ್ಯೂಸ್. ಆಗಲೇ ರಾಜಕುಮಾರ್

ಅವರು 149 ಸಿನಿಮಾಗಳಲ್ಲಿ ನಟಿಸಿಯಾಗಿತ್ತು. ಬಹುತೇಕ ಚಿತ್ರಗಳು ಹಿಟ್‌ಲಿಸ್ಟ್‌ನಲ್ಲಿ ಇದ್ದವು. ವಿಷ್ಣುವರ್ಧನ್ ಅವರಿಗೆ 'ವಂಶವೃಕ್ಷ' ಸಿನಿಮಾ ಲೆಕ್ಕಕ್ಕೆ ತಗೆದುಕೊಂಡರೆ ಐದನೇ ಚಿತ್ರ. ನಾಯಕನಾಗಿ ನಾಲ್ಕನೇ ಸಿನಿಮಾ. ಆದರೆ, ವಿಷ್ಣು ನಟನೆಯ 'ನಾಗರಹಾವು' ಸಿನಿಮಾದ ಗೆಲುವು ಇದೆಯಲ್ಲ, ಅದು ಹೆಸರಾಂತ ನಟ ಡಾ. ರಾಜಕುಮಾರ್ ಜೊತೆ ನಟಿಸುವಂತೆ ಮಾಡಿತ್ತು. ನಾಗರಹಾವಿನ ವಿಜಯೋತ್ಸವ ಕೆಲವು ನಟರಲ್ಲಿ ನಡುಕ ಹುಟ್ಟಿಸಿದ್ದರೆ, ಇನ್ನೂ ಕೆಲವರಲ್ಲಿ ಅಭಿಮಾನದ ಹೊಳೆ ಹರಿಸಿತ್ತು. ಹಾಗಾಗಿ 'ಗಂಧದ ಗುಡಿ' ಚಿತ್ರದಲ್ಲಿ ರಾಜಕುಮಾರ್ ಮತ್ತು ವಿಷ್ಣುವರ್ಧನ್ ಒಟ್ಟಾಗಿ ತೆರೆ ಹಂಚಿಕೊಳ್ಳುತ್ತಾರೆ ಅಂದಾಗ ಗಾಂಧಿನಗರಕ್ಕೆ ವಿದ್ಯುತ್ ಸಂಚಾರ.

ಹಾಗಂತ ಸಿನಿಮಾ ರಂಗ ಈ ಜೋಡಿಯನ್ನು ಸಡನ್ನಾಗಿ ಒಪ್ಪಿಕೊಂಡಿತಾ? ಸಾಧ್ಯವೇ ಇಲ್ಲ. ಗೆಲ್ಲುವ ಎರಡು ಕುದುರೆಗಳನ್ನು ರೇಸ್ ಟ್ರ್ಯಾಕ್‌ನಲ್ಲಿ ಬಿಟ್ಟರೆ, ಅಳುಕು ಮೂಡದಿರಲು ಆಗತ್ತಾ? 150ನೇ ಸಿನಿಮಾದ ನಟನೆಲ್ಲಿ, ಕೇವಲ ಐದೇ ಐದು ಸಿನಿಮಾ ಮಾಡಿರುವ ವಿಷ್ಣು ಎಲ್ಲಿ? ಎಂದು ಮೂದಲಿಸಿತ್ತು. ಒಂದು ಸಿನಿಮಾ ಹಿಟ್ ಆದ ತಕ್ಷಣ ಅಣ್ಣಾವ್ರ ಜೊತೆ ನಟಿಸುತ್ತಿರುವುದು ಕೆಲವರಿಗೆ ಅರಗಿಸಿಕೊಳ್ಳುವುದಕ್ಕೆ ಆಗಲಿಲ್ಲ. ಆದರೆ, ಡಾ. ರಾಜಕುಮಾರ್ ಮೇಲಿನ ವಿಷ್ಣು ಅವರ ಅಭಿಮಾನವಿದೆಯಲ್ಲ ಅದನ್ನು ತಪ್ಪಿಸುವುದಕ್ಕೆ ಸಾಧ್ಯವಾಗಲಿಲ್ಲ.

'ನಾನು ರಾಜಕುಮಾರ್ ನಟನೆಯ ಸಿನಿಮಾಗಳನ್ನು ನೋಡುತ್ತಾ ಬೆಳೆದವನು. ರಾಜಕುಮಾರ್ ಅವರೊಂದಿಗೆ ಸಣ್ಣ ಪಾತ್ರನಾದರೂ ಮಾಡಬೇಕು ಎನ್ನುವುದು ನನ್ನಾಸೆ' ಎಂದು ಬಹಿರಂಗವಾಗಿಯೇ

ವಿಜಯ ಕರ್ನಾಟಕ । ಗುರುವಾರ, 31 ಡಿಸೆಂಬರ್ 2009 । ಹುಬ್ಬಳ್ಳಿ H ಸಂಪುಟ 1 । ಸಂಚಿಕೆ 58 ಪುಟಗಳು 10

ಂಟು...

ಡದ ನೆಂಟು

ಲವಲVk

ಉಲ್ಲಾಸದ ಅಕ್ಷಯ ಗಣಿ!

ಇತಿಹಾಸ ಎಲ್ಲವನ್ನೂ ಅಲ್ಲಲ್ಲೇ ಮುಚ್ಚಿಬಿಡುತ್ತದೆ. ಅದರಲ್ಲಿ ಕೆಲವು ಘಟನೆಗಳಿಗೆ ದಾಖಲೆ ಇರುವುದಿಲ್ಲ, ಇರುವ ದಾಖಲೆಯನ್ನು ಕೆಲವರು ಒಪ್ಪುವುದಿಲ್ಲ. ಅಂಥದ್ದು ಒಂದು ಇಲ್ಲಿದೆ ಓದಿ. ಅಂದು ರಾಜ್ ಮತ್ತು ವಿಷ್ಣು ನಡುವೆ ಇದ್ದ 'ವೈರತ್ವ'ಕ್ಕೆ ಯಾರು ಕಾರಣ ಎಂಬುದು ಗೊತ್ತಾಗುತ್ತದೆ. ಈಗ ಗೊತ್ತಾಗದಿದ್ದರೆ ಮುಂದೆ ಯಾವತ್ತೂ ಗೊತ್ತಾಗುವುದಿಲ್ಲ ಎನ್ನುವುದನ್ನು ನಿಮ್ಮ ಅವಗಾಹನೆಗೆ ತರುತ್ತಾ...

ರಾಜ್ v/s ವಿಷ್ಣು

ನನ್ನ ಅವರ ಸಂಬಂಧ ಏನೆಂಬುದು ನಮ್ಮಿಬ್ಬರಿಗೆ ಮಾತ್ರ ಗೊತ್ತು ಎಂದಿದ್ರು ರಾಜ್

ಹೇಳಿಕೊಂಡಿದ್ದರು ವಿಷ್ಣುವರ್ಧನ್. ಅದು ನಿಜವೂ ಆಗಿತ್ತು. ರಾಜಕುಮಾರ್ ಅಂದರೆ, ಭಾರತೀಯ ಸಿನಿಮಾ ರಂಗವೇ ಬೆರಗುಗಣ್ಣಿನಿಂದ ನೋಡುತ್ತಿದ್ದ ದಿನಮಾನವದು. ಸಹಜವಾಗಿಯೇ ವಿಷ್ಣುವರ್ಧನ್ ಕೂಡ ಅಂಥದ್ದೊಂದು ಆರಾಧನಾ ಮನೋಭಾವ ಹೊಂದಿದ್ದರು. ಅದಕ್ಕೆ ಮತ್ತೊಂದು ಕಾರಣ ಬೇಕಾಗಿರಲಿಲ್ಲ. ಈ ಕಾರಣದಿಂದಾಗಿಯೇ 'ಗಂಧದ ಗುಡಿ' ಸಿನಿಮಾದಲ್ಲಿ ಆ ಪಾತ್ರವನ್ನು ಒಪ್ಪಿಕೊಂಡರು.

'ನಾಗರಹಾವು' ಚಿತ್ರ ವಿಷ್ಣುವರ್ಧನ್ ಅವರಿಗೊಂದು ಸ್ಟಾರ್ ಪಟ್ಟ ನೀಡಿತ್ತು. ರಾತ್ರೋರಾತ್ರಿ ಕನ್ನಡದ ಸೂಪರ್ ಸ್ಟಾರ್ ಆಗಿ ಜನಮಾನಸದಲ್ಲಿ ಬೆರೆತು ಬಿಟ್ಟಿದ್ದರು. ಸ್ವತಃ ರಾಜಕುಮಾರ್ ಅವರೇ 'ನಾಗರಹಾವು' ಸಿನಿಮಾ ನೋಡಿ ವಿಷ್ಣುವರ್ಧನ್ ಅವರ ಬೆನ್ನು ಚಪ್ಪರಿಸಿದ್ದರು. ಮೆಚ್ಚಿ ಮಾತನಾಡಿದ್ದರು. ಕೋಟ್ಯಂತರ ಅಭಿಮಾನಿಗಳ ಪಾಲಿನ ಹೀರೋ ಆಗಿದ್ದ ವಿಷ್ಣು, ಕೇವಲ ಡಾ. ರಾಜಕುಮಾರ್ ಮೇಲಿನ ಅಭಿಮಾನಕ್ಕಾಗಿ ನೆಗೆಟಿವ್ ಇಮೇಜ್ ಇರುವಂಥ ಪಾತ್ರವನ್ನು ಒಪ್ಪಿಕೊಂಡಿದ್ದರು. ವಿಷ್ಣು ನಡೆ ನಿಜಕ್ಕೂ ಅಚ್ಚರಿ ಮೂಡಿಸಿತ್ತು. ಸೇಮ್ ಟೈಮ್ ಆಘಾತ ಕೂಡ ತರಿಸಿತ್ತು.

ಇಮೇಜ್ ಬದಲಿಸಲು ಆಗಿನ ಅತಿರಥ ಮಹಾರಥ ಕಲಾವಿದರೇ ಭಯ ಪಡುತ್ತಿದ್ದರು. ಈಗಲೂ ಹೆದರುತ್ತಿದ್ದಾರೆ. ಇರುವ ಸ್ಥಾನವನ್ನು ಉಳಿಸಿಕೊಳ್ಳಲು ಹಗಲಿರುಳು ಗೇಯುತ್ತಿದ್ದಾರೆ. ಎಲ್ಲರೂ ನಾಯಕನಾಗಿಯೇ ಉಳಿಯಬೇಕು

ಎಂದು ಕನವರಿಸುವ, ಅದಕ್ಕಾಗಿ ಏನು ಬೇಕಾದರೂ ಮಾಡಲು ತಯಾರಿರುವ ಹೊತ್ತಿನಲ್ಲಿ ತಮ್ಮ ಇಮೇಜಿನ ಆಚೆ ಕನಸೂ ಕಾಣದ ಹೊತ್ತಿನಲ್ಲಿ ವಿಷ್ಣುವರ್ಧನ್ 'ನೆಗೆಟಿವ್ ಶೇಡ್' ಇರುವಂಥ ಆನಂದ ಪಾತ್ರ ಒಪ್ಪಿಕೊಂಡಿದ್ದರು. ಈ ನಿರ್ಧಾರ ಕೆಲವರಿಗೆ ಹುಚ್ಚುತನ ಅನಿಸಿತ್ತು. ಆ ಹುಚ್ಚುತನ ಕೇವಲ ರಾಜ್ ಅವರ ಮೇಲಿನ ಅಭಿಮಾನಕ್ಕಾಗಿ ಎನ್ನುವುದು ವಿಷ್ಣು ವಾದವಾಗಿತ್ತು. ಅವರ ಜೊತೆ ನಟಿಸಬಹುದು ಅನ್ನುವುದೊಂದೆ ಅದಕ್ಕೆ ಕಾರಣವಾಗಿತ್ತು. ಇಂಥದ್ದೊಂದು ಆಳವಾದ ಪ್ರೇಮವಿಟ್ಟುಕೊಂಡು 'ಗಂಧದ ಗುಡಿ' ಚಿತ್ರಕ್ಕೆ ಸಹಿ ಮಾಡಿದ್ದರು ವಿಷ್ಣು.

1973 ಜನವರಿ 20 ವಿಷ್ಣುವರ್ಧನ್ ಪಾಲಿಗೆ ಸಂಭ್ರಮದ ದಿನ. ಆವತ್ತು 'ಗಂಧದ ಗುಡಿ' ಚಿತ್ರಕ್ಕೆ ಮುಹೂರ್ತ. ತಮ್ಮ ಕನಸು ಇಷ್ಟು ಬೇಗ ಈಡೇರಿತಲ್ಲ ಎನ್ನುವ ಖುಷಿಯಿದೆಯಲ್ಲ, ಅದನ್ನು ವರ್ಣಿಸಲು ಅಸಾಧ್ಯ. ಬಂಡೀಪುರ ಕಾಕನಕೋಟೆ ಅರಣ್ಯ ಪ್ರದೇಶದ ಪ್ರವೇಶ ದ್ವಾರದಲ್ಲಿರುವ ಮಾಸ್ತಿಗುಡಿಯಲ್ಲಿ ಮುಹೂರ್ತಕ್ಕೆ ಸಿದ್ಧತೆ ಮಾಡಿಕೊಳ್ಳಲಾಗಿತ್ತು. ಕಾಕನಕೋಟೆ ಪ್ರವೇಶ ಮಾಡುವ ಮೊದಲು ವನದೇವತೆಯಾದ ಆಕೆಗೆ ಕಾಡಿನಲ್ಲಿ ಯಾವುದೇ ತೊಂದರೆ ಆಗದಿರಲೆಂದು ಪ್ರಾರ್ಥನೆ ಸಲ್ಲಿಸುವುದು ವಾಡಿಕೆ. ಅವತ್ತು ವಿಷ್ಣುವರ್ಧನ್ ಮಾಸ್ತಿಗುಡಿಯ ಮುಂದೆ ಕೈ ಮುಗಿದು ಅದನ್ನೇ ಪ್ರಾರ್ಥಿಸಿರಬೇಕು. ಯಾಕೆಂದರೆ, ವಿಷ್ಣು ಕೂಡ ಅಪಾರ ದೈವಭಕ್ತರಾಗಿದ್ದರು. 'ಇದು ನನ್ನ ಕನಸಿನ ಸಿನಿಮಾ. ಅಣ್ಣಾವ್ರ ಜೊತೆ ನಟಿಸುತ್ತಿದ್ದೇನೆ. ಕಾಡು, ಕಾಡು ಪ್ರಾಣಿಗಳ ಮಧ್ಯ ನಡೆಯುತ್ತಿದ್ದೇನೆ. ತಮ್ಮ ತಂಡಕ್ಕೆ ಯಾವುದೇ ತೊಂದರೆ ಆಗದಿರುವಂತೆ

ಕಾಪಾಡು' ಎಂದು ಒಂದೇ ಮನಸ್ಸಿನಿಂದ ಕೈ ಮುಗಿದಿದ್ದರು. ಆದರೆ, ವನದೇವತೆ ವಿಷ್ಣು ಆಸೆ ಈಡೇರಿಸಿದಳಾ?

ಶೂಟಿಂಗ್ ಶುರುವಾಯಿತು. ತಮ್ಮ ಭಾಗದ ಚಿತ್ರೀಕರಣಕ್ಕೆ ವಿಷ್ಣು ಸಿದ್ಧತೆಯನ್ನು ಮಾಡಿಕೊಂಡರು. ತಾರಾಗಣದ ತುಂಬಾ ಮಹಾನ್ ಕಲಾವಿದರೆ ತುಂಬಿದ್ದರು. ನೂರಾರು ಸಿನಿಮಾಗಳಲ್ಲಿ ಈಗಾಗಲೇ ನಟಿಸಿದ್ದ ಬಾಲಕೃಷ್ಣ, ಎಂ.ಪಿ. ಶಂಕರ್, ಕಲ್ಪನಾ, ನರಸಿಂಹರಾಜು, ಟೈಗರ್ ಪ್ರಭಾಕರ್ ಒಬ್ಬರಾ, ಇಬ್ಬರಾ, ಎಲ್ಲರೂ ಲೆಜೆಂಡರಿ ನಟರು. ಇವರ ಮಧ್ಯ ವಿಷ್ಣು ಎದ್ದು ನಿಲ್ಲಬೇಕು. ತಮ್ಮ ಪಾತ್ರದ ಮೂಲಕ ಜನರನ್ನು ರಂಜಿಸಬೇಕು. ರಾಜಕುಮಾರ್ ಜೊತೆಯಾಗಿ ಮಾಡುತ್ತಿರುವ ಮೊದಲ ಸಿನಿಮಾ ಇದಾಗಿದ್ದರಿಂದ, ಅಭಿಮಾನಿಗಳ ನಿರೀಕ್ಷೆ ಹುಸಿಗೊಳಿಸಬಾರದು, ಅವರ ಭಾವನೆಗಳಿಗೆ ಧಕ್ಕೆ ತರಬಾರದು, ತಲೆ ತುಂಬಾ ನೂರಾರು ಯೋಚನೆಗಳು. ಎಲ್ಲವನ್ನೂ ಅಷ್ಟೇ ನಮ್ರತೆಯಿಂದ ಸ್ವೀಕರಿಸಿ ಶೂಟಿಂಗ್‌ಗೆ ಹೋಗಲು ಸಿದ್ಧತೆ ಮಾಡಿಕೊಂಡಿದ್ದರು.

'ಗಂಧದ ಗುಡಿ' ಸಿನಿಮಾದ ಬಹುತೇಕ ಚಿತ್ರೀಕರಣ ನಡೆಯುತ್ತಿದ್ದದ್ದು ಕಾಡಿನಲ್ಲಿ. ಬೆಳಗ್ಗೆಯಿಂದ ಸಾಯಂಕಾಲದ ತನಕ ಚಿತ್ರೀಕರಣ. ಈ ಸ್ಥಳದಲ್ಲಿ ಕಾಡು ಪ್ರಾಣಿಗಳ ಹಾವಳಿ ಬೇರೆ. ಹಾಗಾಗಿಯೇ ಈ ಚಿತ್ರದ ನಿರ್ಮಾಪಕರೂ ಆಗಿದ್ದ ಎಂ.ಪಿ. ಶಂಕರ್ ಸದಾ ಬಂದೂಕು ಇಟ್ಟುಕೊಂಡು ತಿರುಗಾಡುತ್ತಿದ್ದರು. ರಾಜಕುಮಾರ್ ಅವರ ರಕ್ಷಣೆಯ ಹೊಣೆಯನ್ನೂ ಅವರೇ ಹೊತ್ತಿದ್ದರಿಂದ ಸದಾ ಬಂದೂಕು ಕಟ್ಟಿಕೊಂಡೆ ಹೊರಡುತ್ತಿದ್ದರು.

ಕೆಲವು ದಿನಗಳ ಕಾಲ ಚಿತ್ರೀಕರಣ ಕೂಡ ಸರಾಗವಾಗಿ ನಡೆಯಿತು. ರಾಜಕುಮಾರ್ ಜೊತೆಗಿನ ಚಿತ್ರೀಕರಣದ ಮೊದಲ ದಿನ ವಿಷ್ಣುವರ್ಧನ್ ಧನ್ಯತಾ ಭಾವದಿಂದಲೇ ಪಾಲ್ಗೊಂಡಿದ್ದರು. ಅವತ್ತು ಶೂಟಿಂಗ್ ಮುಗಿದಾಗ ಸ್ವತಃ ರಾಜಕುಮಾರ್ ಅವರು ವಿಷ್ಣುವರ್ಧನ್ ನಟನೆಗೆ 'ಏನಪ್ಪ ನೀವು ಎಂಥ ಪಾತ್ರ ಕೊಟ್ಟರು ನೀರು ಕುಡಿದಷ್ಟು ಸಲೀಸಾಗಿ ನಟಿಸ್ತೀರಿ' ಎನ್ನುವ ಮಾತುಗಳನ್ನು ಆಡಿದ್ದರು. ಈ ಜೋಡಿ ಇಡೀ ಚಿತ್ರೀಕರಣದ ವಾತಾವರಣವನ್ನೇ ಬದಲಿಸುತ್ತಿತ್ತು. ಆದರೆ ವಿಧಿ ನಿಯಮ ಬೇರೆಯೇ ಇತ್ತು. ಅವತ್ತು ವಿಷ್ಣುವರ್ಧನ್ ಅವರ ಮಾಯದ ನೋವಿಗೆ ಮುಹೂರ್ತ ಬರೆದಿತ್ತು, ಮಗ್ಗುಲು ಮುಳ್ಳಿನ ಚಿಗುರು ಒಡೆದು ಬಂದಿತ್ತು.

'ಗಂಧದ ಗುಡಿ' ಕ್ಲೈಮ್ಯಾಕ್ಸ್ ದೃಶ್ಯದ ಚಿತ್ರೀಕರಣದಲ್ಲಿ ರಾಜಕುಮಾರ್ ಅವರಿಗೆ ಗುರಿಯಿಟ್ಟು ಬಂದೂಕಿನಿಂದ ಗುಂಡು ಹಾರಿಸಬೇಕು. ಡಮ್ಮಿ ಬಂದೂಕು ಬಳಸುವ ಬದಲು ನಿಜವಾದ ಬಂದೂಕು ಬಳಸಿ ದೊಡ್ಡದೊಂದು ಆಘಾತವನ್ನೇ ಸೃಷ್ಟಿಸಲಾಯಿತು. ಬಂದೂಕಿನಿಂದ ಹೊರಟ ಗುಂಡು ರಾಜಕುಮಾರ್ ದೇಹಕ್ಕೆ ತಾಗಿದ್ದರೆ, ಇಡೀ ದೇಹ ಪೀಸ್ ಪೀಸ್.

ಘಟನೆಯ ನಂತರ ರಾಜಕುಮಾರ್ ಅವರೇ ಅಲ್ಲಿದ್ದವರಿಗೆ ಹೇಳಿದ್ದರು 'ಗೊತ್ತಿಲ್ಲದೇ, ಅಚಾತುರ್ಯದಿಂದ ಆದ ಘಟನೆಯಿದು. ಇದನ್ನು ಇಲ್ಲಿಗೆ ಬಿಟ್ಟುಬಿಡಿ. ಆಚೆ ತೆಗೆದುಕೊಂಡು ಹೋಗುವುದು ಬೇಡ. ದೇವರ ಕೃಪೆಯಿಂದ ಯಾರಿಗೂ ಏನೂ ಆಗಿಲ್ಲ. ಅದೇ ಸಂತೋಷ' ಎಂದು ಹೇಳಿದ್ದರು. ಆದರೂ, ಅಚಾತುರ್ಯದ ಹೊರೆ ಹೊರಲು ಒಬ್ಬರು ಬೇಕಾಗಿತ್ತು. ಆ

ಬಂದೂಕನ್ನು ವಿಷ್ಣುವರ್ಧನ್ ಹೆಗಲಿಗೆ ಏರಿಸಲಾಯಿತು. ಇಡೀ ಘಟನೆಯ ಚಿತ್ರಣ ಬದಲಾಯಿಸಲಾಯಿತು. ಬಲಿಪಶು ಸಿದ್ಧ ಮಾಡಲಾಯಿತು. ರಾಜಕುಮಾರ್ ಅವರ ಜನಪ್ರಿಯತೆಯನ್ನು ಸಹಿಸಲು ಆಗದ ವಿಷ್ಣುವರ್ಧನ್ ಬಂದೂಕಿನಿಂದ ರಾಜ್ ಅವರನ್ನು ಕೊಲ್ಲಲು ಹೊರಟಿದ್ದರು ಎಂದು ಸುದ್ದಿ ಹರಿಬಿಡಲಾಯಿತು. ರಾಜ್–ಭಾರತಿ ಯಶಸ್ವಿ ಜೋಡಿಯಾಗಿ ಖ್ಯಾತಿಗಳಿಸಿದ್ದರು. ಈ ಮಧ್ಯ ವಿಷ್ಣು ಅವರೊಂದಿಗೆ ಪ್ರೇಮಾಂಕುರವಾಗಿ ಭಾರತಿ ಅವರನ್ನು ವಿವಾಹವಾಗುವ ಬಯಕೆ ಹೊಂದಿದ್ದರು. 'ಗಂಧದ ಗುಡಿ'ಯ ಬಂದೂಕಿನ ವಿಚಾರಕ್ಕೆ ಈ ವಿಷಯವನ್ನೂ ಬೆರೆಸಿ ಮತ್ತಷ್ಟು ರೆಕ್ಕೆಪುಕ್ಕಗಳನ್ನು ಸೃಷ್ಟಿಸಿದರು. ವಿಷ್ಣುವರ್ಧನ್ ಅವರು ಕ್ಲೈಮ್ಯಾಕ್ಸ್ ದೃಶ್ಯಗಳ ಚಿತ್ರೀಕರಣದಲ್ಲಿ ಅಸಲಿ ಬಂದೂಕನ್ನು ಬಾಲಕೃಷ್ಣ ಅವರ ಕೈಗೆ ಬರುವಂತೆ ಮಾಡಿ ಅವರಿಂದ ರಾಜ್ ಅವರನ್ನು ಮುಗಿಸುವ ಹುನ್ನಾರ ಹೊಂದಿದ್ದರು ಎಂಬ ಅಸಂಬದ್ಧ ಕಟ್ಟುಕಥೆ ಕಟ್ಟಿದ್ದರು.

ಈ ವಿಷಯ ಕಾಳ್ಗಿಚ್ಚಿನಂತೆ ಸಿನಿಮಾ ರಂಗವನ್ನು ಆವರಿಸಿತು. ಈಗಷ್ಟೇ ಬೆಳೆದ ಹುಡುಗನೊಬ್ಬ ಅಣ್ಣಾವ್ರನ್ನ ಮುಗಿಸೋಕೆ ಪ್ಲ್ಯಾನ್ ಮಾಡಿದ್ದ ಎನ್ನುವ ಹಸಿಸುಳ್ಳಿಗೆ ಮತ್ತಷ್ಟು ಮಸಾಲೆ ಬೆರೆಸಿ ಬೇರೆ ಬೇರೆ ಕಥೆ ಕಟ್ಟಿದ್ದರು. ಎಲ್ಲರ ಕಲ್ಪನೆಗಳೂ ಗರಿಗೆದರಿ ವರ್ಣರಂಜಿತ ಕತೆಗಳ ಸೃಷ್ಟಿ ನಿಲ್ಲದೆ ಮುಂದುವರಿಯಿತು. ಕೆಲವು ಪತ್ರಿಕೆಗಳು ಇದನ್ನು ಮತ್ತಷ್ಟು ಜಗ್ಗಾಡಿದವು. ಪರಿಣಾಮ ವಿಷ್ಣುವರ್ಧನ್ ಸುಳ್ಳಿನ ಕಟಕಟೆಯಲ್ಲಿ ನಿಲ್ಲಬೇಕಾಯಿತು. ತನಗೂ ಅದಕ್ಕೂ ಸಂಬಂಧವಿಲ್ಲ ಎಂದು ಹೇಳಿದರೂ, ಅದನ್ನು ಯಾರೂ ಕೇಳಿಸಿಕೊಳ್ಳಲಿಲ್ಲ. ನೂರು ಬಾರಿ ಹೇಳಿದ ಸುಳ್ಳೆ ಸತ್ಯವಾಗುತ್ತದೆ ಎನ್ನುವುದು ನಿಜವಾಯಿತು. ಎಲ್ಲರೂ ಅದನ್ನೇ

ನಿಜ ಎಂದು ನಂಬತೊಡಗುವ ವಾತಾವರಣ ನಿರ್ಮಾಣವಾಯಿತು. ಗಟ್ಟಿಯಾಗಿ ನಿಂತು ಬಾಲಣ್ಣ ಆಗಲಿ, ಎಂ.ಪಿ. ಶಂಕರ್ ಆಗಲಿ ಯಾಕೋ ನಿಜ ಹೇಳಲೂ ಇಲ್ಲ. ಹಾಗಾಗಿ ರಾಜಕುಮಾರ್ ಅಭಿಮಾನಿಗಳು ರೊಚ್ಚಿಗೆದ್ದರು. ಅದು ಸಹಜ ಕೋಪವಾಗಿತ್ತು. ಆದರೆ, ರಾಜಕುಮಾರ್ ಅಭಿಮಾನಿಗಳ ಹೆಸರಿನಲ್ಲಿ ಕೆಲ ಪುಂಡ ಅಭಿಮಾನಿಗಳು ಹುಟ್ಟಿಕೊಂಡಿದ್ದರು. ಅವರು ವಿಷ್ಣುವರ್ಧನ್ ಮನೆಯ ಮೇಲೆ ದಾಳಿಗೆ ಮುಂದಾದರು. ವಿಷ್ಣುವನ್ನು ಮುಗಿಸಲೇಬೇಕು ಎಂದು ಹೊಂಚು ಹಾಕಿದರು. ಬೆನ್ನಿಗೆ ಬಿದ್ದ ಬೇತಾಳದಂತೆ ವಿಷ್ಣುವರ್ಧನ್ ಅವರನ್ನೇ ಫಾಲೋ ಮಾಡಿಕೊಂಡು ಹೊರಟರು. ನಡುಬೀದಿಯಲ್ಲಿ ನಿಲ್ಲಿಸಿ ಕಲ್ಲು ಹೊಡೆದರು. ಆದರೆ, ಅಸಲಿಯಾಗಿ ವಿಷ್ಣು ಅಲ್ಲಿದ್ದರಾ?

ಅಂದು 'ಗಂಧದ ಗುಡಿ' ಸಿನಿಮಾದ ಮಹತ್ವದ ದೃಶ್ಯದ ಚಿತ್ರೀಕರಣ ನಡೆದಿತ್ತು. ಆಗಲೇ ಶೇಕಡಾ 40ರಷ್ಟು ಶೂಟಿಂಗ್ ಕೂಡ ಆಗಿತ್ತು. ಖಾರಾಪುರ ಅರಣ್ಯದಲ್ಲಿ ಕ್ಲೈಮ್ಯಾಕ್ಸ್ ದೃಶ್ಯದ ಚಿತ್ರೀಕರಣಕ್ಕಾಗಿ ಏರ್ಪಾಡು ಮಾಡಿದ್ದರು ನಿರ್ದೇಶಕರು. ರಾಜಕುಮಾರ್, ಬಾಲಣ್ಣ, ವಿಷ್ಣುವರ್ಧನ್, ಆದವಾನಿ

ಲಕ್ಷ್ಮೀದೇವಿ ಇವರುಗಳನ್ನು ಒಳಗೊಂಡಿದ್ದ ದೃಶ್ಯ ಅದಾಗಿತ್ತು. ಸನ್ನಿವೇಶ ಏನೆಂದರೆ, ವಿಷ್ಣು ತನ್ನ ಅಣ್ಣನಿಂದ ಗುಂಡೇಟು ತಿಂದು ಕೆಳಗೆ ಬಿದ್ದಿರುವ ಸನ್ನಿವೇಶವದು. ಸುತ್ತಲೂ ಪೆಟ್ರೋಲ್ ಬಾಂಬ್‌ಗಳನ್ನು ಇಡಲಾಗಿತ್ತು. ಅಲ್ಲಿಗೆ ವಿಷ್ಣುವರ್ಧನ್ ಬಂದು ಗಲಾಟೆ ಮಾಡಬೇಕು. ಗುಂಡು ಹೊಡೆಯೋದು, ಇದೆಲ್ಲ ದೃಶ್ಯ ಆದಮೇಲೆ ಬಾಲಣ್ಣ ಬಂದು ಬಂದೂಕು ಹಿಡಿದುಕೊಂಡು ಎದುರಿಗೆ ನಿಂತುಕೊಳ್ಳಬೇಕು. ಒಂದು ಕಡೆ ಲಕ್ಷ್ಮೀದೇವಿ ನಿಂತಿರುತ್ತಾರೆ. ಮತ್ತೊಂದು ಕಡೆ ರಾಜಕುಮಾರ್.

ನಾಲ್ಕೈದು ಶಾಟ್‌ಗಳಾದರೂ ಬಾಲಣ್ಣನ ನಟನೆ ನಿರ್ದೇಶಕರಿಗೆ ಇಷ್ಟವಾಗಲಿಲ್ಲ. ಒಂದು ಕಡೆ ಸಮಯದ ಅಭಾವ ಮತ್ತೊಂದು ಕಡೆ ರೀಲ್ ಖಾಲಿ ಆಗುತ್ತಿದೆ. ಹಿರಿಯ ನಟ ಏನೂ ಅನ್ನುವುದಕ್ಕೆ ಆಗದು. ಅಷ್ಟೊಂದು ಶಾಟ್‌ಗಳು ಆದವಲ್ಲ ಅನ್ನುವ ನೋವು ಬಾಲಣ್ಣನಿಗೆ. ಇದು ಯಾಕೆ ಹೀಗಾಗುತ್ತಿದೆ ಎಂದು ಯೋಚಿಸಿದರು. ತನ್ನ ಕೈಯಲ್ಲಿದ್ದ ಬಂದೂಕು ಭಾರವಿದ್ದ ಕಾರಣಕ್ಕಾಗಿ ಈ ರೀತಿ ಆಗುತ್ತಿದೆ ಎಂದು ಅರಿತರು. ಕೂಡಲೇ ಅಲ್ಲಿಯೇ ಇದ್ದ ಎಂ.ಪಿ. ಶಂಕರ್ ಅತ್ತ ತನ್ನ ಕೈಯಲ್ಲಿದ್ದ ಬಂದೂಕನ್ನು ತೋರಿಸುತ್ತಾ, 'ಏನಪ್ಪ ಇದು ಇಷ್ಟೊಂದು ಭಾರ ಇದೆ. ಇದನ್ನು ಹಿಡ್ಕೊಂಡು ಬೆಳಗ್ಗೆಯಿಂದ ಓಡಿ, ಓಡಿ ಸಾಕಾಗಿದೆ. ಈ ಸುಸ್ತಿನಿಂದಾಗಿ ನನಗೆ ನಟಿಸೋಕೆ ಆಗ್ತಿಲ್ಲ. ತಗಳ್ಳಪ್ಪ ನಿಮ್ ಗನ್ನು' ಅಂತ ಬೇಸರದಿಂದಲೇ ಕೊಟ್ಟರು. ಪಾಪ,

ಬಾಲಣ್ಣನವರಿಗೆ ವಯಸ್ಸಾಗಿತ್ತು. ಅದು ಹೇಗೆ ಭಾರದ ಬಂದೂಕನ್ನು ಹಿಡಿದುಕೊಂಡು ಓಡಾಡುವುದಕ್ಕೆ ಸಾಧ್ಯ? ಅದು ಇಂಡಿಯನ್ ಮೇಡ್ ಗನ್ ಆಗಿದ್ದರಿಂದ ಮಣಭಾರ ಇತ್ತು. ಅವತ್ತು ಶೂಟಿಂಗ್ ಮುಗಿಸಲೇಬೇಕಿದ್ದ ಕಾರಣಕ್ಕಾಗಿ ಒಂದು ಉಪಾಯವನ್ನು ಮಾಡಿದವರೇ ಎಂ.ಪಿ.ಶಂಕರ್. ತಮ್ಮ ಬಳಿ ಇದ್ದ ಗನ್ ಅನ್ನು ತರುವಂತೆ ತಮ್ಮ ಸಹಾಯಕನಿಗೆ ತಿಳಿಸಿದ್ದರು.

ಆಫೀಸಿನಲ್ಲಿದ್ದ ಶಂಕರ್ ಅವರ ಗನ್ ಅನ್ನು ಸಹಾಯಕ ತಂದುಕೊಟ್ಟ. ಅದು ಹ್ಯಾಮರ್ ಗನ್. ಅದನ್ನು ತಂದು ಬಾಲಣ್ಣನಿಗೆ ಕೊಡಲಾಯಿತು. ಆ ಗನ್‌ನಲ್ಲಿ ಸದಾ ಗುಂಡುಗಳು ಇರುತ್ತಿದ್ದರಿಂದ ಅದರಲ್ಲಿ ಬುಲೆಟ್ ಇಲ್ಲವಲ್ಲ ಅಂತ ಬಾಲಣ್ಣ ಕೇಳಿದ್ದರು ಕೂಡ. ತಮ್ಮ ಜೇಬುಗಳನ್ನು ಮುಟ್ಟಿನೋಡಿಕೊಂಡು 'ನನ್ನ ಜೇಬಿನಲ್ಲಿ ನಾಲ್ಕು ಬುಲೆಟ್ ಇವೆ. ಬಂದೂಕಿನಲ್ಲಿ ಇಲ್ಲ' ಎಂದು ಅವುಗಳನ್ನು ಖಚಿತ ಪಡಿಸಿಕೊಂಡು ಬಂದೂಕು ನೀಡಿದರು ಶಂಕರ್. ಬಂದೂಕು ಕೊಡುವಾಗ ಹ್ಯಾಮರ್ ಹೇಗೆ ವರ್ಕ್ ಆಗತ್ತೆ, ಅದನ್ನು ಹೇಗೆ ಎಳೀಬೇಕು ಅಂತೆಲ್ಲ ಬಾಲಣ್ಣನಿಗೆ ಪಾಠ ಮಾಡಿದರು ಕೂಡ. ಮೂರ್ನಾಲ್ಕು ಟೇಕ್ ತೆಗೆದುಕೊಂಡು ಬಾಲಣ್ಣ ಆ್ಯಕ್ಟ್ ಮಾಡಿದರು. ಆ ಬಂದೂಕನ್ನೂ ಅವರಿಗೆ ಹ್ಯಾಂಡಲ್ ಮಾಡೋಕೆ ಆಗದೇ 'ತಗೊಳ್ಳಪ್ಪ, ಈ ಗನ್ ಸಹವಾಸ ಸಾಕು' ಅಂತ ಬಾಲಣ್ಣನವರು ಶಂಕರ್ ಕೈಗೆ ಗನ್ ಕೊಟ್ಟರು.

'ಏನ್ ಬಾಲಣ್ಣ ಈ ಗನ್ ಎತ್ತೋಕು ಆಗಲಿಲ್ಲವಾ? ನೋಡು ನಾನು ಒಂದೇ ಕೈಯಲ್ಲಿ ಇದನ್ನು ಹ್ಯಾಂಡಲ್ ಮಾಡ್ತೀನಿ' ಅಂತ ಶಂಕರ್ ಸ್ಟೈಲ್ ಆಗಿಯೇ ಬಂದೂಕು ಎತ್ತಿಕೊಂಡು ತೋರಿಸೋಕೆ ಹೋದರು. 'ನೀನು ಬಿಡಪ್ಪ ಏನು ಬೇಕಾದರೂ ಮಾಡ್ತೀಯಾ. ಹಸಿವು ಆಗಿದೆ ಬಾ ಹೋಗೋಣ. ಗನ್ ಇಳಿಸು ಅಂತ' ಬಾಲಣ್ಣನವರು ಶಂಕರ್ ಅವರಿಗೆ ಹೇಳಿ ಆಗಿತ್ತು. ಬಾಲಣ್ಣನವರು ಹಸಿವಾಗಿದೆ ಎಂದು ಹೇಳಿದಾಗ ಮೇಲಕ್ಕೆ ಎತ್ತಿದ್ದ ಗನ್ ಅನ್ನು ಹಾಗೆಯೇ ಇಳಿಸಿದರು ಶಂಕರ್. ಗನ್ ನಳಿಕೆ 36 ಇಂಚು ಇತ್ತು. ಈ ವೇಳೆಯಲ್ಲಿ ಗನ್ ಇಳಿಸುವಾಗ ನಳಿಕೆಯ ಭಾರಕ್ಕೆ ಟ್ರಿಗರ್ ಹತ್ತಿರ ಶಂಕರ್ ಅವರ ಬೆರಳುಗಳು ಹೋಗಿದ್ದವು. ಟ್ರಿಗರ್ ಬೆರಳು ಸಿಕ್ಕಾಕಿಕೊಂಡು ಪ್ರೆಸ್ ಆಗಿ, ಒಂದೆರಡು ಸೆಕೆಂಡ್‌ನಲ್ಲಿ ಢಮ್ ಎನ್ನುವ ಶಬ್ದ ಬಂತು. ನೋಡಿದರೆ, ಶಂಕರ್ ಅವರು ನಿಂತಿದ್ದ ಸಮೀಪದಲ್ಲೇ ಅಷ್ಟುದ್ದ ಗುಂಡಿ ಬಿದ್ದಿತ್ತು. ಗುಂಡು ಚಿಮ್ಮಿದ್ದ ರಭಸಕ್ಕೆ ಮಣ್ಣು ಚಿಲ್ ಅಂತ ಮೇಲಕ್ಕೆ ಎಗರಿತ್ತು. ಆ ಸನ್ನಿವೇಶ ನೋಡಿ, ಅಲ್ಲಿದ್ದವರಿಗೆ ಬೆವರೇ ಕಿತ್ತು ಬಂತು. ಶಂಕರ್‌ಗೆ ಏನಾಯಿತು ಅಂತ ಆ ಕ್ಷಣಕ್ಕೆ ಗೊತ್ತೇ ಆಗಲಿಲ್ಲ. ತಮ್ಮ ಮುಂದೆಯೇ ಬಿದ್ದಿದ್ದ ಗುಂಡಿ ಕಂಡು ಹಾಗೆಯೇ ಕುಸಿದು ಕುಳಿತುಬಿಟ್ಟರು. ಎಲ್ಲರೂ ಶಂಕರ್ ಅವರನ್ನು ಒಂದು ಸಲ, ಗುಂಡಿಯನ್ನು ಮತ್ತೊಂದು ಸಲ ನೋಡ್ತಿದ್ದಾರೆ. ಯಾರಿಗೂ ಏನೂ

ಅರ್ಥ ಆಗ್ತಿಲ್ಲ. ಬಾಲಣ್ಣ, ಸಿನಿಮಾದ ನಿರ್ದೇಶಕರಿಗೂ ಶಾಕ್. ಆಘಾತದಿಂದ ಕುಸಿದಿದ್ದ ಶಂಕರ್ ಹತ್ತಿರ ಮೊದಲು ಬಂದಿದ್ದು ರಾಜಕುಮಾರ್. ಧೈರ್ಯ ಮಾಡಿ ಶಂಕರ್ ಹತ್ತಿರ ಬಂದಿದ್ದ ರಾಜಕುಮಾರ್ ಆತಂಕದಿಂದಲೇ 'ಏನಿದು? ಏನಾಯಿತು?' ಅಂದರು. 'ಈ ಗನ್‌ನಲ್ಲಿ ಇನ್ನೊಂದು ಗುಂಡು ಇದೆ ಸರ್. ಬೆಳಗ್ಗೆ ಎರಡು ಗುಂಡು ಹಾಕಿದ್ದೆ. ಮರೆತು ಹೋಗಿತ್ತು. ಬಾಲಣ್ಣನವರ ಕೈಯಲ್ಲಿ ಹಾರಬೇಕಿದ್ದ ಗುಂಡು, ನನ್ನ ಕೈಯಲ್ಲಿ ಹಾರಿತು' ಅಂದು ಬಿಟ್ಟರು ಶಂಕರ್. ಏನಾದರೂ ಬಾಲಣ್ಣನವರೇ ಚಿತ್ರೀಕರಣ ಸಂದರ್ಭದಲ್ಲಿ ಇಂಥದ್ದೊಂದು ಅಚಾತುರ್ಯ ಮಾಡಿದ್ದರೆ ರಾಜಕುಮಾರ್ ದೇಹ ಛಿದ್ರವಾಗಿರುತ್ತಿತ್ತು.

ಅಸಲಿಯಾಗಿ ಆ ಸ್ಥಳದಲ್ಲಿ ವಿಷ್ಣುವರ್ಧನ್ ಇರಲೇ ಇಲ್ಲ. ಅದನ್ನು ಮಾಧ್ಯಮಗಳ ಮುಂದೆಯೂ ಹೇಳಿದ್ದರು. ಆದರೆ, ಎಂ.ಪಿ. ಶಂಕರ್ ಅವರು ಅದನ್ನು ಹೇಗೆ ಅರ್ಥ ಮಾಡಿಕೊಂಡರೊ ಗೊತ್ತಿಲ್ಲ. 'ವಿಷ್ಣುವರ್ಧನ್ ಆ ಸ್ಥಳದಲ್ಲಿ ಇದ್ದದ್ದು ನಿಜ. ಸುಳ್ಳು ಹೇಳಬಾರದು' ಎಂದು ಹೇಳಿದ್ದ ಹೇಳಿಕೆ ಭಾರೀ ಗೊಂದಲಕ್ಕೆ ಕಾರಣವಾಗಿತ್ತು. ಹೌದು, ವಿಷ್ಣುವರ್ಧನ್ ಅಂದು ಶೂಟಿಂಗ್‌ನಲ್ಲಿ ಭಾಗವಹಿಸಿದ್ದು ನಿಜ. ಆದರೆ, ತಮ್ಮ ಭಾಗದ ಚಿತ್ರೀಕರಣ ಮುಗಿಸಿಕೊಂಡು ಅವರು ದೂರದಲ್ಲಿ ಊಟಕ್ಕೆ ಕೂತಿದ್ದರು. ಗುಂಡಿನ ಸದ್ದು

ಕೇಳಿ ಊಟ ಬಿಟ್ಟು ಅಲ್ಲಿಗೆ ಬಂದಿದ್ದರು. ಇದು ವಾಸ್ತವ. ಆದರೆ, ಈ ವಿಷಯವನ್ನು ಮಾಧ್ಯಮಗಳ ಮುಂದೆ ಬಂದು ಡಾ. ರಾಜಕುಮಾರ್, ಎಂ.ಪಿ ಶಂಕರ್, ಬಾಲಣ್ಣ, ವಿಷ್ಣುವರ್ಧನ್ ಒಟ್ಟಾಗಿ ಕೂತು ಹೇಳಿದ್ದರೆ, ಹತ್ತಿದ್ದ ಬೆಂಕಿ ತಣ್ಣಗಾಗಿರುತ್ತಿತ್ತೇನೋ?

ಆದರೆ, ಎಲ್ಲರೂ ಮೌನವಹಿಸಿಬಿಟ್ಟರು. ಹತ್ತಿದ್ದ ಬೆಂಕಿ ಮಾತ್ರ ನಿರಂತರವಾಗಿ ಉರಿಯುತ್ತಲೇ ಹೋಯಿತು. ಆ ಬೆಂಕಿಯಲ್ಲಿ ವಿಷ್ಣು ಮಾತ್ರ ಸಾಯುವತನಕ ಇಂಚಿಂಚೂ ಬೂದಿಯಾಗುತ್ತಲೇ ಇದ್ದದ್ದು ಯಾರಿಗೂ ಕಾಣಿಸದೇ ಹೋಯಿತು.

ಫುಟ್‌ಪಾತ್‌ನಲ್ಲಿ ವಿಷ್ಣು ಅಳುತ್ತಾ ನಿಂತಿದ್ದರು

ಅದು 1977

ಬೆಂಗಳೂರಿನ ಕೆಂಪೇಗೌಡ ರಸ್ತೆಯ ಸಾಗರ್ ಚಿತ್ರಮಂದಿರದಲ್ಲಿ 'ಒಲವು ಗೆಲುವು' ಚಿತ್ರ ತೆರೆಕಂಡಿತ್ತು. ಥೇಟರ್ ಮುಂದೆ ಜನರ ಮಹಾಪೂರ. ಹೂವಿನ ಹಾರಗಳ ಸಡಗರ. ಘೋಷಣೆಗಳ ಸಂಭ್ರಮ. ಪಟಾಕಿಗಳ ಸರಮಾಲೆ. ಜನರು ಯಾವ ಹಬ್ಬವನ್ನಾದರೂ ಮರೆತಾರು, ಆದರೆ, ರಾಜ್ ಚಿತ್ರದ ಬಿಡುಗಡೆಯ ಸಂತೋಷ ಹಂಚಿಕೊಳ್ಳುವುದನ್ನು ಬಿಡುತ್ತಿರಲಿಲ್ಲ. ಆ ಹೊತ್ತಿನಲ್ಲಿ ಬಂತು ನೋಡಿ ಬಿಳಿ ಬಣ್ಣದ ಸ್ಟ್ಯಾಂಡರ್ಡ್ ಹೆರಾಲ್ಡ್ ಕಾರು. ಸರ್ಕಲ್‌ನಲ್ಲಿ ಬರುತ್ತಿದ್ದಂತೆಯೇ ಥೇಟರ್ ಮುಂದೆ ನಿಂತ ಜನರಲ್ಲಿ ಒಬ್ಬ ಏಕಾಏಕಿ ಕೂಗಿದ. 'ಏಯ್ ಆ ಕಾರು ಬಂತು ನೋಡ್ರಲೋ...' ಎಲ್ಲರ ಕಣ್ಣು ಆ ಕಡೆ ತಿರುಗಿದವು. ಬರೀ ಕಣ್ಣಷ್ಟೇ ಅಲ್ಲ ಕಾಲು ಕೂಡ ಅತ್ತ ಓಡಿದವು. ಕೈಗಳು ಕಾರಿನ ಬಾಗಿಲನ್ನು ಬಡಿದವು. ಕಾಲುಗಳು ಒದ್ದವು. ಒಳಗಿದ್ದಾತನ ಜಂಘಾಬಲವೇ ಉಡುಗಿತು. 'ಹೊರಗೆ ಎಳಿರೊ' ಯಾರೋ ಬಾಗಿಲನ್ನು ಬಲವಂತದಿಂದ ತೆರೆದರು. ಒಳಗಿದ್ದಾತನ ಅಂಗಿ ಹಿಡಿದು ಹೊರಗೆಳೆದರು. ಅದೇ ಕಾರಿನ ಮೇಲೆ ಅನಾಮತ್ತಾಗಿ ಎತ್ತಿ ನಿಲ್ಲಿಸಿದರು.

'ಅಣ್ಣಾವ್ರಿಗೆ ಜೈ ಅನ್ನು... ಅನ್ನದಿದ್ದರೆ...'

ಇಪ್ಪತ್ತೈದರ ಹರೆಯದ ಆ ಹುಡುಗ ನಡುಗುತ್ತಿದ್ದ. ತನ್ನಿಂದ ಆದ ತಪ್ಪಾದರೂ ಏನೂ ಎಂದು ತಿಳಿಯದೆ ಗೊಂದಲಗೊಂಡಿದ್ದ. ಒಂದು ಹೆಚ್ಚು

ಕಡಿಮೆ ಮಾತಾಡಿದರೆ ಏನಾದರೂ ಅನಾಹುತ ಗ್ಯಾರಂಟಿ ಅನ್ನೋದು ಆತನಿಗೆ ಖಾತ್ರಿಯಾಗಿತ್ತು. ಎದೆ ಬಡಿತ ಹೆಚ್ಚಾಗಿತ್ತು. ಅವನ ಸ್ಥಿತಿ ನೋಡುತ್ತಲೇ ಇನ್ನೂ ಆವೇಶಗೊಂಡು ಸುತ್ತ ನಿಂತವರು ಮತ್ತೆ ಮತ್ತೆ ಚೇರುತ್ತಲೇ ಇದ್ದರು.

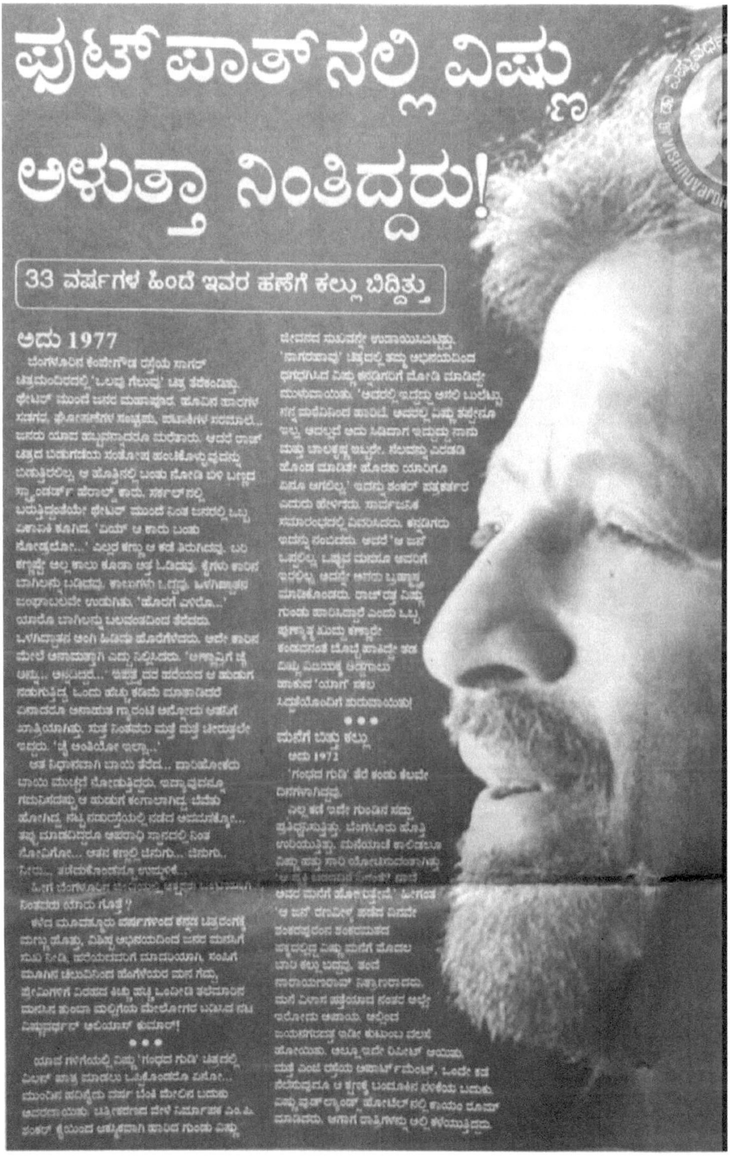

ಫುಟ್‌ಪಾತ್‌ನಲ್ಲಿ ವಿಷ್ಣು ಅಳುತ್ತಾ ನಿಂತಿದ್ದರು!

33 ವರ್ಷಗಳ ಹಿಂದೆ ಇವರ ಹಣೆಗೆ ಕಲ್ಲು ಬಿದ್ದಿತ್ತು

ಅದು 1977

ಮಣೆಗೆ ಬಿದ್ದ ಕಲ್ಲು

ಅದು 1972

'ಜೈ ಅಂತಿಯೋ ಇಲ್ಲಾ...'

ಆತ ನಿಧಾನವಾಗಿ ಬಾಯಿ ತೆರೆದ... ದಾರಿಹೋಕರು ಬಾಯಿ ಮುಚ್ಚದೆ ನೋಡುತ್ತಿದ್ದರು. ಇದ್ಯಾವುದನ್ನೂ ಗಮನಿಸದಷ್ಟು ಆ ಹುಡುಗ ಕಂಗಾಲಾಗಿದ್ದ. ಬೆವತು ಹೋಗಿದ್ದ. ನಟ್ಟ ನಡುರಸ್ತೆಯಲ್ಲಿ ನಡೆದ ಅವಮಾನಕ್ಕೋ... ತಪ್ಪು ಮಾಡದಿದ್ದರೂ ಅಪರಾಧಿ ಸ್ಥಾನದಲ್ಲಿ ನಿಂತ ನೋವಿಗೋ... ಅಸಹಾಯಕತೆಗೋ ಆತನ ಕಣ್ಣಲ್ಲಿ ಜಿನುಗು... ಜಿನುಗು ನೀರು... ತಡೆದುಕೊಂಡಷ್ಟೂ ಉಮ್ಮಳಿಕೆ. ಘಾಸಿಗೊಂಡ ಹೃದಯ.

ಹೀಗೆ ಬೆಂಗಳೂರಿನ ಬೀದಿಯಲ್ಲಿ ಅಕ್ಷರಶಃ ಒಂಟಿಯಾಗಿ ನಿಂತವರು ಯಾರು ಗೊತ್ತೆ? ಬೇರಾರೂ ಅಲ್ಲ, ಕನ್ನಡ ಚಿತ್ರರಂಗದ ಎರಡು ಕಣ್ಣುಗಳಲ್ಲಿ ಒಂದು ಕಣ್ಣು ಎಂಬ ಗೌರವಕ್ಕೆ ಪಾತ್ರವಾಗಿರುವ, ದಶಕಗಳ ಕಾಲ ಕನ್ನಡ ಚಿತ್ರರಂಗಕ್ಕೆ ಮಣ್ಣು ಹೊತ್ತು, ವಿಶಿಷ್ಟ ಅಭಿನಯದಿಂದ ಜನರ ಮನಸ್ಸಿಗೆ ಸುಖ ನೀಡಿ, ಹರೆಯದವರಿಗೆ ಮಾದರಿಯಾಗಿ, ಸಂಪಿಗೆ ಮೂಗಿನ ಚೆಲುವಿನಿಂದ ಹೆಂಗಳೆಯರ ಮನ ಗೆದ್ದು ಪ್ರೇಮಿಗಳಿಗೆ ವಿರಹದ ಕಿಚ್ಚು ಹಚ್ಚಿ, ಒಂದಿಡೀ ತಲೆಮಾರಿನ ಮನಸಿನ ತುಂಬಾ ಮಲ್ಲಿಗೆಯ ಮೇಲೊಗರ ಬಡಿಸಿದ ನಟ ಸಂಪತ್‌ಕುಮಾರ್ ಅಲಿಯಾಸ್ ಡಾ. ವಿಷ್ಣುವರ್ಧನ್!

ಯಾವ ಗಳಿಗೆಯಲ್ಲಿ ವಿಷ್ಣು 'ಗಂಧದ ಗುಡಿ' ಚಿತ್ರದಲ್ಲಿ ವಿಲನ್ ಪಾತ್ರ ಮಾಡಲು ಒಪ್ಪಿಕೊಂಡರೊ ಏನೋ, ಮುಂದಿನ ಹದಿನೈದು ವರ್ಷ ಅವರನ್ನು ವಿಲನ್ ಎಂದೇ ಬಿಂಬಿಸಲು ಪ್ರಯತ್ನಗಳು ನಡೆದು ಅಕ್ಷರಶಃ ಬೆಂಕಿ ಮೇಲಿನ ಬದುಕು ಅವರದಾಯಿತು. ಚಿತ್ರೀಕರಣದ ವೇಳೆ ನಿರ್ಮಾಪಕ ಎಂ.ಪಿ. ಶಂಕರ್ ಕೈಯಿಂದ ಆಕಸ್ಮಿಕವಾಗಿ ಹಾರಿದ ಗುಂಡು ವಿಷ್ಣು ಜೀವನದ ಸುಖವನ್ನೇ ಉಡಾಯಿಸಿಬಿಟ್ಟಿತ್ತು. ಎದೆಯಲ್ಲಿ ಹೊಕ್ಕಿ ಮಾಯದ ಗಾಯವಾಗಿ ಉಳಿಯಿತು. 'ನಾಗರಹಾವು' ಚಿತ್ರದಲ್ಲಿ ತಮ್ಮ ಅಭಿನಯದಿಂದ ಧಗಧಗಿಸಿದ ವಿಷ್ಣು, ಕನ್ನಡಿಗರಿಗೆ ಮೋಡಿ ಮಾಡಿದ್ದೇ ಮುಳುವಾಯಿತು. 'ಅದರಲ್ಲಿ ಇದ್ದದ್ದು ಅಸಲಿ ಬುಲೆಟ್ಟು, ನನ್ನ ಮರೆವಿನಿಂದ ಹಾರಿದೆ. ಅದರಲ್ಲಿ ವಿಷ್ಣು ತಪ್ಪೇನೂ ಇಲ್ಲ. ಗುಂಡು ನೆಲವನ್ನು ಎರಡಡಿ ಹೊಂಡ ಮಾಡಿತೇ ಹೊರತು ಯಾರಿಗೂ ಏನೂ ಆಗಿಲ್ಲ' ಇದನ್ನು ಶಂಕರ್ ಪತ್ರಕರ್ತರ ಎದುರು ಹೇಳಿದರು. ಸಾರ್ವಜನಿಕ ಸಮಾರಂಭದಲ್ಲಿ ವಿವರಿಸಿದರು. ಕನ್ನಡಿಗರು ಇದನ್ನು ನಂಬಿದರು. ಆದರೆ, 'ಆ' ಜನ ಒಪ್ಪಲಿಲ್ಲ. ಒಪ್ಪುವ ಮನಸೂ ಅವರಿಗೆ ಇರಲಿಲ್ಲ. ಅದನ್ನೇ ಅವರು ಬ್ರಹ್ಮಾಸ್ತ್ರ ಮಾಡಿಕೊಂಡರು. ರಾಜ್‌ರತ್ತ ವಿಷ್ಣು ಗುಂಡು ಹಾರಿಸಿದ್ದಾರೆ ಎಂದು ಒಬ್ಬ ಮಹಾತ್ಮ ಖುದ್ದು ಕಣ್ಣಾರೆ ಕಂಡವನಂತೆ ಬೊಬ್ಬೆ ಹಾಕಿದ್ದೆ ತಡ, ವಿಷ್ಣು ವಿಜಯಕ್ಕೆ ಅಡ್ಡಗಾಲು

ಹಾಕುವ 'ಯಾಗ' ಸಕಲ ಸಿದ್ಧತೆಯೊಂದಿಗೆ ಶುರುವಾಯಿತು. ಮತ್ತದು ನಿಲ್ಲದೆ ಮುಂದುವರಿಯಿತು.

'ಗಂಧದ ಗುಡಿ' ತೆರೆ ಕಂಡು ಕೆಲವೇ ದಿನಗಳಾಗಿದ್ದವು. ಆದರೆ ಎಲ್ಲ ಕಡೆ ಇದೇ ಗುಡಿಯ ಸದ್ದಿನಷ್ಟೇ ಜೋರಾಗಿ ಗುಂಡಿನ ಸದ್ದು ಪ್ರತಿಧ್ವನಿಸುತ್ತಿತ್ತು. ಬೆಂಗಳೂರು ಹೊತ್ತಿ ಉರಿಯುತ್ತಿತ್ತು. ಮನೆಯಾಚೆ ಕಾಲಿಡಲೂ ವಿಷ್ಣು ಹತ್ತು ಸಾರಿ ಯೋಚಿಸುವಂತಾಗಿತ್ತು. 'ಆ ವ್ಯಕ್ತಿ ಹೊರಗೆ ಬರದಿದ್ದರೆ ಏನಂತೆ? ನಾವೇ ಅವರ ಮನೆಗೆ ಹೋಗುತ್ತೇವೆ' ಹೀಗಂತ ರಾಜಕುಮಾರ್ ಅಭಿಮಾನಿಗಳು ಎಂದು ಹೇಳಿಕೊಳ್ಳುತ್ತಿದ್ದ ಕೆಲವರು ರಣವೀಳ್ಯ ಪಡೆದ ದಿನವೇ

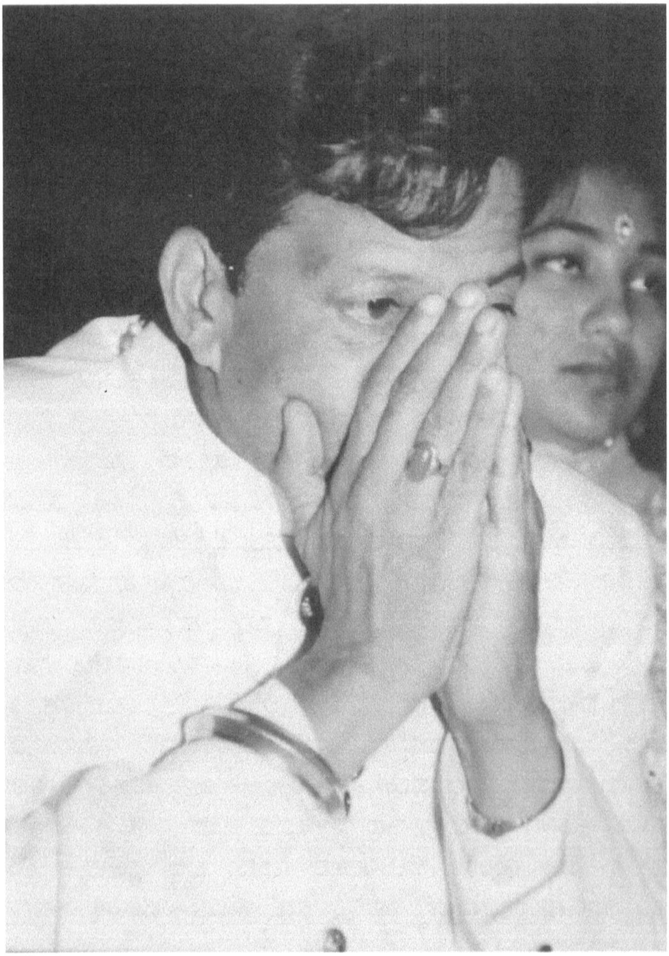

ಶಂಕರಪುರಂನ ಶಂಕರಮಠದ ಪಕ್ಕದಲ್ಲಿದ್ದ ವಿಷ್ಣು ಮನೆಗೆ ಮೊದಲ ಬಾರಿಗೆ ಕಲ್ಲು ಬಿದ್ದವು. ತಂದೆ ನಾರಾಯಣರಾವ್ ನಿತ್ರಾಣರಾದರು. ಮನೆ ವಿಳಾಸ ಪತ್ತೆಯಾದ ನಂತರ ಅಲ್ಲೇ ಇರೋದು ಅಪಾಯ, ಅಲ್ಲಿಂದ ಜಯನಗರದತ್ತ ಇಡೀ ಕುಟುಂಬ ವಲಸೆ ಹೋಯಿತು. ಅಲ್ಲೂ ಇದೇ ರಿಪೀಟ್ ಆಯಿತು. ಮತ್ತೆ ಎಂ.ಜಿ. ರಸ್ತೆಯ ಅಪಾರ್ಟ್‌ಮೆಂಟ್. ಒಂದು ಕಡೆ ನೆಲೆಸುವುದೂ ಆ ಕ್ಷಣಕ್ಕೆ ಬಂದೂಕಿನ ನಳಿಕೆಯ ಬದುಕು. ವಿಷ್ಣು ವುಡ್‌ಲ್ಯಾಂಡ್ಸ್ ಹೋಟೆಲ್‌ನಲ್ಲಿ ಖಾಯಂ ರೂಮ್ ಮಾಡಿದರು. ಆಗಾಗ ರಾತ್ರಿಗಳನ್ನು ಅಲ್ಲಿ ಕಳೆಯುತ್ತಿದ್ದರು. ನೆಲೆಯಿದ್ದರೂ ಇಲ್ಲದ ಹಾಗಿನ ಬದುಕಾಯಿತು. ನೆಮ್ಮದಿ ಎನ್ನುವುದು ಕನಸಿನ ಮಾತಾಯಿತು.

ಹಸೆಮಣೆ ಏರಿದ ಕೆಲವೇ ಗಂಟೆಗಳಲ್ಲೇ ತೂರಿ ಬಂದವು ಕಲ್ಲುಗಳು

'ಕಲ್ಯಾಣ ಮಂಟಪದ ಹೊರಗೆ ಅಭಿಮಾನಿಗಳು ಕಾಯುತ್ತಿದ್ದಾರೆ. ಅವರತ್ತ ಕೈ ಬೀಸಿ ಬರೋಣ, ಅಂತ ಹೊರಟ ದಂಪತಿಗಳತ್ತ ತೂರಿ ಬಂದಿದ್ದು ದೊಡ್ಡ ಗಾತ್ರದ ಕಲ್ಲುಗಳು!'

ಅದೊಂದು ತಾರಾ ದಂಪತಿಯ ಮದುವೆ. ಆಗಲೇ ಐವತ್ತಕ್ಕೂ ಹೆಚ್ಚು ಸಿನಿಮಾಗಳಲ್ಲಿ ನಟಿಸಿದ್ದ ಭಾರತಿ ಮತ್ತು ನಾಗರಹಾವು ಸಿನಿಮಾದ ಮೂಲಕ

ಸ್ಟಾರ್ ಆಗಿ ಬೆಳೆದಿದ್ದ ವಿಷ್ಣುವರ್ಧನ್ ಆ ದಿನ ಹೊಸ ಬದುಕಿಗೆ ಕಾಲಿಡುತ್ತಿದ್ದರು. ತಾರಾ ಮದುವೆ ಅಂದಾಗ ಕಲ್ಯಾಣ ಮಂಟಪದ ಅದ್ದೂರಿತನ, ಜನಜಂಗುಳಿ ಹೇಗಿರುತ್ತದೆ ಎಂದು ಪ್ರತ್ಯೇಕ ಹೇಳಬೇಕಾಗಿಲ್ಲ. ಸ್ವತಃ ವಿಷ್ಣುವರ್ಧನ್ ಕುಟುಂಬದವರೇ ಕಲ್ಯಾಣ ಮಂಟಪದ ಒಳಗೆ ಬರುವುದಕ್ಕೆ ಅಸಾಧ್ಯವಾಗುವಷ್ಟು ಜನರು ಹೊರಗೆ ಮತ್ತು ಒಳಗೆ ತುಂಬಿದ್ದರು. ಕಲ್ಯಾಣ ಮಂಟಪದ ಹೊರಗೆ ಜನಜಾತ್ರೆ. ಈ ಜಾತ್ರೆಯನ್ನು ಕಂಟ್ರೋಲ್ ಮಾಡುವುದಕ್ಕೆ 200ಕ್ಕೂ ಹೆಚ್ಚು ಪೊಲೀಸರು. ಇದನ್ನೇ ಲಾಭವಾಗಿ ಪಡೆದುಕೊಂಡ ಕೆಲ ಕಿಡಿಗೇಡಿಗಳು ಭಾರತಿ ಮತ್ತು ವಿಷ್ಣುವರ್ಧನ್‌ರತ್ತ ಕಲ್ಲು ತೂರಿದ್ದರು. ಈ ಕಲ್ಲುಗಳು ತೂರಿ ಬರುವುದರ ಹಿಂದೆ ಕಾರಣವೂ ಇತ್ತು.

'ನಾಗರಹಾವು' ಚಿತ್ರವು ವಿಷ್ಣುವರ್ಧನ್ ಅವರಿಗೆ ಬಹುದೊಡ್ಡ ತಾರಾ ವರ್ಚಸ್ಸು ತಂದುಕೊಟ್ಟಿತ್ತು. ಕನ್ನಡ ಸಿನಿಮಾ ರಂಗದಲ್ಲಿ ಮಾತ್ರವಲ್ಲ, ತೆಲುಗು, ತಮಿಳು, ಮಲೆಯಾಳಂ ಚಿತ್ರರಂಗ ದಾಟಿಕೊಂಡು ಹಿಂದಿ ಚಿತ್ರ ರಂಗದಲ್ಲೂ ವಿಷ್ಣುವರ್ಧನ್ ಕುರಿತಾಗಿ ಮೆಚ್ಚುಗೆಯ ಮಾತುಗಳು ಕೇಳಿ ಬಂದಿದ್ದವು. 22ರ

ವಯಸ್ಸಿನ ತರುಣನ ಸಾಧನೆ ಕುರಿತು ಪತ್ರಿಕೆಗಳು ಪುಟಗಟ್ಟಲೆ ಬರೆದವು. 'ಕನ್ನಡಕ್ಕೆ ಮತ್ತೊಬ್ಬ ಸೂಪರ್ ಸ್ಟಾರ್' ಎಂಬ ಶೀರ್ಷಿಕೆ ನೀಡಿದ್ದವು. ಅಸಂಖ್ಯಾತ ಮಹಿಳಾ ಅಭಿಮಾನಿಗಳು ಹುಟ್ಟಿಕೊಂಡಿದ್ದರು. ರಾಮಾಚಾರಿ ಪಾತ್ರ ಮಹಿಳೆಯರ ಕನಸಿಗೆ ರಂಗು ತುಂಬಿತು. ಇಂತಹ ನಟನು ತಮ್ಮ ಬಾಳಸಂಗಾತಿಯಾಗಿ ಬರಬೇಕು ಎನ್ನುವ ಬಯಕೆ ಸಹಜವಾಗಿ ಹಲವರಲ್ಲಿ ಮೂಡಿತ್ತು. ಅವರಲ್ಲಿ ನಟಿಯರು ಕೂಡ ಇದ್ದರು. ಇಂತಹ ವೇಳೆಯಲ್ಲೇ ಪರಿಚಯ ಆಗಿದ್ದು ಆಗಲೇ ಹಲವು ಚಿತ್ರಗಳಲ್ಲಿ ನಟಿಸಿ ಪ್ರಸಿದ್ಧಿಯಾಗಿದ್ದ ಭಾರತಿ ಅವರು.

ಭಾರತಿ ಅವರು ವಿಷ್ಣುವರ್ಧನ್ ಅವರನ್ನು ಮೊದಲ ಬಾರಿಗೆ ಭೇಟಿ ಆಗಿದ್ದು ಬೆಂಗಳೂರಿನ ಚಾಮುಂಡೇಶ್ವರಿ ಸ್ಟುಡಿಯೋದಲ್ಲಿ. ಭಾರತಿ ಅವರನ್ನು 'ನಾಗರಹಾವು' ಸಿನಿಮಾದ 100ನೇ ದಿನದ ಸೆಲೆಬ್ರೇಷನ್ ಕಾರ್ಯಕ್ರಮಕ್ಕೆ ಆಹ್ವಾನಿಸಲು ಬಂದಿದ್ದರು. 'ದೂರದ ಬೆಟ್ಟ' ಶೂಟಿಂಗ್ ಮುಗಿಸಿಕೊಂಡು ನಾಗರಹಾವು ಶತದಿನೋತ್ಸವ ಕಾರ್ಯಕ್ರಮದಲ್ಲಿ ಭಾರತಿ ಅವರು ಭಾಗಿಯಾಗಿದ್ದರು. ಮೊದಲು ಭೇಟಿ, ಅನಂತರ ಸ್ನೇಹಿತರಾದರು. 'ಮನೆ ಬೆಳಗಿದ ಸೊಸೆ' ಸಿನಿಮಾದಲ್ಲಿ ಒಟ್ಟಿಗೆ ನಟಿಸಿದರು. ಅಲ್ಲಿಂದಲೇ ಪ್ರೇಮ ಪಯಣ ಶುರುವಾಗಿದ್ದು. ವಿಷ್ಣುವರ್ಧನ್ ಅವರು ಭಾರತಿ ಅವರನ್ನು ನೋಡಿದಾಗ 'ಮೇರೆ ದಿಲ್ ಮೆ ಆಜ್ ಕ್ಯಾ' ಎಂಬ ಹಾಡನ್ನು ಹಾಡುತ್ತಿದ್ದರಂತೆ. ಈ ಹಾಡು ಇವರ ಬಾಂಧವ್ಯವನ್ನು ಮತ್ತಷ್ಟು ಹತ್ತಿರ ಮಾಡಿತ್ತು.

ಆಕಸ್ಮಿಕ ಭೇಟಿ, ಪರಿಚಯ, ಗೆಳೆತನದ ನಂತರ ಪ್ರೇಮಕ್ಕೆ ತಿರುಗಿತು. ಖುದ್ದು ಭಾರತಿ ಅವರ ಮನೆಯವರೇ ವಿಷ್ಣುವರ್ಧನ್ ಅವರ ಕುಟುಂಬದ

ಜತೆ ಮಾತನಾಡಿ ಮದುವೆ ಮಾಡಿದರು. ವಿಷ್ಣುವರ್ಧನ್ ಅವರು ಹೊಸ ಜೀವನಕ್ಕೆ ಕಾಲಿಟ್ಟಾಗ ಅವರಿಗೆ ಕೇವಲ 24 ವರ್ಷ.

ತಾರಾ ಜೋಡಿಯೊಂದು ಹಸೆಮಣೆಗೆ ಕಾಲಿಡುತ್ತಿದೆ ಎಂದಾಗ ಅಲ್ಲೊಂದು ಸಂಭ್ರಮವಿರುತ್ತದೆ. ನೆಚ್ಚಿನ ನಟ ನಟಿಯ ಮದುವೆಗೆ ತಾವೂ ಸಾಕ್ಷಿ ಆಗಬೇಕು ಎನ್ನುವ ಆಸೆ ಇರುತ್ತದೆ. ಅದರಲ್ಲೂ ಇಬ್ಬರೂ ಪ್ರಸಿದ್ಧರು. ಹಾಗಾಗಿ ಈ ಆಸೆ ನದಿಯಂತೆ ಇರಲಿಲ್ಲ ಪ್ರವಾಹದಂತೆ ಬಂದಿತ್ತು. ಆಗಮಿಸಿದ ಜನಪ್ರವಾಹ ನಿಯಂತ್ರಿಸಲು 200ಕ್ಕೂ ಹೆಚ್ಚು ಪೊಲೀಸ್ ಸಿಬ್ಬಂದಿಯನ್ನು ನಿಯೋಜಿಸಬೇಕಾಯಿತು. ಸ್ವತಃ ವಿಷ್ಣುವರ್ಧನ್ ಅವರ ಕುಟುಂಬದ ಸದಸ್ಯರಿಗೂ ಕಲ್ಯಾಣ ಮಂಟಪದ ಒಳಗೆ ಹೋಗಲು ಆಸ್ಪದ ಸಿಗದಷ್ಟು ಜನಜಂಗುಳಿ ನೆರೆದಿತ್ತು. ವಧುವರರನ್ನು ಆಶೀರ್ವದಿಸಲು ಸಿನಿಮಾ ರಂಗದ ದಿಗ್ಗಜರು, ವಿಷ್ಣುವರ್ಧನ್ ಅವರ ಗುರುಗಳಾದ ಎಚ್. ನರಸಿಂಹಯ್ಯನವರು ಮತ್ತು ಆಗಿನ ಮುಖ್ಯಮಂತ್ರಿಗಳಾಗಿದ್ದ ದೇವರಾಜ ಅರಸ್ ಕೂಡ ಬಂದಿದ್ದರು.

ಕಲ್ಯಾಣ ಮಂಟಪದಲ್ಲಿ ಶಾಸ್ತ್ರಗಳು ನಡೆಯುತ್ತಿದ್ದರೆ ಇತ್ತ ಕಲ್ಯಾಣ ಮಂಟಪದ ಹೊರಗೆ ನೆಚ್ಚಿನ ನಟ ನಟಿಯರನ್ನು ಮದುವೆ ಡ್ರೆಸ್‌ನಲ್ಲಿ ನೋಡಲು ಅಭಿಮಾನಿಗಳ ದಂಡೇ ಸೇರಿತ್ತು. ಕೆಲವರು ಕಲ್ಯಾಣ ಮಂಟಪದ ಒಳಗೆ ಹೋಗಲು ಪೊಲೀಸರ ಜೊತೆ ವಾಗ್ವಾದ ಕೂಡ ನಡೆಸಿದರು. ಗೇಟ್ ಮುರಿದು ಒಳಗೆ ನುಗ್ಗಲು ಪ್ರಯತ್ನಿಸಿದರು. ಪರಿಸ್ಥಿತಿಯನ್ನು ಹತೋಟಿಗೆ ತರಲು ಪೊಲೀಸರು ಹರಸಾಹಸ ಪಡುತ್ತಿದ್ದರು. ಪೊಲೀಸರಿಗೆ ಜನರನ್ನು ಕಂಟ್ರೋಲ್ ಮಾಡುವುದೇ ತಲೆನೋವಾಗಿತ್ತು. ಈ ಜನಸಾಗರದ ಮಧ್ಯೆ 'ನನಗೆ ಒಳಗೆ ಬಿಡಿ, ನಾನು ವಿಷ್ಣುವರ್ಧನ್ ಸಹೋದರಿ' ಎಂಬ ಧ್ವನಿ. ಹೌದು, ಸ್ವತಃ ವಿಷ್ಣುವರ್ಧನ್ ಅವರ ಸಹೋದರಿ 'ನನ್ನ ಒಳಗೆ ಬಿಡಿ' ಎಂದು ಕೇಳಿಕೊಂಡರೂ, ಅವರನ್ನು ಒಳಗೆ ಬಿಡುವುದಕ್ಕೆ ಆಗದೇ ಇರುವಷ್ಟು ಜನಸಾಂದ್ರತೆ. ಕೊನೆಗೂ ಅವರು ಮದುವೆ ಮಂಟಪದ ಒಳಗೆ ಹೋಗುವುದಕ್ಕೆ ಆಗಲೇ ಇಲ್ಲ. ಕೋಪ ಮಾಡಿಕೊಂಡು ವಾಪಸ್ಸು ಮನೆಗೆ ಹೋಗಿ ಬಿಟ್ಟರು.

ತಮ್ಮ ನೆಚ್ಚಿನ ತಾರೆಯರನ್ನು ನೋಡಬೇಕು, ಅವರಿಗೆ ಹಾರೈಸಬೇಕು ಎಂದು ಬಂದಿದ್ದ ಅಭಿಮಾನಿಗಳು ಆಗಾಗ್ಗೆ ಪೊಲೀಸರ ಜೊತೆ ಜಗಳ ಕಾಯುತ್ತಲೇ ಇದ್ದರು. ಆ ಪರಿಸ್ಥಿತಿಯನ್ನು ಅರಿತು ಅಂಬರೀಶ್, ಅಭಿಮಾನಿಗಳ ಆಸೆ ಈಡೇರಿಸುವುದಕ್ಕಾಗಿಯೇ ವಿಷ್ಣು ಬಳಿ ಬಂದು, 'ಒಂದು ಸಲ ಅಭಿಮಾನಿಗಳಿಗೆ ಮುಖ ತೋರಿಸಿ ಹಾಯ್ ಅಂತ ಹೇಳ್ಬಿಡಪ್ಪ' ಅಂದರು. ಗೆಳೆಯನ ಮಾತಿನಂತೆ ಕಲ್ಯಾಣ ಮಂಟಪದ ಬಾಲ್ಕನಿಗೆ ವಿಷ್ಣುವರ್ಧನ್ ಮತ್ತು ಭಾರತಿ ಬಂದು ನಿಂತರು. ಒಂದು ಕಡೆ 'ರಾಮಾಚಾರಿಗೆ ಜೈ' ಎಂದು ಘೋಷಣೆ ಮೊಳಗುತ್ತಿದ್ದರೆ ಮತ್ತೊಂದು ಕಡೆಯಿಂದ ವಿಷ್ಣುವರ್ಧನ್ ಮತ್ತು

ಭಾರತಿ ಅವರ ಮೇಲೆ ಜನರ ಮಧ್ಯದಿಂದ ಎರಡು ದೊಡ್ಡ ಕಲ್ಲುಗಳು ತೂರಿ ಬಂದವು. ಕಲ್ಲುಗಳು ಇವರ ಕಡೆ ತೂರಿಬರುವುದನ್ನು ಕಂಡ ವಿಷ್ಣುವರ್ಧನ್ ಅವರು ಭಾರತಿ ಅವರನ್ನು ಗಟ್ಟಿಯಾಗಿ ಹಿಡಿದು ತಲೆಬಗ್ಗಿಸಿದ್ದರು. ಆ ಎರಡೂ ಕಲ್ಲುಗಳು ಸ್ವಲ್ಪ ಅಂತರದಲ್ಲೇ ಅವರ ತಲೆಯ ಮೇಲಿಂದ ತೂರಿ ಹೋದವು. ವಿಷ್ಣು ಅವರು ತಲೆ ಬಗ್ಗಿಸದೇ ಇದ್ದರೆ ಅನಾಹುತವೇ ಆಗಿರುತ್ತಿತ್ತು. ಒಂದೆರಡು ಕಲ್ಲು ತೂರಿ ಬಂದಾಕ್ಷಣ ಅಲ್ಲಿದ್ದ ಪೊಲೀಸರೆಲ್ಲಾ ಜಾಗೃತಗೊಂಡರು. ಹೊರಗೆ ಸೇರಿದ್ದ ಜನರು, ಆ ಕಲ್ಲು ಬಿಸಾಡಿದ್ದ ವ್ಯಕ್ತಿಯನ್ನು ಹುಡುಕಲು ಶುರು ಮಾಡಿದರು. ಎಲ್ಲವೂ ಅಸ್ತವ್ಯಸ್ತ. ಗೊಂದಲವಾಯ್ತು. ಇದನ್ನೆಲ್ಲ ಗಮನಿಸಿದ ಅಂಬರೀಶ್ ಕೂಡಲೇ ಕೋಟೆಯಂತೆ ದಂಪತಿಗೆ ರಕ್ಷಣೆ ನೀಡಿ, ಒಳಗೆ ಕರೆದುಕೊಂಡು ಹೋಗಿದ್ದರು. ವಿಷ್ಣುವರ್ಧನ್ ಅವರು ಭಾರತಿ ಅವರನ್ನು ಮದುವೆಯಾದರು ಅನ್ನುವ ಕಾರಣಕ್ಕಾಗಿ ಆ ಕಲ್ಲುಗಳು ತೂರಿ ಬಂದಿದ್ದವು.

ಅಂದಹಾಗೆ ಡಾ. ವಿಷ್ಣುವರ್ಧನ್ ಮತ್ತು ಭಾರತಿ ಹೊಸ ಜೀವನಕ್ಕೆ ಕಾಲಿಟ್ಟಿದ್ದು ಫೆಬ್ರವರಿ 27, 1975ರಂದು. ವಿಷ್ಣುವರ್ಧನ್ ಮತ್ತು ಭಾರತಿ ಅವರು ಒಟ್ಟಾಗಿ ನಟಿಸಿದ ಮೊದಲ ಚಿತ್ರ 'ಮನೆ ಬೆಳಗಿದ ಸೊಸೆ'. ಈ ಸಿನಿಮಾದಲ್ಲಿ ಬೆಳ್ಳಿತೆರೆಯಲ್ಲಿ ಸೊಸೆಯಾಗಿದ್ದ ಭಾರತಿ ಅವರು, ಮುಂದೊಂದು ದಿನ ವಿಷ್ಣುವರ್ಧನ್ ಅವರ ಕುಟುಂಬಕ್ಕೆ ನಿಜವಾಗಿಯೂ ಸೊಸೆಯಾಗಿ ಬಂದರು. ವಿಷ್ಣು ಮನೆ ಹಾಗೂ ಮನಸ್ಸು ಬೆಳಗಿದರು. ಇಬ್ಬರೂ ಮದುವೆಯಾದರು ಎನ್ನುವ ಕಾರಣಕ್ಕಾಗಿ ತೊಂದರೆ ಕೊಡುವಂತಹ ಅನೇಕ ಘಟನೆಗಳು ಇವರ ಜೀವನದಲ್ಲಿ ನಡೆದವು.

ತಂದೆಯ ಪಾರ್ಥಿವ ಶರೀರದ ಮೇಲೆ ಕಲ್ಲು

ವಿಷ್ಣುವರ್ಧನ್ ಮೇಲೆ ಕಲ್ಲು ತೂರುವುದು ಹೊಸದೇನೂ ಆಗಿರಲಿಲ್ಲ. ಬಿದ್ದ ಕಲ್ಲುಗಳನ್ನು ಆಯ್ದುಕೊಂಡೇ ಅವರು ಬದುಕಿನ ಸುಂದರ ಮನೆಯನ್ನು ಕಟ್ಟಿಕೊಂಡಿದ್ದರು. ಬಿದ್ದ ಕಲ್ಲುಗಳು ಹೂವಾಗಲಿ ಎಂದು ಪ್ರಾರ್ಥಿಸಿದ್ದರು. ಕಲ್ಲು ಬೀಸಿದ ಕೈಗಳಿಗೆ ನೋವಾಗದಿರಲಿ ಎಂದು ಮರುಗಿದ್ದರು. ಆದರೂ, ಕಲ್ಲುಗಳು ಬೀಳುತ್ತಲೇ ಇದ್ದವು. ಎಲ್ಲ ಕಲ್ಲುಗಳನ್ನೂ ಸಹಿಸಿಕೊಂಡರು. ಆದರೆ, ಅವತ್ತು ಬಿದ್ದ ಕಲ್ಲುಗಳು ಮಾತ್ರ ವಿಷ್ಣುವರ್ಧನ್ ಅವರ ಹೃದಯವನ್ನೇ ಘಾಸಿಗೊಳಿಸಿದ್ದವು. ಯಾಕೆಂದರೆ ಅವತ್ತು ಕಲ್ಲುಗಳು ಕಾರಿನ ಮೇಲೆ ಬೀಳಲಿಲ್ಲ, ಮನೆಗೆ ತಾಗಲಿಲ್ಲ, ಅವರಿಗೂ ಬೀಳಲಿಲ್ಲ. ನೇರವಾಗಿ ಅವರ ತಂದೆಯ ಪಾರ್ಥಿವ ಶರೀರದ ಮೇಲೆ ಬಿದ್ದಿದ್ದವು.

ಜೀವದ ಅಪ್ಪ ಬಾರದ ಲೋಕಕ್ಕೆ ತೆರಳಿದ್ದರು. ವಿಷ್ಣು ಅವರ ಬದುಕನ್ನು ತಿದ್ದಿತೀಡಿದ ಜೀವವದು. ಕೇವಲ ತನ್ನ ಸಂಸಾರಕ್ಕಾಗಿ ಮಾತ್ರ ಅವರು ತಮ್ಮ ಜೀವ ತೇದಿರಲಿಲ್ಲ, ಸಿನಿಮಾ ರಂಗದ ಉದ್ಧಾರಕ್ಕೂ ವಿಷ್ಣುವರ್ಧನ್ ತಂದೆ ನಾರಾಯಣರಾವ್ ಶ್ರಮಿಸಿದ್ದರು. ಇಂತಹ ಮಹಾನ್ ಚೇತನದ ಆತ್ಮಕ್ಕೆ ಶಾಂತಿ ಕೋರಿ ಕಳುಹಿಸಿ ಕೊಡಬೇಕಿತ್ತು. ಆದರೆ, ಆತ್ಮಕ್ಕೆ ನೋವು ಆಗುವ ರೀತಿಯಲ್ಲಿ ಕಲ್ಲುಗಳು ಬಿದ್ದವು. ಅದು ಶಾಂತವಾಗಿ ಮಲಗಿದ್ದ ದೇಹದ ಮೇಲೆ ಎನ್ನುವುದು ಇನ್ನೂ ಘೋರ.

ಮನುಷ್ಯ ಏನನ್ನಾದರೂ ಕ್ಷಮಿಸಿಯಾನು. ಇಂಥದ್ದೊಂದು ಘಟನೆಯನ್ನು ಕ್ಷಮಿಸುವುದಕ್ಕೆ ಹೇಗೆ ಸಾಧ್ಯ? ಬಿಕ್ಕಿ ಬಿಕ್ಕಿ ಅತ್ತರು ವಿಷ್ಣು. 'ಅಪ್ಪಾ ನನ್ನ

ಕ್ಷಮಿಸಿ ಬಿಡು' ಅಂತ ಮಗುವಿನಂತೆ ಕೈ ಮುಗಿದು ನಿಂತರು. ನಿಮಗೆ ಶಾಂತಿಯುತವಾಗಿ ಕಳುಹಿಸಿ ಕೊಡಲು ಈ ಪಾಪಿ ಮಗನಿಂದ ಆಗಲಿಲ್ಲ ಎಂದು ನೊಂದರು. ತಂದೆಯ, ನಿಗಿನಿಗಿ ಚಿತೆಯಲ್ಲಿ ಉರಿದರೆ, ವಿಷ್ಣು ನೋವು, ಅವಮಾನ, ಅಸಹಾಯಕತೆಯ ಧಗೆಯಲ್ಲಿ ಬೆಂದರು. ಉರಿಯ ನೋವು ಅನುಭವಿಸಿದರು. ಆದರೆ, ಇದರಲ್ಲಿ ವಿಷ್ಣು ಅವರ ತಪ್ಪೇನಿದೆ ಹೇಳಿ?

ವಿಷ್ಣು ಅವರ ತಂದೆಯ ಶವ ನ್ಯಾಷನಲ್ ಕಾಲೇಜಿನ ಬಳಿ ಸಾಗುತ್ತಿತ್ತು. ಕುಟುಂಬದವರು ಕಣ್ಣೀರಾಕುತ್ತಾ ಅಗಲಿದ ಹಿರಿಜೀವವನ್ನು ಕಳುಹಿಸಿಕೊಡಲು ಹೊರಟಿದ್ದರು. ಯಾರೋ ಹಿತಶತ್ರುಗಳು ಏಕಾಏಕಿ ಪಾರ್ಥಿವ ಶರೀರದ ಮೇಲೆ ಕಲ್ಲುಗಳನ್ನು ತೂರಿದಾಗ ಕುಟುಂಬಕ್ಕೆ ಹೇಗಾಗಬೇಡ? ಅಕ್ಷರಶಃ ಕನಲಿ ಹೋದರು. ಶಾಂತವಾಗಿ ಮಲಗಿದ್ದ ದೇಹದ ಮೇಲೆ ಎಂತಹ ಪುಂಡಾಟಿಕೆ. ಕಲ್ಲು ಎಸೆಯಲು ಆ ದುರುಳರಿಗೆ ಮನಸ್ಸಾದರೂ ಹೇಗೆ ಬಂತು? ಕಲ್ಲುಗಳನ್ನು ತೂರಲು ನಾರಾಯಣ ರಾವ್ ಮಾಡಿದ್ದ ತಪ್ಪಾದರೂ ಏನು? ದೇಹವನ್ನೇ ಬಿಟ್ಟು ಹೊರಟವರ ಮೇಲೆ ಹಗೆ ಸಾಧಿಸಿ ಸಾಧಿಸುವುದಾದರೂ ಏನಿತ್ತು?

ನಾರಾಯಣರಾವ್ ಅವರು ಪತ್ರಕರ್ತರು ಮತ್ತು ಚಿತ್ರಸಾಹಿತಿಗಳೂ ಆಗಿದ್ದರು. ಮಂಗಳಸೂತ್ರ, ವರದಕ್ಷಿಣೆ ಮುಂತಾದ ಚಿತ್ರಗಳಿಗೆ ಕಥೆ, ಚಿತ್ರಕಥೆ, ಸಂಭಾಷಣೆ ಬರೆದಿದ್ದರು. ಸಂಗೀತ, ನಾಟಕ ಬರವಣಿಗೆಯಲ್ಲೂ ಪಳಗಿದ್ದರು. ಹೆಂಡತಿ ಕಾಮಾಕ್ಷಮ್ಮ ಆಕಾಶವಾಣಿ ಕಲಾವಿದೆ. ಮಗಳು ರಮ್ಯಾ ಒಳ್ಳೆಯ ನೃತ್ಯ ಕಲಾವಿದೆ. ಮಗ ರವಿಕುಮಾರ್ ಶಾಲಾ ದಿನಗಳಲ್ಲೇ 'ಮೊದಲ ತೇದಿ', 'ಶಿವಶರಣೆ ನಂಬಿಯಕ್ಕ' ಸೇರಿದಂತೆ ಹಲವು ಚಿತ್ರಗಳಲ್ಲಿ ನಟಿಸಿದ್ದರು. ಮತ್ತೋರ್ವ ಮಗ ಸಂಪತ್‌ಕುಮಾರ್ (ವಿಷ್ಣುವರ್ಧನ್) 1955ರಲ್ಲಿ ಶಂಕರ್ ಸಿಂಗ್ ನಿರ್ಮಾಣದ 'ಶಿವಶರಣೆ ನಂಬಿಯಕ್ಕ' ಚಿತ್ರದ ಮೂಲಕ ಬಾಲನಟನಾಗಿ ಚಿತ್ರರಂಗ ಪ್ರವೇಶಿಸಿದರು. ನಂತರ 1956ರಲ್ಲಿ ಕೋಕಿಲವಾಣಿ ಎಂಬ ಮತ್ತೊಂದು ಚಿತ್ರಕ್ಕೂ ಬಣ್ಣ ಹಚ್ಚಿದರು. ನಾರಾಯಣರಾವ್ ಇಡೀ ಕುಟುಂಬ ಕಲಾದೇವಿಯ ಆರಾಧಕರಾಗಿದ್ದರು. ಕಲೆಯನ್ನೇ ನಂಬಿಕೊಂಡು ಬದುಕುತ್ತಿದ್ದರು. ಇಂತಹ ಕುಟುಂಬಕ್ಕೆ ಇದೆಂಥ ಅಗೌರವ. ತಂದೆಯ ಮೇಲೆ ಇಂಥದ್ದೊಂದು ಕ್ರೌರ್ಯ ನಡೆದ ದಿನದಿಂದ ವಿಷ್ಣು ಮತ್ತಷ್ಟು ಮೌನಿಯಾದರು. ಈ ಕುರಿತು ಯಾರೇ ಪ್ರಶ್ನೆ ಕೇಳಲಿ ದುರ್ಘಟನೆಯನ್ನು ಮತ್ತೆ ಮತ್ತೆ ನಾನು ನೆನಪಿಸಿಕೊಳ್ಳುವುದಿಲ್ಲ ಎನ್ನುವಷ್ಟರ ಮಟ್ಟಿಗೆ ನೊಂದಿದ್ದರು. ಕೊನೆವರೆಗೂ ತಮ್ಮ ತಂದೆಗೆ ಹೀಗಾಯಿತಲ್ಲ ಎನ್ನುವ ನೋವು ಅವರಲ್ಲಿ ಉಳಿದುಬಿಟ್ಟಿತು. ಆ ಆಘಾತದಿಂದ ಚೇತರಿಸಿಕೊಳ್ಳಲು ಅವರಿಗೆ ಆಗಿರಲೇ ಇಲ್ಲ. ಅದೆಷ್ಟು

ತೀವ್ರವಾಗಿ ಅವರ ಮೇಲೆ ಆ ಘಟನೆ ಪರಿಣಾಮ ಬೀರಿತ್ತು ಎಂದರೆ ಕಲ್ಲುಗಳು ಕಂಡಾಗ ಬೆದರುತ್ತಿದ್ದರು, ನಡುಗುತ್ತಿದ್ದರು, ಕಣ್ಣೀರಾಕುತ್ತಿದ್ದರು, ಕಲ್ಲುಗಳೇ ನೀವು ಮನೆಯ ಕಟ್ಟಿ, ಮನಸ್ಸು ಒಡೆಯಬೇಡಿ ಎಂದು ಗುನುಗುತ್ತಿದ್ದರು.

ಆದರೆ, ಶಾಂತವಾದ ಕೊಳದಲ್ಲಿ ಬಿದ್ದ ಆ ಕಲ್ಲುಗಳು ಮತ್ತೆ ಮತ್ತೆ ರಾಡಿ ಎಬ್ಬಿಸುತ್ತಿದ್ದವು, ಆ ರಾಡಿಯಲ್ಲೇ ತಿಳಿನೀರಿನ ಕನಸು ಕಂಡು ವಿಷ್ಣು ಬದುಕುತ್ತಿದ್ದರು. ನಿಂತ ನೀರ ಕಲಕಬೇಡಿ ಕಲ್ಲುಗಳೆ ಎಂದು ಪ್ರಾರ್ಥಿಸುತ್ತಿದ್ದರು.

ಕಲ್ಲುಗಳಿಗೆ ಮನಸ್ಸಿದ್ದರೆ ಕೇಳಿಸುತ್ತಿತ್ತೇನೋ...

ಪೋಸ್ಟರ್‌ಗೆ ಬೆಂಕಿ, ಥಿಯೇಟರ್ ಮೇಲೆ ಕಲ್ಲು!

ಥಿಯೇಟರ್ ಮುಂದೆ ಆಳೆತ್ತರದ ಕಟೌಟ್. ಕಟೌಟ್ ಮುಚ್ಚುವಷ್ಟು ಹಾರಗಳು. ಹಾಲಿನ ಅಭಿಷೇಕ, ಕಟ್ಟಿದ ಸ್ಟಾರ್‌ಗಳ ಮೆರವಣಿಗೆ, ಕಟೌಟ್ ಮುಂದೆ ಅಭಿಮಾನಿಗಳ ತಮ್ಮಟೆ ಕುಣಿತ... ಇದು ವಿಷ್ಣುವರ್ಧನ್ ಪಾಲಿಗೆ ಸಂಭ್ರಮವಾಗಬೇಕಿತ್ತು. ಆದರೆ, ಸಂಕಟವಾಗಿಯೇ ಉಳಿಯುತ್ತಿತ್ತು. ಎದೆಯ ಬಡಿತ ಹೆಚ್ಚಿಸುತ್ತಿತ್ತು. ಆತಂಕ ಕಾಡುತ್ತಿತ್ತು.

ಥಿಯೇಟರ್ ಮುಂದೆ ತಮ್ಮ ನೆಚ್ಚಿನ ನಟನ ಎತ್ತರದ ಕಟೌಟ್ ನಿಲ್ಲಿಸಬೇಕು, ಅದಕ್ಕೆ ಹಾಲಿನ ಅಭಿಷೇಕ ಮಾಡಬೇಕು, ಸ್ಟಾರ್‌ಗಳನ್ನು ಕಟ್ಟಿ ಮೆರವಣಿಗೆ ಹೋಗಬೇಕು ಎನ್ನುವುದು ಅಭಿಮಾನಿಗಳ ಆಸೆ ಆಗಿರುತ್ತಿತ್ತು. ಆ ಆಸೆಯನ್ನು ಹತ್ತಿಕ್ಕುವಂತಹ ಸಾಕಷ್ಟು ಪ್ರಯತ್ನಗಳು ನಡೆದವು. ಒಂದೊಂದು ಬಾರಿ ಅತಿರೇಕಕ್ಕೂ ಹೋಗಿ, ಜೀವಹಾನಿ ಆಗುವಂತಹ ಸಂದರ್ಭಗಳೂ ಎದುರಾದವು. ಭಾರತದಲ್ಲೇ ಇಂಥದ್ದೊಂದು ನೋವನ್ನು ಅನುಭವಿಸಿದ ಏಕೈಕ ನಟನಾಗಿ ವಿಷ್ಣುವರ್ಧನ್ ಉಳಿದರು.

'ಬೇರೆಯವರಿಗೆ ತೊಂದರೆ ಕೊಡುವ, ಇತರರನ್ನು ನೋಯಿಸುವ ಮತ್ತು ಮತ್ತೋರ್ವ ಕಲಾವಿದನಿಗೆ ಗೌರವ ಕೊಡದೇ ಇರುವಂಥವರು ನನ್ನ ಅಭಿಮಾನಿ ಆಗಬೇಡಿ' ಎಂದು ಡಾ. ವಿಷ್ಣುವರ್ಧನ್ ಹೇಳಿದ್ದ ಮಾತುಗಳನ್ನು ಈಗಲೂ ಹಲವರು ನೆನಪಿಸಿಕೊಳ್ಳುತ್ತಾರೆ. ಅವರ ವಿಷ್ಣುಸೇನೆ ತಮ್ಮ ನೆಚ್ಚಿನ ನಟನ ಮಾತನ್ನು ಚಾಚು ತಪ್ಪದೆ ಪಾಲಿಸುತ್ತಲೇ ಬಂದಿತ್ತು. ಆದರೆ, ಉಳಿದ ಅಭಿಮಾನಿಗಳು ಹಾಗೆಯೇ ಇರಬೇಕಲ್ಲ? ಅದರಲ್ಲೂ ಡಾ. ರಾಜಕುಮಾರ್

ಹೆಸರು ಹೇಳಿಕೊಂಡು ಓಡಾಡುತ್ತಿದ್ದ ಕೆಲ ಕಿಡಿಗೇಡಿಗಳು ಅಹಿತಕರ ಘಟನೆಗಳಿಗೆ ಸಾಕ್ಷಿ ಆಗದೇ ಬಿಡುತ್ತಲೇ ಇರಲಿಲ್ಲ. ಈ ಕಾರಣಕ್ಕಾಗಿಯೇ ಡಾ. ರಾಜಕುಮಾರ್ ಅವರು ಕೂಡ ಅಭಿಮಾನಿ ಸಂಘದಿಂದ ಅಂತರವನ್ನು ಕಾಪಾಡಿಕೊಂಡೇ ಬಂದರು. ಆದರೂ, ಅಭಿಮಾನಿಗಳ ಹೆಸರಿನಲ್ಲಿ ಕೃತ್ಯ ಮಾಡುತ್ತಿದ್ದ ಕಿಡಿಗೇಡಿಗಳಿಂದಾಗಿ ಅಣ್ಣಾವ್ರ ಹೆಸರು ಹಾಳಾಗುತ್ತಿತ್ತು. ಅದನ್ನು ಸ್ವತಃ ಅಣ್ಣಾವ್ರು ಕೂಡ ಅರಿತಿದ್ದರು ಎನ್ನುವುದಕ್ಕೆ ಹಲವು ಸಾಕ್ಷಿಗಳು ಇವೆ.

'ಗಂಧದ ಗುಡಿ' ಪ್ರಕರಣದ ನಂತರ ಒಂದು ರೀತಿಯಲ್ಲಿ ಅಘೋಷಿತ ಎದುರಾಳಿಗಳೇ ಆದರು ಡಾ. ರಾಜಕುಮಾರ್ ಮತ್ತು ಡಾ. ವಿಷ್ಣುವರ್ಧನ್. ಆ ರೀತಿಯಲ್ಲೇ ಈ ಮಹಾನ್ ಕಲಾವಿದರನ್ನು ಬಿಂಬಿಸುತ್ತಲೇ ಬರಲಾಯಿತು. ಹತ್ತಿದ ಬೆಂಕಿ ಆರದ ಹಾಗೆ ನೋಡಿಕೊಳ್ಳಲಾಯಿತು. ಕೆಲವು ಪತ್ರಕರ್ತರು ಕೂಡ ಇದಕ್ಕೆ ಪ್ರಚೋದಿಸಿದರು, ತುಪ್ಪ ಕೊಂಚ ಕೊಂಚವಾಗಿ ಸುರಿದರು. ಅಭಿಮಾನಿ ಹೆಸರಿನ ಕಿಡಿಗೇಡಿಗಳು ಇದರ ಲಾಭ ಪಡೆದು ವಿಷ್ಣುವರ್ಧನ್ ಅವರಿಗೆ ಇನ್ನಿಲ್ಲದಂತೆ ಕಿರುಕುಳ ಕೊಡುತ್ತಾ ಬಂದರು. ವಿಷ್ಣುವರ್ಧನ್ ಮನೆಗೆ ರಾತ್ರೋರಾತ್ರಿ ಫೋನ್ ಕಾಲ್ ಮಾಡೋದು, ಬಾಯಿಗೆ ಬಂದಂತೆ ಬೈಯೋದು ಒಂದು ಕಡೆಯಾದರೆ, ಚಿತ್ರೀಕರಣ ಸ್ಥಳದಲ್ಲಿ ಅನವಶ್ಯಕವಾಗಿ ತೊಂದರೆ ಕೊಟ್ಟರು. ರಸ್ತೆಯಲ್ಲಿ ಹೋಗುವಾಗ ಕಲ್ಲು ಎಸೆದರು. ಅಷ್ಟೇ ಏಕೆ ವಿಷ್ಣುವರ್ಧನ್ ನಟನೆಯ ಚಿತ್ರ ರಿಲೀಸ್ ಆಗುತ್ತಿದೆ ಎಂದಾಗ, ಅದಕ್ಕೆ

ಅಡ್ಡಿ ಪಡಿಸಲೆಂದೇ ಕೆಲ ಗುಂಪುಗಳು ಥಿಯೇಟರ್ ಮೇಲೆ ದಾಳಿ ಮಾಡಿದ ಉದಾಹರಣೆಗಳು ಕೂಡ ಇವೆ. ಡಾ. ರಾಜಕುಮಾರ್ ಸಿನಿಮಾ ರಿಲೀಸ್ ಆದ ವೇಳೆಯಲ್ಲಿ ಯಾವುದೇ ಕಾರಣಕ್ಕೂ ವಿಷ್ಣುವರ್ಧನ್ ಅವರ ಚಿತ್ರಗಳನ್ನು ರಿಲೀಸ್ ಮಾಡಲು ಬಿಡುತ್ತಿರಲಿಲ್ಲ. ಅಕ್ಕಪಕ್ಕದ ಚಿತ್ರಮಂದಿರಗಳಲ್ಲಿ ಚಿತ್ರ ಬಿಡುಗಡೆಯಾದರೆ, ಅಲ್ಲಿಯೂ ಕಿರಿಕಿರಿ. ಥಿಯೇಟರ್ ವಿಸಿಟ್‌ಗೆ ಬಂದರೆ, ಚಿತ್ರತಂಡದ ಮೇಲೆ ಕಲ್ಲುಗಳಿಂದ ದಾಳಿ. ಪೋಸ್ಟರ್‌ಗೆ ಸಗಣಿ ಹಾಕೋದು, ಬೆಂಕಿ ಹಚ್ಚೋದು, ಕಟ್ಟಿದ ಸ್ಟಾರ್‌ಗಳನ್ನು ಕಿತ್ತು ಹಾಕುವುದು, ವಿಷ್ಣು ಸೇನೆ ಸದಸ್ಯರ ಮೇಲೆ ದಾಳಿ ಮಾಡುವುದು, ಥಿಯೇಟರ್‌ಗೆ ಬೆಂಕಿ ಹಚ್ಚುವುದಾಗಿ ಬೆದರಿಸೋದು. ಹೀಗೆ ನಿತ್ಯ ಕಿರುಕುಳದಲ್ಲೇ ದಿನಗಳನ್ನು ದೂಡುವಂತಾಗಿತ್ತು ವಿಷ್ಣುವರ್ಧನ್ ಬದುಕು. ಸಿನಿಮಾ ರಿಲೀಸ್ ಅನ್ನುವುದು ಅವರ ಪಾಲಿಗೆ ಸಂಭ್ರಮಕ್ಕಿಂತ ಹೆಚ್ಚಾಗಿ ಈ ಸಲ ಸಿನಿಮಾ ರಿಲೀಸ್ ಆದಾಗ ಇನ್ನೇನು ಅನಾಹುತ ಕಾದಿದೆಯೋ ಅನ್ನುವ ಆತಂಕವೇ ಜಾಸ್ತಿ ಇರುತ್ತಿತ್ತು. ತನ್ನ ಸಾಧನೆಯ ಬಗ್ಗೆ ಸಂಭ್ರಮಪಡಲೂ ಸಾಧ್ಯವಾಗದೆ ಸದಾ ಭೀತಿಯಲ್ಲಿಯೇ ದಿನ ಕಳೆಯುವ ಹಾಗಾಗಿತ್ತು.

'ಕಿಲಾಡಿ ಜೋಡಿ' ಸಿನಿಮಾ ಬೆಂಗಳೂರಿನ ಮೆಜೆಸ್ಟಿಕ್ ಚಿತ್ರಮಂದಿರದಲ್ಲಿ ಬಿಡುಗಡೆ ಆದ ಸಂದರ್ಭ. ವಿಷ್ಣುವರ್ಧನ್ ಅವರ ಅಭಿಮಾನಿಗಳು ಎತ್ತರದ, ದೊಡ್ಡ ನಕ್ಷತ್ರವನ್ನು ಮಾಡಿಕೊಂಡು, ಅದನ್ನು ಮೆರವಣಿಗೆಯಲ್ಲಿ ತಂದು, ಚಿತ್ರಮಂದಿರದ ಗೋಡೆಗೆ ಕಟ್ಟಲು ತೀರ್ಮಾನಿಸಿದ್ದರು. ನಿರಂತರವಾಗಿ ಕಾಡುತ್ತಲೇ ಇದ್ದ ಅಭಿಮಾನಿಗಳ ಹೆಸರಿನ ಕೆಲ ಗೂಂಡಾಗಳು ವಿಷ್ಣು ಅಭಿಮಾನಿಗಳ ಮೇಲೆ ಹಲ್ಲೆ ಮಾಡಲು ಸಂಚು ರೂಪಿಸಿದ್ದರು. ಈ

ವಿಷಯವನ್ನು ಅಭಿಮಾನಿಗಳು ರಾಜೇಂದ್ರ ಸಿಂಗ್ ಬಾಬು ಅವರ ಗಮನಕ್ಕೂ ತಂದಿದ್ದರು. ಕೂಡಲೇ ಬಾಬು ಅವರು ಆಗಿನ ಮುಖ್ಯಮಂತ್ರಿಗಳಿಗೆ ಮತ್ತು ಗೃಹ ಸಚಿವರಿಗೆ ವಿಷಯ ಮುಟ್ಟಿಸಿದ್ದರು. ಮೆಜೆಸ್ಟಿಕ್ ಚಿತ್ರಮಂದಿರಕ್ಕೆ ಭಾರೀ ಪೊಲೀಸ್ ರಕ್ಷಣೆ ಒದಗಿಸಲಾಗಿತ್ತು. ಆದರೂ, ಕೆಲ ಕಿಡಿಗೇಡಿಗಳು ಮೆರವಣಿಗೆ ಮಧ್ಯ ನುಗ್ಗಿ ವಿಷ್ಣು ಅಭಿಮಾನಿಗಳ ಮೇಲೆ ಹಲ್ಲೆ ನಡೆಸಿದ್ದರು.

'ಬಂಧನ' ಸಿನಿಮಾ ಬಿಡುಗಡೆ ವೇಳೆಯಲ್ಲೂ ಮತ್ತೊಂದು ಅಹಿತಕರ ಘಟನೆ ನಡೆಯಿತು. ಅಂದುಕೊಂಡಂತೆ ಆಗಿದ್ದರೆ ಈ ಸಿನಿಮಾ ಅಭಿನಯ ಚಿತ್ರಮಂದಿರದಲ್ಲಿ ರಿಲೀಸ್ ಆಗಬೇಕಿತ್ತು. ಆದರೆ, ಡಾ. ರಾಜಕುಮಾರ್ ಸಿನಿಮಾಗಾಗಿ ಅದು ನಿಗದಿಯಾಗಿದ್ದರಿಂದ ಅಪರ್ಣ ಚಿತ್ರಮಂದಿರದಲ್ಲಿ ಬಿಡುಗಡೆ ಆಯಿತು. ಆಗ ಅಪರ್ಣ ಅಷ್ಟೇನೂ ಚೆನ್ನಾಗಿರಲಿಲ್ಲ. ಹಾಗಾಗಿ ಥಿಯೇಟರ್ ಸರಿ ಮಾಡಿ, 'ಬಂಧನ' ಸಿನಿಮಾ ಬಿಡುಗಡೆ ಮಾಡಲಾಯಿತು. ಈ ಸಂದರ್ಭದಲ್ಲಿ ಕೆಲ ಕಿಡಿಗೇಡಿಗಳು ಕಟೌಟ್‌ಗಳನ್ನು ಸುಟ್ಟರು. ಚಿತ್ರಮಂದಿರದಲ್ಲಿ ಮೆಣಸಿನ ಪುಡಿಯನ್ನು ಎರಚಿದ್ದರು. ಈ ಗಲಾಟೆ ದೊಡ್ಡದಾಗಿತ್ತು. ಸಿ.ಒ.ಡಿ.ಯಲ್ಲಿ ದೂರು ದಾಖಲಾಯಿತು. ಸಿ.ಒ.ಡಿ. ಪೊಲೀಸರು ಚಿತ್ರಮಂದಿರಕ್ಕೆ ಮಫ್ತಿಯಲ್ಲಿ ಬಂದು ಕಿಡಿಗೇಡಿಗಳನ್ನು ಬಂಧಿಸಿದ್ದರು.

'ಮುತ್ತಿನ ಹಾರ' ಸಂದರ್ಭದಲ್ಲೂ ಆ ಗೆಲುವನ್ನು ಸಂಭ್ರಮಿಸೋಕೆ ಬಿಡಲಿಲ್ಲ ದುರುಳರು. ಸಿನಿಮಾದ ಪೋಸ್ಟರ್‌ಗಳನ್ನು ಹರಿದು ಹಾಕಿದರು. ಸಗಣಿ, ಕೆಸರು ಮೆತ್ತಿದ್ದರು. ಎಲೆ ಅಡಿಕೆ ತಿಂದು ಉಗಿದಿದ್ದರು. ತಲೆ ಬೋಳಿಸಿಕೊಂಡು ಬಂದಿದ್ದ ಕೆಲ ಕಿಡಿಗೇಡಿಗಳು ಸ್ಟಾರ್‌ಗಳ ಮೆರವಣಿಗೆ ಸಂದರ್ಭದಲ್ಲಿ ವಿಷ್ಣು ಅಭಿಮಾನಿಗಳ ಮೇಲೆ ಹಲ್ಲೆ ನಡೆಸಿದ್ದರು. ಒಂದು

ರೀತಿಯಲ್ಲಿ ರಕ್ತಪಾತವೇ ನಡೆದು ಹೋಗಿತ್ತು. ಕೆಲವರ ತಲೆ ಸೀಳಿ ಬಿಟ್ಟಿತ್ತು. ಆ ಪ್ರಮಾಣದಲ್ಲಿ ಹಿಂಸಾಚಾರ ಮಾಡಿದ್ದರು ಕಿಡಿಗೇಡಿಗಳು.

ಸಾಗರ್ ಥಿಯೇಟರ್‌ನಲ್ಲಿ 'ನಾಗರಹಾವು' ನೂರು ದಿನದ ಸಂಭ್ರಮ ಆಚರಿಸುತ್ತಿದ್ದಾಗ, ಅದೇ ರಸ್ತೆಯಲ್ಲೇ ಇರುವ ಸ್ಟೇಟ್ಸ್ ಥಿಯೇಟರಿನಲ್ಲಿ ಡಾ. ರಾಜಕುಮಾರ್ ಅಭಿನಯದ 'ಬಂಗಾರದ ಮನುಷ್ಯ' ಒಂದು ವರ್ಷದ

ಪ್ರದರ್ಶನ ಕಂಡಿತ್ತು. ಒಂದು ವರ್ಷದ ನಂತರ ಕೂಡ ಈ ಚಿತ್ರವನ್ನು ನೋಡಲು ಜನರ ನೂಕುನುಗ್ಗಲಿತ್ತು. ಎರಡೂ ಥಿಯೇಟರ್‌ಗಳು ಅಕ್ಕಪಕ್ಕ ಇದ್ದುದರಿಂದ ತುಂಬಾ ಸಿನಿಮಾ ಮಂದಿ ಅಲ್ಲಿ ಜಮಾಯಿಸಿದ್ದರು. ಆಗ ಯಾರೋ ಒಬ್ಬ ಕಿಡಿಗೇಡಿ ಕಲ್ಲೊಂದನ್ನು ಎಸೆದು ಬಿಟ್ಟ ಅಷ್ಟೇ. ಅದನ್ನೇ ಜನ 'ನಾಗರಹಾವು ವರ್ಸಸ್ ಬಂಗಾರದ ಮನುಷ್ಯ' ಗಲಾಟೆ ಎಂದು ಬಣ್ಣ ಕಟ್ಟಿ ಮಾತನಾಡಲು ಶುರುಮಾಡಿದರು. ವಾಸ್ತವವಾಗಿ ಅಲ್ಲಿ ಅಂತಹ ಗಲಾಟೆ ಏನೂ ನಡೆದಿರಲೇ ಇಲ್ಲ. ಆನಂತರ ಈ ಪುಟ್ಟ ಕಲ್ಲೆಸತಕ್ಕೆ ದಿನಕ್ಕೊಂದು ಬಣ್ಣ ಕಟ್ಟಲು ಶುರು ಮಾಡಿದರು.

ಇವುಗಳು ಕೇವಲ ಉದಾಹರಣೆಗಳು ಅಷ್ಟೇ, ಇಂತಹ ಸಾಕಷ್ಟು ತೊಂದರೆಗಳನ್ನು ವಿಷ್ಣುವರ್ಧನ್ ಸಿನಿಮಾಗಳು ಎದುರಿಸಿವೆ. ಹೀಗಾಗಿಯೇ ಅನೇಕರು ವಿಷ್ಣುವರ್ಧನ್ ಜೊತೆ ಸಿನಿಮಾ ಮಾಡಲು ಬರುತ್ತಲೇ ಇರಲಿಲ್ಲ. ಚಿತ್ರಮಂದಿರಗಳ ಮಾಲೀಕರು ಕೂಡ ಚಿತ್ರ ಬಿಡುಗಡೆ ಮಾಡಲು ಭಯಪಟ್ಟಿದ್ದು ಇದೆ. ಅನೇಕ ಸಲ ಪೊಲೀಸ್ ಸರ್ಪಗಾವಲಿನಲ್ಲೇ ಚಿತ್ರ ಬಿಡುಗಡೆಯಾದ ಉದಾಹರಣೆಗಳು ಕೂಡ ಇವೆ.

ಆದರೂ, ಸಿನಿಮಾಗಳು ಸೋಲದೇ, ದಾಖಲೆಯ ಮೇಲೆ ದಾಖಲೆ ಬರೆದು, ಅಭಿಮಾನಿಗಳ ಪಾಲಿನ ಎಲ್ಲ ನೋವು ಮರೆಸಿವೆ ಎನ್ನುವುದು ಸಂಭ್ರಮದ ಸಂಗತಿ.

ಕರುನಾಡ ಸುಪುತ್ರನನ್ನು ಕರ್ನಾಟಕವನ್ನೇ ಬಿಡುವಂತೆ ಮಾಡಿದ್ದು ಯಾರು?

'ಕ್ಷಮಿಸಿ, ನಾನು ಕರ್ನಾಟಕ ತೊರೆಯುತ್ತಿದ್ದೇನೆ'...

ಕಣ್ತುಂಬಿಕೊಂಡು ನೋವಿನಿಂದಲೇ ನುಡಿದಿದ್ದರು ಡಾ. ವಿಷ್ಣುವರ್ಧನ್.

ಹುಟ್ಟಿ, ಬೆಳೆದ ರಾಜ್ಯದಿಂದಲೇ ನಾನು ಹೊರಡುತ್ತೇನೆ ಎಂದು ವಿಷ್ಣುವರ್ಧನ್ ಪತ್ರಿಕಾಗೋಷ್ಠಿ ಕರೆದು ಹೇಳುತ್ತಾರೆ ಅಂದರೆ, ಅವರಿಗೆ ಆದ

ನೋವಿನ ಪ್ರಮಾಣ ಎಷ್ಟಿರಬಹುದು ಎಂದು ಅಂದಾಜಿಸಿಕೊಳ್ಳಿ. ಅದು 1984 ಸೆಪ್ಟಂಬರ್ 9ನೇ ತಾರೀಖಿನ ಸಂಜೆಯ ಸಮಯ. ಇನ್ನೇನು 'ಬಂಧನ' ಸಿನಿಮಾ ಬಿಡುಗಡೆ ಆಗುವುದರಲ್ಲಿ ಇತ್ತು. ಆ ಮಂದಿಯ ಉಪಟಳ ಸಹಿಸಲಾಗದೇ ಪ್ರೆಸ್‌ಮೀಟ್ ಕರೆದು, ತಾವು ಬೆಂಗಳೂರು ಬಿಟ್ಟು ಮದ್ರಾಸಿಗೆ ಹೋಗಿ ಸೆಟ್ಲ್ ಆಗುವ ಬಗ್ಗೆ ಘೋಷಿಸಿದ್ದರು ವಿಷ್ಣುವರ್ಧನ್. ಇದಕ್ಕೆ ಅವರದ್ದೇ ಆದ ವೈಯಕ್ತಿಕ ಕಾರಣಗಳನ್ನು ಪತ್ರಕರ್ತರಿಗೆ ನೀಡಿದರು. ಅನಾಮಿಕ ಟೆಲಿಫೋನ್ ಕರೆಗಳಿಂದ ಬೈಗಳುಗಳ ಸುರಿ ಮಳೆ ಆಗುತ್ತಿರುವುದು, ಬಂಧನ ಸಿನಿಮಾ ಬಿಡುಗಡೆಗೆ ಅಡ್ಡಿ ಆತಂಕಗಳು ಎದುರಾಗುತ್ತಿರುವುದು, ಪೋಸ್ಟರ್‌ಗಳಿಗೆ ಸಗಣಿ ಮೆತ್ತುತ್ತಿರುವುದು, ಕಾರಿನಲ್ಲಿ ಓಡಾಡುವಾಗ ಕಲ್ಲುಗಳನ್ನು ತೂರುವುದು, ಅವಾಚ್ಯ ಪದಗಳಿಂದ ನಿಂದಿಸುವುದು ಒಂದಾ, ಎರಡಾ?

ಕರುಳುಬಳ್ಳಿ ಸಂಬಂಧವನ್ನೇ ತೊರೆದುಕೊಂಡು ವಿಷ್ಣು ಊರು ಬಿಡುತ್ತೇನೆ ಅಂದಾಗ, ಅವರು ಆಗ ಮಾಡಿದ ಸಾಧನೆ ಸಣ್ಣದಿತ್ತಾ? ಅದೇ ಅವಮಾನ ಪರ್ವ ಮುಂದುವರಿದು ಅವರು ಸತ್ತ ನಂತರವೂ ವಿಷ್ಣು ಸ್ಮಾರಕಕ್ಕೆ ಜಾಗ ಸಿಗದಂತೆ ಮಾಡಿ ಬೆಂಗಳೂರು ತೊರೆಯುವಂತೆ ಮಾಡಿದ ಹುನ್ನಾರ ಸಣ್ಣದಾ? ಬೆಂಗಳೂರಿನ ಬಾಲಣ್ಣ ಸ್ಟುಡಿಯೋದಲ್ಲಿ ಕೂತ ಅವರ ಆತ್ಮ ಎಷ್ಟೊಂದು ನೋವು ಅನುಭವಿಸಿರಬೇಡ?

ವಿಷ್ಣುವರ್ಧನ್ ಸಾಧನೆಯನ್ನು ಕೂತು ಸಣ್ಣದಾಗಿ ಲೆಕ್ಕಹಾಕಿದರೂ, ಸಿನಿಮಾ ರಂಗದಲ್ಲಿ ಅವರದ್ದು ಸುದೀರ್ಘ 37 ವರ್ಷಗಳ ಪಯಣ. ಕನ್ನಡ, ಹಿಂದಿ, ತೆಲುಗು, ಮಲಯಾಳಂ ಮತ್ತು ತಮಿಳು ಸೇರಿದಂತೆ 220 ಚಿತ್ರಗಳಲ್ಲಿ ಅಭಿನಯಿಸಿದ್ದಾರೆ. ಮಾಡಿದ ಅಷ್ಟೂ ಪಾತ್ರಗಳು ವಿಭಿನ್ನ. ಸಿನಿಮಾದ ಸೋಲು ಗೆಲುವುಗಳ ಲೆಕ್ಕಾಚಾರ ಏನೇ ಇದ್ದರೂ ಮಾಡಿದ ಪಾತ್ರಗಳಷ್ಟೂ ಜನರ ಮನಗೆದ್ದಿವೆ. ಕೌಟುಂಬಿಕ, ಹಾಸ್ಯ, ಪ್ರಣಯ, ಸಾಹಸ, ಸಂಗೀತ ಹೀಗೆ ನಾನಾ ಭಾವಗಳ ಬುತ್ತಿಯನ್ನೇ ತಮ್ಮ ಸಿನಿಮಾದ ಮೂಲಕ ಅವರು ಅಭಿಮಾನಿಗಳಿಗೆ ನೀಡಿದ್ದಾರೆ. ಅದರಲ್ಲೂ ಭಾವನಾತ್ಮಕ ಪಾತ್ರಗಳಿಂದಾಗಿ ಕನ್ನಡಿಗರ ಮನಸ್ಸುಗಳಲ್ಲಿ ನೆಲೆಯೂರಿದ್ದಾರೆ. 'ಸಾಹಸ ಸಿಂಹ' ಎನ್ನುವ ಬಿರುದಿನಿಂದ ಕನ್ನಡ ಚಿತ್ರರಂಗದಲ್ಲಿ ಐಡೆಂಟಿಟಿ ಸಿಕ್ಕರೂ ಅವರು ಭಾವನಾತ್ಮಕ ಪಾತ್ರಗಳಿಂದಲೇ ಕನ್ನಡ ಸಿನಿ ರಸಿಕರಿಗೆ ಹತ್ತಿರವಾದವರು.

ಹೊಂಬಿಸಿಲು, ಬಂಧನ, ಸುಪ್ರಭಾತ, ಲಾಲಿ ರೀತಿಯ ಸಿನಿಮಾಗಳೇ ಅವರ ಮನೋಜ್ಞ ಅಭಿನಯಕ್ಕೆ ಸಾಕ್ಷಿ. ನಾಗರ ಹೊಳೆ, ಭಾಗ್ಯಜ್ಯೋತಿ, ಬಂಗಾರದ ಗುಡಿ, ಸಿರಿತನಕ್ಕೆ ಸವಾಲ್, ಬಂಧನ, ಮುತ್ತಿನಹಾರ, ಸಿರಿವಂತ, ವೀರಪ್ಪ ನಾಯ್ಕ, ಯಜಮಾನ, ಆಪ್ತಮಿತ್ರ, ಆಪ್ತ ರಕ್ಷಕ ರೀತಿಯ ಸಿನಿಮಾಗಳು ಕನ್ನಡದ ಸಾರ್ವಕಾಲಿಕ ಶ್ರೇಷ್ಠ ಸಿನಿಮಾಗಳು ಎನ್ನುವ ಗೌರವಕ್ಕೆ ಪಾತ್ರವಾಗಿವೆ.

ನಾಗರಹಾವಿನ ರಾಮಾಚಾರಿ, ಭೂತಯ್ಯನ ಮಗ ಅಯ್ಯುವಿನ ಗುಳ್ಳ, ಗಂಧದ ಗುಡಿಯ ಕುಮಾರ್, ಬಂಧನದ ಡಾ. ಹರೀಶ್, ಮಾತಾಡ್ ಮಾತಾಡ್ ಮಲ್ಲಿಗೆಯ ಹೂವಯ್ಯ, ವೀರಪ್ಪನಾಯಕನ ನಾಯಕ, ಪೋಲೀಸ್ ಮತ್ತು ದಾದಾದ ಇನ್ಸ್ಪೆಕ್ಟರ್ ಧನುಷ್, ಮುತ್ತಿನಹಾರದ ಸೈನಿಕ, ನಿಷ್ಕರ್ಷದ ಕಮಾಂಡರ್, ಕಳ್ಳಕುಳ್ಳದ ಕಳ್ಳ, ದಿಗ್ಗಜರುವಿನ ಕುಚುಕು ಗೆಳೆಯ, ಜಿಮ್ಮಿಗಲ್ಲಿನ ಖೈದಿ, ಹೊಂಬಿಸಿಲಿನ ವೈದ್ಯ, ಲಾಲಿಯ ಪ್ರೇಮಮಯಿ ತಂದೆ, ಸುಪ್ರಭಾತದ ಪೆಟ್ರೋಲ್ ಬಂಕ್ ಮಾಲೀಕ, ಸಾಹಸ ಸಿಂಹದ ಪೋಲೀಸ್ ಅಧಿಕಾರಿ, ಜಯಸಿಂಹದ ಅರಣ್ಯಾಧಿಕಾರಿ, ಕೋಟಿಗೊಬ್ಬದ ಅಂಡರ್ ವರ್ಲ್ಡ್ ಡಾನ್, ಗುರು ಶಿಷ್ಯರುವಿನ ಮಹಾರಾಜ, ಮಣಿಕಂಠನ ಮಹಿಮೆಯ ಮೂಗ, ವಿಷ್ಣು ಸೇನಾದ ಪ್ರೊಫೆಸರ್, ಹೃದಯಗೀತೆಯ ಅಮರ ಪ್ರೇಮಿ, ಕರ್ಣನ ತ್ಯಾಗಿ, ಮಲಯ ಮಾರುತದ ಸಂಗೀತ ವಿದ್ವಾಂಸ ಹೀಗೆ ಸಿಕ್ಕ ಪಾತ್ರಗಳಷ್ಟೂ ಅವರ ನಟನಾ ಸಾಮರ್ಥ್ಯಕ್ಕೆ ಸಾಕ್ಷಿ ಆಗಿವೆ. ಸ್ವಮೇಕ್ ಚಿತ್ರಗಳಲ್ಲಷ್ಟೇ ಅಲ್ಲ, ರೀಮೇಕ್ ಚಿತ್ರಗಳಲ್ಲೂ ತಮ್ಮದೇ ಆದ ಹೊಸತನದ ವಿಶಿಷ್ಟ ಅಭಿನಯ ನೀಡಿದ್ದಾರೆ ವಿಷ್ಣುವರ್ಧನ್. ಯಜಮಾನ ಮತ್ತು ಆಪ್ತಮಿತ್ರ ಚಿತ್ರಗಳು ಹತ್ತು ಹಲವು ದಾಖಲೆಗಳನ್ನು ಬರೆದಿವೆ.

ವಿಷ್ಣುವರ್ಧನ್ ಸಿನಿಮಾಗಳೆಂದರೆ ಯಾವುದೇ ಮುಜುಗರವಿಲ್ಲದೇ, ಕುಟುಂಬ ಸಮೇತ ನೋಡುವಂತಹ ಚಿತ್ರ ಎನ್ನುವ ಬ್ರ್ಯಾಂಡ್ ಸೃಷ್ಟಿಯಾಗಿತ್ತು. ಪ್ರೇಕ್ಷಕರ ಈ ನಂಬಿಕೆಯನ್ನು ಕೊನೆವರೆಗೂ ಅವರು ಉಳಿಸಿಕೊಂಡು

ಬಂದರು. ಇವರ 10 ಚಿತ್ರಗಳು 25 ವಾರ, 25 ಚಿತ್ರಗಳು ನೂರುದಿನ, 5 ಚಿತ್ರಗಳು ಒಂದು ವರ್ಷ ಪ್ರದರ್ಶನ ಕಂಡಿವೆ. ಈ ಸಂದರ್ಭದಲ್ಲಿ ಸ್ವತಃ ವಿಷ್ಣುವರ್ಧನ್ ಅವರೇ ಹೇಳಿದ ಮಾತು ನೆನಪಾಗುತ್ತಿದೆ. 'ನಟನೊಬ್ಬನ ಎಂಟ್ರಿ ಮತ್ತು ಎಗ್ಸಿಟ್ ಅದ್ಭುತವಾಗಿರಬೇಕು. ಜನರ ಮನಸ್ಸಿನಲ್ಲಿ ಸದಾ ಅದು ನೆನಪಿನಲ್ಲಿಡುವಂತಿರಬೇಕು' ಎಂದು. ತಮ್ಮ ಮಾತಿನಂತೆ ಅವರು ನಡೆದುಕೊಂಡರು. ನಾಗರಹಾವು ಚಿತ್ರದಿಂದ ಅವರು ಪಡೆದ ಎಂಟ್ರಿ, ಆಪ್ತರಕ್ಷಕದಿಂದ ಎಗ್ಸಿಟ್ ಆಯಿತು. ಈ ಎರಡೂ ಚಿತ್ರಗಳು ಚತುಷ್ಕೋಟಿ ಕನ್ನಡಿಗರು ಮರೆಯಲಾಗದಂತಹ ಚಿತ್ರಗಳಾಗಿವೆ, 25 ವಾರಗಳ ಕಾಲ ಓಡಿದ ಚಿತ್ರಗಳಾಗಿವೆ ಎಂಬುದು ಉಲ್ಲೇಖಾರ್ಹ.

ಇಂತಹ ವ್ಯಕ್ತಿಯು ಅಂದು ಮದ್ರಾಸ್‌ಗೆ ಹೋಗಲೇಬೇಕಾದಂತಹ ಪರಿಸ್ಥಿತಿಯನ್ನು ಸೃಷ್ಟಿ ಮಾಡಿದ್ದರು 'ಆ' ದುರುಳರು. ವಿಷ್ಣು ಅವರು ಮಾಡದ ಕೆಲಸಗಳಿಗೆಲ್ಲಾ ಗುರಿ ಮಾಡಲಾಯಿತು. ಅವರ ಮೇಲೆ ಮಾಡದೇ ಇರುವಂತಹ ಕೆಲಸಗಳಿಗಾಗಿ ಗೂಬೆ ಕೂರಿಸುವ ಪ್ರಯತ್ನವೂ ನಡೆಯಿತು. ದಿನನಿತ್ಯ ಮನೆಗೆ ದೂರವಾಣಿ ಮೂಲಕ ಬೆದರಿಕೆ ಕರೆಗಳು ಬರಲಾರಂಭಿಸಿದವು. ಯಾಕೋ ಇಲ್ಲಿಯ ವಾತಾವರಣ ಗೊಂದಲಮಯ ಎನಿಸಲಾರಂಭಿಸಿತು. ಬದುಕಿಗೆ ನೆಮ್ಮದಿಯೇ ಇಲ್ಲ ಎನ್ನುವ ಹಾಗಾಗಿತ್ತು.

ನಿಜ ಹೇಳಬೇಕೆಂದರೆ ಈ ಕಲ್ಲು ತೂರಾಟ ಪ್ರಕರಣ, ವಾಲ್ ಪೋಸ್ಟರ್‌ಗಳಿಗೆ ಸಗಣಿ ಹಚ್ಚುವ ಘಟನೆ, ಬೆದರಿಕೆ ಕರೆಗಳಿಂದಾಗಿ ಅವರ ತಾಯಿ ಕೂಡ ತುಂಬಾ ಬೇಸರಪಟ್ಟುಕೊಂಡಿದ್ದರು. ತಮ್ಮ ಕಣ್ಮುಂದೆ ಮಗನಿಗೆ ಆಗುತ್ತಿರುವ ನೋವು, ಸಂಕಟ, ತಲ್ಲಣಗಳನ್ನು ಆ ಕರುಳು ಎಷ್ಟು ದಿನ ಸಹಿಸ್ಕೊಂಡೀತು? ಹಾಗಾಗಿ ಒಂದು ದಿನ ಮಗನನ್ನು ಕರೆದು ಕೆನ್ನೆ ಸವರುತ್ತಾ 'ನೋಡು ಮಗ, ನೀನು ಈ ಗಲಾಟೆ, ವಿವಾದಗಳನ್ನು ಧೈರ್ಯವಾಗಿ ಎದುರಿಸಬಹುದು. ನೀನು ತಪ್ಪಿತಸ್ಥನಲ್ಲ ಎಂದು ನನಗೆ ಗೊತ್ತು. ಈ ಎಲ್ಲಾ ನೋವನ್ನೂ ನೋಡಿ ಅನುಭವಿಸಲು ಮಾನಸಿಕವಾಗಿ ನಾನು ತಯಾರಿಲ್ಲ. ಆದ್ದರಿಂದ ನೀನು ಸಿನಿಮಾ ಉದ್ಯಮದಲ್ಲಿ ಇರಬೇಕಾದರೆ ಬೆಂಗಳೂರು ಬಿಟ್ಟು ಮದ್ರಾಸ್‌ಗೆ ಹೋಗು. ಅಲ್ಲಿ ಆರಾಮಾಗಿ ಜೀವನ ಸಾಗಿಸು' ಎಂದು ಅಮ್ಮ ಹೇಳಿ ಬಿಟ್ಟರು. ಅಮ್ಮ ಆರೀತಿ ಹೇಳುವಾಗ ಆಕೆ ಕಣ್ಣಿಂದಲೂ ನೀರು ಸುರಿಯುತ್ತಿತ್ತು, ವಿಷ್ಣುವರ್ಧನ್ ಕೂಡ ತಮಗರಿವಿಲ್ಲದಂತೆ ಅದೇ ಕಣ್ಣೀರಿನ ಮೂಲಕ ಒಪ್ಪಿಗೆ ಸೂಚಿಸಿದ್ದರು.

ಕೆಲ ದಿನಗಳ ಕಾಲ ಅವರು ಮದ್ರಾಸಿನಲ್ಲೇ ಉಳಿದುಕೊಂಡರು. ಅಲ್ಲಿಂದಲೇ ಸಿನಿಮಾಗಳನ್ನು ಮಾಡುತ್ತಿದ್ದರು. ಮತ್ತೆ ಅವರನ್ನು ವಾಪಸ್ಸು ಬೆಂಗಳೂರಿಗೆ ಬರುವಂತೆ ಮಾಡಿದ್ದು ಸಚಿವ ಜೀವರಾಜ್ ಆಳ್ವ. ಬಂಧನ ಚಿತ್ರದ ಶತದಿನೋತ್ಸವ ಸಮಾರಂಭದಲ್ಲಿ ಭಾಗವಹಿಸಲು ವಿಷ್ಣುವರ್ಧನ್ ಮದ್ರಾಸಿನಿಂದ ಬೆಂಗಳೂರಿಗೆ ಬಂದಿದ್ದರು. ಅಂದಿನ ಸಮಾರಂಭದಲ್ಲಿ

'ಚಿತ್ರರಂಗದ ಗುಂಪೊಂದಕ್ಕೆ ನಾನು ಪಾಕಿಸ್ತಾನಿಯಾಗಿದ್ದೀನಿ'

ಸಿಂಹ ಬಿಕ್ಕಳಿಸಿತು

'ನಾನು ನಿಮ್ಮವನೇ; ಪಾಕೀಯನೆಂಬ ಭಾವನೆ ಏಕೆ?'

ಕನ್ನಡ ಚಿತ್ರರಂಗದ ಬಗ್ಗೆ ವಿಷ್ಣು ಉದ್ಗಾರ

'ಪಾಕಿಸ್ತಾನಿ ತರಹ ನೋಡ್ತಾರೆ'

ದಿಲೀಪ್‌ಕುಮಾರ್, ಪುಟ್ಟಣ್ಣ ಕಣಗಾಲ್, ಸಚಿವ ಜೀವರಾಜ್ ಆಳ್ವ ಸೇರಿದಂತೆ ಸಾಕಷ್ಟು ಗಣ್ಯರು ಭಾಗವಹಿಸಿದ್ದರು.

ಅಂದಿನ ಸಮಾರಂಭದಲ್ಲಿ ದಿಲೀಪ್‌ಕುಮಾರ್, ಪುಟ್ಟಣ್ಣ ಕಣಗಾಲ್ ಇಬ್ಬರೂ ವಿಷ್ಣುವರ್ಧನ್ ಅವರ ವಿಷಯವನ್ನೇ ಪ್ರಸ್ತಾಪಿಸಿ ಮಾತನಾಡಿದರು. ಪ್ರತಿಭಾವಂತ ನಟನೊಬ್ಬನಿಗೆ ಬೆಂಗಳೂರಿನಲ್ಲಿ ಇರುವುದಕ್ಕೆ ಕಷ್ಟವಾಗುತ್ತಿದೆ ಅಂದರೆ, ಅದನ್ನು ಗಂಭೀರವಾಗಿ ತೆಗೆದುಕೊಳ್ಳಬೇಕು ಎನ್ನುವ ಅರ್ಥದಲ್ಲೂ ಮಾತನಾಡಿದ್ದರು. ಆಗ ಸಚಿವರಾಗಿದ್ದ ಜೀವರಾಜ್ ಆಳ್ವ ಮಾತನಾಡುತ್ತಾ, 'ವಿಷ್ಣು ಈ ನಾಡಿನ ಶ್ರೇಷ್ಠ ಕಲಾವಿದರು. ಅವರು ಕರ್ನಾಟಕದಲ್ಲೇ ವಾಸ ಮಾಡಬೇಕು. ಅವರಿಗೆ ಇಲ್ಲೇ ವಾಸಿಸಲು ಬೇಕಾದ ಸೌಲಭ್ಯ ಮತ್ತು ಭದ್ರತೆಯನ್ನು ನಾನು ಕೊಡಿಸುತ್ತೇನೆ. ವಿಷ್ಣುವರ್ಧನ್ ಅವರು ಬೆಂಗಳೂರಿಗೆ ಬರಲೇಬೇಕು' ಎಂದು ಪ್ರೀತಿಯಿಂದ ಒತ್ತಾಯ ಮಾಡಿದರು. ಎಲ್ಲರ ಪ್ರೀತಿಯ ಒತ್ತಾಯಕ್ಕೆ ಮತ್ತೆ ವಿಷ್ಣುವರ್ಧನ್ ಬೆಂಗಳೂರಿಗೆ ಬಂದರು.

ಕನ್ನಡಪರ ಹೋರಾಟಗಾರರು ಹಾಕಿದ್ದು ಇದೆಂಥ ಧಮಕಿ?

'ನೀವು ಚಿತ್ರೋದ್ಯಮದ ಚುಕ್ಕಾಣಿ ಹಿಡಿದು ಹೋರಾಟಗಳಲ್ಲಿ ಭಾಗಿ ಆಗದಿದ್ದರೆ ಕನ್ನಡದ ಬಗ್ಗೆ ಪ್ರೇಮವಿಲ್ಲ ಎಂದು ಘೋಷಿಸುತ್ತೇವೆ.'

ಕನ್ನಡ ಚಿತ್ರೋದ್ಯಮದ ಜನಪ್ರಿಯ ನಾಯಕನನ್ನು ಕಳೆದುಕೊಂಡ ದಿನಗಳವು. ಡಾ. ರಾಜಕುಮಾರ್ ಅವರು ಅನೇಕ ಹೋರಾಟಗಳಲ್ಲಿ ಮುಂದಾಳತ್ವ ವಹಿಸಿ, ಚಿತ್ರೋದ್ಯಮ ಮತ್ತು ಹಲವು ಜನಪರ ಹೋರಾಟಗಳನ್ನು ಯಶಸ್ವಿಗೊಳಿಸಿದ್ದರು. ಡಾ. ರಾಜ್ ನಂತರ ಚಿತ್ರೋದ್ಯಮವನ್ನು

ಕನ್ನಡಿಗರು ಬಹು ಉದಾರಿಗಳು : ವಿಷ್ಣು

ಡಾ.ವಿಷ್ಣುಗೆ ಕನ್ನಡ ಭಾಷೆ, ಕನ್ನಡ ನುಡಿ ಹಾಗೂ ಕನ್ನಡಿಗರ ಬಗ್ಗೆ ಅಪಾರ ಪ್ರೀತಿಯಿದೆ. ಕನ್ನಡಿಗರ ಉದಾರ ಮನೋಭಾವ ಪರಭಾಷಿಗರ ಮೇಲೆ ಅವರು ತೋರುವ ಕಾಳಜಿಯ ಬಗ್ಗೆ ಅವರು ಮಾರ್ಮಿಕವಾಗಿ ನುಡಿಯುತ್ತಾರೆ.

ಕನ್ನಡಿಗರು ಬೇರೆಯವರ ಪ್ರಭಾವಕ್ಕೆ ಒಳಗಾಗುತ್ತಾರೆ. ಆದರೆ ಬೇರೆಯವರು ನಮ್ಮ ಪ್ರಭಾವಕ್ಕೆ ಒಳಗಾಗೋದಿಲ್ಲ. ಅದಕ್ಕಾಗಿಯೇ ಇಂದು ಬೆಂಗಳೂರಲ್ಲಿ ಪರಭಾಷಿಗರೇ ತುಂಬಿಕೊಂಡಿದ್ದಾರೆ. ಉದಾರತನವೆಂಬುದು ಕನ್ನಡಿಗರಿಗೆ ಬಳುವಳಿಯಾಗಿ ಬಂದಿದೆ. ಕನ್ನಡಿಗರಿಗಿರುವಷ್ಟು ಹೃದಯ ವೈಶಾಲ್ಯತೆ ಬೇರೆಯವರಿಗಿಲ್ಲ. ಪರಭಾಷಿಗರು ಬಂದರೆ ಅವರಿಗೆ ಇರಲು ನೆಲೆ ಕೊಟ್ಟು, ಕೆಲಸ ಕೊಟ್ಟು ಧನ್ಯತಾಭಾವ ಪ್ರದರ್ಶಿಸುತ್ತೇವೆ; ತ್ಯಾಗಮಯಿಗಳಾಗುತ್ತೇವೆ. ಆದರೆ ಅವರು ಬರಬರುತ್ತಾ ಮೇಲೇರಿ ಕನ್ನಡಿಗರ ಮೇಲೆ ಸವಾರಿ ಮಾಡುತ್ತಾರೆ. ನಾವು ಬೀದಿಗೆ ಬಿದ್ದು ಬೇರೆಯವರಿಗೆ ಸೂರು ಕಲ್ಪಿಸಿ ಹಲವಾರು ತೊಂದರೆಗಳಿಗೆ ಈಡಾಗುತ್ತಿದ್ದೇವೆ. ಹಾಗೆಯೇ ಪರಭಾಷಾ ಚಿತ್ರಗಳ ಪೈಪೋಟಿಯಿಂದಾಗಿ ಕನ್ನಡ ಚಿತ್ರರಂಗ ಬಡವಾಗುತ್ತಿದೆ. ಕನ್ನಡಿಗರೇ ಸೇರಿ ಪರಭಾಷಾ ಸಿನಿಮಾ ನೋಡ್ತಾ ಇದ್ದಾರೆ. ಆ ರೀತಿ ಆಗಬಾರದು. ಪರಭಾಷೆಗಳಿಗೆ ಪ್ರೋತ್ಸಾಹ ನೀಡುವುದು ತಪ್ಪಲ್ಲ, ಮೊದಲು ನಮ್ಮನ್ನು ನಾವು ಭದ್ರಪಡಿಸಿಕೊಂಡು, ಪರಭಾಷೆಗಳಿಗೆ ಬೆಂಬಲ ನೀಡುವುದು ಈಗಿನ ಅವಶ್ಯಕತೆ ಎಂಬುದು ಡಾ.ವಿಷ್ಣು ಅಭಿಪ್ರಾಯ.

ಕನ್ನಡ ಚಿತ್ರರಂಗದ ಅಳಿವು-ಉಳಿವು ಇಂದು ನಿನ್ನೆಯ ಸಮಸ್ಯೆ ಅಲ್ಲ. ಕನ್ನಡದಲ್ಲಿ ಎಷ್ಟೋ ಪ್ರತಿಭೆಗಳಿದ್ದರೂ ಇಂದಿಗೂ ಪರಭಾಷಿಗರಿಗೆ 'ಮಣೆ' ಹಾಕುವ ಸಂಸ್ಕೃತಿ ಬದಲಾಗಿಲ್ಲ. 'ಹಿತ್ತಲ ಗಿಡ ಮದ್ದಲ್ಲ' ಎಂಬಂತೆ ಈ ಕೆಟ್ಟ ಸಂಸ್ಕೃತಿಗೆ ಕಡಿವಾಣ ಹಾಕಬೇಕಾದ ಅನಿವಾರ್ಯತೆ ಇದೆ. ಇದು ಬರೀ ಭಾಷಣ, ಬರವಣಿಗೆಗಳಿಂದ ಪರಿಹಾರವಾಗುವಂಥ ಸಮಸ್ಯೆ ಅಲ್ಲ. ಪ್ರತಿಯೊಬ್ಬ ಕನ್ನಡಿಗನೂ ಎಚ್ಚೆತ್ತುಕೊಳ್ಳಬೇಕು. ಕನ್ನಡತನವನ್ನು ಬೆಳೆಸುವ, ಪ್ರೋತ್ಸಾಹಿಸುವ ಪ್ರಯತ್ನಗಳು ನಡೆಯಬೇಕು ಎನ್ನುವ ಅವರ ಮಾತಿನಲ್ಲಿ ಕನ್ನಡ ಭಾಷೆ, ಕನ್ನಡ ಚಿತ್ರರಂಗದ ಬಗ್ಗೆ ಅಪಾರ ಕಳಕಳಿ ವ್ಯಕ್ತವಾಗುತ್ತದೆ.

ಬೇರೆ ರಾಜ್ಯದವರು ತಮ್ಮ ರಾಜ್ಯದಲ್ಲಿ, ತಮ್ಮ ನೆಲ, ಜನ, ಸಂಸ್ಕೃತಿ ಭಾಷೆಗಳ ಉಳಿವಿಗಾಗಿ ಯಾವ ರೀತಿ ಮಾರ್ಗಸೂಚಿಗಳನ್ನು ಅನುಸರಿಸುತ್ತಿದ್ದಾರೆಯೋ ಕನ್ನಡ ನಾಡಿನಲ್ಲೂ ಅಂಥವನ್ನು ಅಳವಡಿಸಿಕೊಳ್ಳಲು ಪ್ರಯತ್ನಿಸಬೇಕು. ಇವೆಲ್ಲ ವ್ಯವಸ್ಥಿತವಾದ ಆಡಳಿತದಿಂದ ಮಾತ್ರ ಸಾಧ್ಯ. ಸಿನಿಮಾ ಎಂಬ ಸ್ಪರ್ಧೆಯಲ್ಲಿ ಗೆಲ್ಲಬೇಕಾದರೆ ಸತತ ಪ್ರಯತ್ನ ಮುಖ್ಯ. ಪ್ರಥಮ

ಮುನ್ನಡೆಸುವಂತಹ ಶಕ್ತಿ ಬೇರೆ ಯಾರಿಗಾದರೂ ಇದೆಯಾ ಅಂದಾಗ, ಥಟ್ಟನೆ ನೆನಪಾಗುತ್ತಿದ್ದ ಏಕೈಕ ಹೆಸರು ಅದು ಡಾ. ವಿಷ್ಣುವರ್ಧನ್ ಅವರದ್ದಾಗಿತ್ತು. ಕನ್ನಡ, ಭಾಷೆ, ನೆಲ, ಜಲಕ್ಕೆ ಸಂಬಂಧಿಸಿದಂತೆ ಅನೇಕ ಹೋರಾಟಗಳಲ್ಲಿ ಡಾ. ವಿಷ್ಣು ಭಾಗಿಯಾಗಿದ್ದರು. ಗೋಕಾಕ ಚಳುವಳಿಯಿಂದ ಹಿಡಿದು ಕನ್ನಡ ಭಾಷೆಗೆ ಮತ್ತು ಕನ್ನಡಿಗರಿಗೆ ಅನ್ಯಾಯವಾದಾಗ ದೊಡ್ಡದಾಗಿಯೇ ಧ್ವನಿ ಎತ್ತಿದ್ದರು. ಆದರೆ, ಹೋದ ಕಡೆಯೆಲ್ಲ ಅವರಿಗೆ ಸಿಕ್ಕಿದ್ದು ಸನ್ಮಾನವಲ್ಲ. ಹೀಗಾಗಿ ಅವರು ಗುಂಪಿನಲ್ಲಿ ಹೋಗಿ ಹೋರಾಟ ಮಾಡುವುದನ್ನು ಇಷ್ಟ ಪಡುತ್ತಿರಲಿಲ್ಲ. ಕೆಲವು ಕಡೆ ನಾನೊಬ್ಬ ನಟ. ನನ್ನ ವೃತ್ತಿ ನಟನೆ. ನಾನು ಬೀದಿಗೆ ಇಳಿದರೆ ಹೋರಾಟ ಯಶಸ್ವಿ ಆಗಿ ಬಿಡುತ್ತದೆಯೇ? ಹೋರಾಟವನ್ನು ಮತ್ತೊಂದು ರೀತಿಯಲ್ಲಿ ನಾನು ಮಾಡುತ್ತೇನೆ ಎಂದು ನಿಷ್ಠುರರಾಗಿಯೇ ಹೇಳಿ ಬಿಡುತ್ತಿದ್ದರು. ಈ ನಿಷ್ಠುರತೆಯಿಂದಾಗಿಯೂ ಅವರು ತೊಂದರೆಗೆ ಒಳಗಾದ ಉದಾಹರಣೆಗಳು ಇವೆ.

ಹೊಗೆನಕಲ್ ಚಳವಳಿಯಲ್ಲಿ ಡಾ. ವಿಷ್ಣುವರ್ಧನ್ ಅವರು ಭಾಗಿ ಆಗಲಿಲ್ಲ ಎನ್ನುವ ಕಾರಣಕ್ಕಾಗಿ ಕನ್ನಡದ ಹೆಸರಾಂತ ದಿನ ಪತ್ರಿಕೆಯೊಂದು 'ಡಾ. ವಿಷ್ಣುವರ್ಧನ್ ಅವರಿಗೆ ಕನ್ನಡ ಪ್ರೇಮವೇ ಇಲ್ಲ. ಬರೀ ದುಡ್ಡಿಗಾಗಿ, ಜನಪ್ರಿಯತೆಗಾಗಿ ಅವರು ಕನ್ನಡಿಗರನ್ನು ಆಶ್ರಯಿಸಿದ್ದಾರೆ. ಅವರು ಕನ್ನಡಕ್ಕಾಗಿ ಏನೂ ಮಾಡಿಲ್ಲ. ಕನ್ನಡ ಪ್ರೇಮವನ್ನೂ ಅವರು ಮೆರೆದಿಲ್ಲ. ಹಾಗಾಗಿ ಹೊಗೆನಕಲ್ ಚಳವಳಿಯಲ್ಲಿ ಅವರು ಭಾಗಿಯಾಗಿಲ್ಲ ಎಂದು ಬರೆದಿತ್ತು.

ಹೆಸರಾಂತ ಪತ್ರಿಕೆಯೊಂದು ಈ ರೀತಿ ಬರೆದಾಗ, ಕನ್ನಡಪರ ಹೋರಾಟಗಾರರು ಅದನ್ನೇ ನಿಜವೆಂದು ನಂಬಿದರು. ಪತ್ರಿಕೆಯಲ್ಲಿ ಬಂದ ಸುದ್ದಿಯನ್ನೇ ಇಟ್ಟುಕೊಂಡು ವಿಷ್ಣುವರ್ಧನ್ ವಿರುದ್ಧ ಅಪಪ್ರಚಾರಕ್ಕೆ ಮುಂದಾದರು. ಗೋಡೆಯ ಮೇಲೆ ವಿಷ್ಣುವರ್ಧನ್ ಅವರ ಸಿನಿಮಾ ಪೋಸ್ಟರ್ ಕಂಡರೆ ಸಾಕು, ಸಗಣಿ ತೂರಿದರು. ಪೋಸ್ಟರ್ ಸುಟ್ಟು ಹಾಕಿದರು. ವಿಷ್ಣುವರ್ಧನ್ ಅವರಿಗೆ ಕನ್ನಡದ ಮೇಲೆ ಪ್ರೇಮವಿಲ್ಲ ಎಂದು ವಿಷ್ಣು ನಟಿಸಿದ್ದ ಪರಭಾಷಾ ಸಿನಿಮಾಗಳತ್ತ ಬೊಟ್ಟು ಮಾಡಿದರು. ಆದರೆ, ವಿಷ್ಣುವರ್ಧನ್ ಈ ನಕಲಿ ಹೋರಾಟಕ್ಕೆ ವಿಚಲಿತರಾಗಲಿಲ್ಲ. ಅವರ ಕನ್ನಡ ಪ್ರೇಮ ಏನು ಎನ್ನುವುದು ಗಟ್ಟಿ ಕನ್ನಡಪರ ಹೋರಾಟಗಾರರಿಗೆ ಗೊತ್ತಿತ್ತು. ಅವರು ಕನ್ನಡಕ್ಕೆ ಕೊಟ್ಟ ಕೊಡುಗೆ ಏನು ಎನ್ನುವುದನ್ನು ಅರಿತಿದ್ದರು. ಈ ಧೈರ್ಯವೇ ವಿಷ್ಣುವರ್ಧನ್ ಅವರಿಗೆ ತಮಗಿದ್ದ ಕನ್ನಡ ಪ್ರೇಮವನ್ನು ಬಹಿರಂಗವಾಗಿ ಹಂಚಿಕೊಳ್ಳಲು ಸಾಧ್ಯವಾಯಿತು. ಸಮಯ ಸಿಕ್ಕಾಗೆಲ್ಲ ಟೀಕಾಕಾರರಿಗೆ ಅವರು ಉತ್ತರಿಸುತ್ತಲೇ ಬಂದರು.

ಹೊಗೆನಕಲ್ ವಿಚಾರವಾಗಿ ಪತ್ರಕರ್ತರೊಬ್ಬರು ಕೇಳಿದ್ದ ಪ್ರಶ್ನೆಗೆ ವಿಷ್ಣುವರ್ಧನ್ ನೀಡಿದ್ದ ಉತ್ತರ ಅಲ್ಲಿದ್ದ ಪ್ರತಿ ಪತ್ರಕರ್ತನಲ್ಲೂ ಅಚ್ಚರಿ ಮೂಡಿಸಿತ್ತು. 'ಹೊಗೆನಕಲ್ ಹೋರಾಟಕ್ಕೆ ನಾನು ಬರಲಿಲ್ಲ ಎನ್ನುವ ಕಾರಣಕ್ಕಾಗಿ ನನ್ನನ್ನು ಅಪರಾಧಿ ಸ್ಥಾನದಲ್ಲಿ ನಿಲ್ಲಿಸಲಾಯಿತು. ಆದರೆ, ಹೊಗೆನಕಲ್ ಎಲ್ಲಿದೆ? ಈಗ ಬಂದಿರುವ ಸಮಸ್ಯೆ ಏನು? ಯಾಕಾಗಿ ಹೋರಾಟ? ಚಳವಳಿಗೆ ಬಂದಿದ್ದ ನಟ ನಟಿಯರಿಗೆ ಈ ವಿವರಗಳು ಗೊತ್ತಿದ್ದವಾ? ಹಾಗೆ ಚಳವಳಿ ಮಾಡಿದ ಕೂಡಲೇ ವಿವಾದ ಬಗೆಹರಿಯಿತಾ? ಒಂದು ಚಳವಳಿಯಲ್ಲಿ ಭಾಗವಹಿಸಲಿಲ್ಲ

ಎಂಬ ಕಾರಣಕ್ಕೆ ನನ್ನ ಕನ್ನಡ ಪ್ರೀತಿಯನ್ನು ಅಲ್ಲಗಳೆಯುವುದಾದರೆ ನಾನು ಅಂಥವರಿಗೆ ಉತ್ತರಿಸುವ ಗೋಜಿಗೆ ಹೋಗುವುದಿಲ್ಲ' ಎಂದು ಬಿಟ್ಟಿದ್ದರು.

ಹೋರಾಟ ಕುರಿತಂತೆ ಅವರಲ್ಲಿ ಒಂದು ಸ್ಪಷ್ಟತೆ ಇತ್ತು. ಹಾಗಾಗಿಯೇ ಅವರು 'ಈ ರಾಜಕೀಯದಿಂದ ನನ್ನನ್ನು ದೂರ ಇಡಿ. ನಾನು ಕಲಾವಿದ ಅಷ್ಟೆ. ನನಗೆ ಇಂಥದ್ದರಲ್ಲಿ ಆಸಕ್ತಿ ಇಲ್ಲ' ಎಂದು ಸಾರಿ ಸಾರಿ ಹೇಳಿದ್ದರು. ಡಾ. ರಾಜ್ ನಂತರ ಉದ್ಯಮದ ಲೀಡರ್ ಆಗಲು ನಿರಾಕರಿಸಿದರು ಎಂಬ ಕಾರಣಕ್ಕೆ ವಿಷ್ಣು ಅವರ ಕನ್ನಡ ಪ್ರೇಮವನ್ನು ಪ್ರಶ್ನಿಸಲಾಯಿತು. ಚಳವಳಿಯೊಂದರಲ್ಲಿ ಅವರು ಭಾಗಿಯಾಗಲಿಲ್ಲ ಎನ್ನುವ ಕಾರಣಕ್ಕಾಗಿ 'ನಿಮಗೆ ಕನ್ನಡ ಪ್ರೇಮ ಇಲ್ಲ ಎಂದು ಸಾರ್ವಜನಿಕವಾಗಿ ಘೋಷಿಸಲಾಗುವುದು' ಎಂದು ಧಮಕಿ ಹಾಕಲಾಯಿತು.

ಹಾಗಂತ ವಿಷ್ಣುವರ್ಧನ್ ಅವರಿಗೆ ಕನ್ನಡದ ಮೇಲೆ ಅಭಿಮಾನವೇ ಇರಲಿಲ್ಲವಾ? ಅವರಿಗೆ ಕನ್ನಡದ ಮೇಲೆ ಇದ್ದ ಬದ್ಧತೆಗೆ ಈ ಘಟನೆಯೇ ಸಾಕ್ಷಿ.

ಕನ್ನಡ ಮಾತನಾಡುವುದು ಕಡ್ಡಾಯ ಮಾಡುವುದಷ್ಟೇ ಅಲ್ಲ, ಕನ್ನಡವನ್ನು ಮಾತನಾಡದವರಿಗೆ ಯಾವುದೇ ಸೌಲಭ್ಯ ಕೂಡ ಕೊಡಬಾರದು ಎಂದು ಡಾ. ವಿಷ್ಣುವರ್ಧನ್ ಅಭಿಪ್ರಾಯಪಟ್ಟಿದ್ದರು. ನಗರದಲ್ಲಿ ಸಿನಿ ಪತ್ರಕರ್ತರು ಆಯೋಜಿಸಿದ್ದ ಅಮೃತ ಮಾತು ಮಂಥನ (2009) ಕಾರ್ಯಕ್ರಮದಲ್ಲಿ ಅವರು ಮಾತನಾಡುತ್ತಿದ್ದರು. ಕನ್ನಡವನ್ನು ಕಡ್ಡಾಯ ಮಾಡಬೇಕು, ಕನ್ನಡ ಮಾತನಾಡದವರಿಗೆ ಯಾವುದೇ ಸೌಲಭ್ಯ ಕೊಡಬಾರದು, ಭಾಷಾಭಿಮಾನ ಜನರ ರಕ್ತದಲ್ಲಿ ಬೆರೆಯುವಂತೆ ಮಾಡಬೇಕು, ಕನ್ನಡ ಕಲಿಯುವವರೆಗೂ ಬಿಡಬಾರದು ಎಂದಿದ್ದರು. ನೀವು ಒಂದು ದಿನದ ಮಟ್ಟಿಗೆ ಮುಖ್ಯಮಂತ್ರಿಯಾಗಿ ಆಯ್ಕೆಯಾದರೆ ಏನು ಮಾಡುತ್ತೀರಾ ಎಂಬ ಪ್ರಶ್ನೆಗೆ ಸಾಹಸಸಿಂಹ ಮೇಲಿನ ಉತ್ತರ ನೀಡಿದ್ದರು. ತಕ್ಷಣ ಪತ್ರಕರ್ತರೊಬ್ಬರು ಎದ್ದು ನಿಂತು ಇದು ಪ್ರಜಾಪ್ರಭುತ್ವಕ್ಕೆ ವಿರೋಧಿ ಕೆಲಸವಲ್ಲವೇ ಎಂದು ಕೇಳಿದರು. ಪ್ರಜಾಪ್ರಭುತ್ವ ಇಲ್ಲದಿದ್ದರೂ ಪರವಾಗಿಲ್ಲ, ಫ್ಯಾಸಿಸಂ ಬಂದರೂ ಪರವಾಗಿಲ್ಲ. ಈ ದೇಶಕ್ಕೆ ಬೋಧಿಸಿದ್ದು ಶಿಷ್ಟ ರಾಜಕೀಯ. ಆದರೆ, ಆಗುತ್ತಿರುವುದು ಬರೀ ದುಷ್ಟ ರಾಜಕೀಯ. ಹಾಗಾಗಿ ನೋ ಎಲೆಕ್ಷನ್, ಓನ್ಲಿ ಸೆಲೆಕ್ಷನ್ ಸರಿಯಾದ ಮಾರ್ಗ ಎಂದು ಅಭಿಪ್ರಾಯಪಟ್ಟರು.

ಹೊಗೆನಕಲ್ ವಿವಾದದ ಸಂದರ್ಭದಲ್ಲಿ ವಿಷ್ಣು ಹಾಗೂ ಅಂಬರೀಷ ಗೈರು ಹಾಜರಾಗಿದ್ದರ ಬಗ್ಗೆ ಪ್ರಸ್ತಾಪವಾದಾಗ, ನಾವ್ಯಾಕೆ ಬರಲಿಲ್ಲ ಎಂಬ ಪ್ರಶ್ನೆ ಮುಖ್ಯವಲ್ಲ, ಸಮಸ್ಯೆ ಬಗೆಹರಿಯಿತಾ ಎಂಬುದೊಂದೇ ಸರಿಯಾದ ಪ್ರಶ್ನೆ. ನಾವು ಅಂದು ಬರದಿದ್ದರೂ ಇರುವ ಜಾಗದಲ್ಲೇ ಸ್ಪಂದಿಸಿದೆವು ಎಂದು ಹೇಳುವ ಮೂಲಕ ಅವರಿಗಿದ್ದ ಕನ್ನಡ ಬದ್ಧತೆಯನ್ನು ಹೊರಹಾಕಿದ್ದರು.

ಇಂದು ಪ್ಯಾನ್ ಇಂಡಿಯಾ ಹೆಮ್ಮೆ, ಅಂದು ವಿಷ್ಣು ನಾಡದ್ರೋಹಿ

ಕನ್ನಡ ಸಿನಿಮಾ ರಂಗ ಇದೀಗ ತನ್ನ ಪಥವನ್ನು ವಿಸ್ತರಿಸಿಕೊಂಡಿದೆ. ಕನ್ನಡ ಸಿನಿಮಾಗಳು ಕೂಡ ರಾಷ್ಟ್ರಮಟ್ಟದಲ್ಲಿ ಸದ್ದು ಮಾಡುತ್ತಿವೆ ಮತ್ತು ಸಾವಿರಾರು ಕೋಟಿಗಳ ಗಳಿಕೆ ಮಾಡುತ್ತಿವೆ. ಇದು ಕನ್ನಡಿಗರ ಹೆಮ್ಮೆ ಮತ್ತು ಘನತೆ. ಇದೀಗ ಪ್ರತಿ ಸಿನಿಮಾಗಳು ಕೂಡ ಪ್ಯಾನ್ ಇಂಡಿಯಾ ಹೆಸರಿನಲ್ಲಿ

ಬಿಡುಗಡೆ ಆಗುತ್ತಿವೆ. 'ಇದು ನಮ್ಮ ಸಿನಿಮಾ' ಎಂದು ನಾವು ಎದೆಯುಬ್ಬಿಸಿ ಹೇಳುತ್ತಿದ್ದೇವೆ. ಆದರೆ, ಇದೇ ಎದೆಯುಬ್ಬಿಸುವಿಕೆ ಆ ದಿನಗಳಲ್ಲಿ ಸತ್ತು ಹೋಗಿತ್ತು. ಕನ್ನಡದ ನಟನೊಬ್ಬ ಪರಭಾಷೆಯ ಚಿತ್ರಗಳಲ್ಲಿ ನಟಿಸುತ್ತಿದ್ದಾನೆ ಅಂದರೆ, ಅದು ನಾಡದ್ರೋಹ ಎನ್ನುವಂತೆ ಬಿಂಬಿಸುವ ಕೆಲಸ ನಡೆಯಿತು.

ಹೌದು, ಇಂದು ಕನ್ನಡದ ನಟನೊಬ್ಬ ಪರಭಾಷಾ ಚಿತ್ರಗಳನ್ನು ಒಪ್ಪಿಕೊಂಡರೆ, ಬ್ರೇಕಿಂಗ್ ನ್ಯೂಸ್ ಆಗುತ್ತದೆ. ನಮ್ಮ ಹೆಮ್ಮೆಯ ನಟನೊಬ್ಬ

ಪರಭಾಷಾ ಚಿತ್ರೋದ್ಯಮದಲ್ಲಿ ಮಿಂಚುತ್ತಿದ್ದಾನೆ ಎಂದು ಕಂಜ್ಯೂಸ್ ಮಾಡದೇ ಹೊಗಳಿ ಬಿಡುತ್ತೇವೆ. ಆದರೆ, ವಿಷ್ಣುವರ್ಧನ್ ಅವರ ವಿಷಯದಲ್ಲಿ ಹೀಗಾಗಲೇ ಇಲ್ಲ. ಅವರು ಪರಭಾಷೆ ಸಿನಿಮಾಗಳಲ್ಲಿ ನಟಿಸುತ್ತಿದ್ದಾರೆ ಎನ್ನುವುದೇ ಅಪರಾಧವಾಯಿತು. ಕಲೆಗೆ ಯಾವುದೇ ಕಾಂಪೌಂಡ್ ಹಾಕುವುದು ಬೇಡ

ಎನ್ನುವ ಅವರ ಮಾತೇ ಅವರಿಗೆ ಮುಳುವಾಯಿತು. ಒಟ್ಟಿನಲ್ಲಿ ಹೇಳಬೇಕು ಎಂದರೆ ವಿಷ್ಣುವನ್ನು ನೋಯಿಸಬಹುದಾದ ಯಾವ ಸಣ್ಣ ವಿಷಯವನ್ನೂ ಬಿಡದೆ ದೊಡ್ಡದು ಮಾಡಲಾಗುತ್ತಿತ್ತು.

ಕನ್ನಡವನ್ನು ಸದಾ ಅಭಿಮಾನಿಸುತ್ತಲೇ, ತನ್ನಿಷ್ಟದ ಸಿನಿಮಾಗಳನ್ನು ಮಾಡುವುದು ಪ್ರತಿಯೊಬ್ಬರ ವೈಯಕ್ತಿಕ ಆಯ್ಕೆಯಾಗಿರುತ್ತದೆ. ತಾನು ಕೇವಲ ಕನ್ನಡ ಸಿನಿಮಾಗಳನ್ನು ಮಾತ್ರ ಮಾಡುತ್ತೇನೆ ಎನ್ನುವುದನ್ನು ಹೇಗೆ ಗೌರವಿಸುತ್ತೇವೋ, ಕನ್ನಡದ ಸಿನಿಮಾಗಳ ಜೊತೆ ಜೊತೆಗೆ ಕನ್ನಡತನವನ್ನು ಬೇರೆಯವರಿಗೂ ಹಂಚುತ್ತೇವೆ ಎನ್ನುವುದು ಕೂಡ ಅಷ್ಟೇ ಗೌರವಿಸಬೇಕಾದ ಸಂಗತಿ. ಆದರೆ, ವಿಷ್ಣುವರ್ಧನ್ ಅವರ ವಿಷಯದಲ್ಲಿ ಹಾಗಾಗಲೇ ಇಲ್ಲ. ಕನ್ನಡಿಗರನ್ನು, ಕನ್ನಡ ಚಿತ್ರೋದ್ಯಮವನ್ನು ಕಡೆಗಣಿಸಿ ವಿಷ್ಣುವರ್ಧನ್ ಅವರು ಪರಭಾಷೆಯ ಸಿನಿಮಾಗಳನ್ನು ಒಪ್ಪಿಕೊಳ್ಳುತ್ತಿದ್ದಾರೆ ಎನ್ನುವುದೇ 'ಆ' ವ್ಯಕ್ತಿಗಳಿಗೆ ಧಿಕ್ಕರಿಸುವ ವಿಷಯವಾಯಿತು. ಆದರೆ, ವಿಷ್ಣು ಹಾಗೆ ಮಾಡಲೇ ಇಲ್ಲ. ಮೊದಲು ಪ್ರಾಶಸ್ತ್ಯವನ್ನು ಕನ್ನಡಕ್ಕೆ ಕೊಟ್ಟರು. ನೋವಿನ ಅಗ್ನಿಕುಂಡವನ್ನು ತಲೆಮೇಲೆ ಹೊತ್ತುಕೊಂಡೇ, ಮನೆಬಾಗಿಲಿಗೆ ಬಂದ ನಿರ್ದೇಶಕರಿಗೆ ಕಾಲ್‌ಶೀಟ್ ಕೊಡುತ್ತಿದ್ದರು. ಆದರೂ, ವಿಷ್ಣು ನಾಡದ್ರೋಹಿಯಾದರು.

ವಿಷ್ಣುವರ್ಧನ್ ಸ್ಟಾರ್ ಆದ ನಂತರ ಅವರಿಗೆ ಬೇರೆ ಭಾಷೆಯಲ್ಲಿ ನಟಿಸಲು ಅವಕಾಶ ಸಿಕ್ಕಿತು ಎಂದು ಆಡಿಕೊಳ್ಳುವವರು ಇದ್ದಾರೆ. ಆದರೆ, 'ನಾಗರಹಾವು' ಸಿನಿಮಾ ಬರುವ ಮುಂಚೆಯೇ ಅವರಿಗೆ ಹಿಂದಿ ಸಿನಿಮಾದಲ್ಲಿ ನಟಿಸುವಂತಹ ಆಫರ್ ಬಂದಿತ್ತು.

ವಿಷ್ಣುವರ್ಧನ್ ಅವರು ಬಾಲ ಕಲಾವಿದನಾಗಿ ಸಿನಿಮಾವೊಂದರಲ್ಲಿ ನಟಿಸಿದ್ದರೂ, ಅದೇನು ಹೇಳಿಕೊಳ್ಳುವಂತಹ ಪಾತ್ರ ಆಗಿರಲಿಲ್ಲ. ಪುಟ್ಟ ಪಾತ್ರವಾಗಿದ್ದರಿಂದ ಅದು ಅನೇಕರಿಗೆ ನೆನಪೂ ಇರಲಿಲ್ಲ. ಹಾಗಾಗಿ 'ವಂಶವೃಕ್ಷ'ವೇ ಇವರ ಮೊದಲ ಸಿನಿಮಾವಾಯಿತು. ಆದರೆ, ಇದಕ್ಕಿಂತಲೂ ಮುಂಚೆ ವಿಷ್ಣುವರ್ಧನ್ ಅವರಿಗೆ ಹಿಂದಿಯಿಂದ ಆಫರ್ ಬಂದಿತ್ತು. ಆಗಿನ್ನೂ ಇವರು ಬಿ.ಎಸ್ಸಿ. ಓದುತ್ತಿದ್ದರು. ಇವರಿಗೆ ಪರಿಚಯವಿದ್ದ ಪ್ರೇಮಾ ಛತ್ರೆ ಅವರ ಮೂಲಕ ನಿರ್ಮಾಪಕ ಬೊಕಾಡಿಯಾ ಪರಿಚಯವಾಗಿದ್ದರು. ಇವರ ಸಹ ನಿರ್ಮಾಣದಲ್ಲಿ ದಿಲೀಪ್ ಕುಮಾರ್ ಮತ್ತು ವಹೀದಾ ರೆಹಮಾನ್ ಮುಖ್ಯ ಭೂಮಿಕೆಯ 'ರಹಿಜಾ' ಸಿನಿಮಾ ಸೆಟ್ಟೇರುತ್ತಿತ್ತು. ಈ ಸಿನಿಮಾದಲ್ಲಿ ಸೆಕೆಂಡ್ ವಿಲನ್ ಪಾತ್ರ ಮಾಡಲು ವಿಷ್ಣುವರ್ಧನ್ ಅವರನ್ನು ಆಹ್ವಾನಿಸಲಾಗಿತ್ತು. ಈ ವಿಷಯ ಕಾಲೇಜಿನ ಗೆಳೆಯರಿಗೆ ಗೊತ್ತಾಗಿ ಕಾಲೇಜಿಗೆ ಕಾಲೇಜು ಸಂಭ್ರಮಿಸಿತ್ತು. ಡಿಗ್ರಿ ಮುಗಿಸದೇ ಸಿನಿಮಾ ರಂಗಕ್ಕೆ ಹೋಗಲು ಅಮ್ಮನಿಗೆ ಇಷ್ಟವಿಲ್ಲದಿದ್ದರೂ, ಅವರನ್ನು ಒಪ್ಪಿಸಿ ಸ್ಕ್ರೀನ್ ಟೆಸ್ಟ್ ಗಾಗಿ ಮದ್ರಾಸ್‌ಗೂ ಹೋಗಿ ಬಂದರು. ಆದರೆ, ನಂತರದ ದಿನಗಳಲ್ಲಿ ಅದು ಸಾಧ್ಯವಾಗಲಿಲ್ಲ. ಮುಂದೆ, ತಮ್ಮ ಕಾಲೇಜಿನ ಹಿರಿಯ ವಿದ್ಯಾರ್ಥಿ ಕಾನಕಾನಹಳ್ಳಿ ಗೋಪಿ ಮೂಲಕ ಗಿರೀಶ್ ಕಾರ್ನಾಡ್ ಪರಿಚಯವಾಗಿ, ಹಿರಿಯ ಪತ್ರಕರ್ತರಾದ ವೈಎನ್‌ಕೆ ಅವರ ಮನೆಯಲ್ಲಿ ನಡೆದ ಭೇಟಿಯಲ್ಲಿ 'ವಂಶವೃಕ್ಷ' ಸಿನಿಮಾದಲ್ಲಿ ನಟಿಸಲು ಅವಕಾಶ ಸಿಕ್ಕಿತು. ಅಂದುಕೊಂಡಂತೆ ಆಗಿದ್ದರೆ ಈ ಸಿನಿಮಾದಲ್ಲಿ ಅವರು ಚೆನ್ನಿ ಎಂಬ

ದೊಡ್ಡ ಪಾತ್ರವನ್ನೇ ಮಾಡಬೇಕಿತ್ತು. ತಲೆ ಬೋಳಿಸಲು ಒಪ್ಪದ ಕಾರಣಕ್ಕಾಗಿ ಈ ಪಾತ್ರವನ್ನು ಚಂದ್ರಶೇಖರ್ ನಿರ್ವಹಿಸಬೇಕಾಯಿತು. ಸದಾ ಚುಯಿಂಗ್ ಗಮ್ ತಿನ್ನುತ್ತಾ, ಒಂದೇ ಒಂದು ಡೈಲಾಗ್ ಹೇಳುವ ಪೃಥ್ವಿ ಹೆಸರಿನ ಪಾತ್ರಕ್ಕೆ ವಿಷ್ಣುವರ್ಧನ್ ಆಯ್ಕೆ ಆದರು. ಗಿರೀಶ್ ಕಾರ್ನಾಡ್ ಮತ್ತು ಬಿ.ವಿ. ಕಾರಂತ್ ಜೋಡಿಯ 'ವಂಶವೃಕ್ಷ' ಸಿನಿಮಾ, ಎಸ್. ಎಲ್. ಭೈರಪ್ಪ ಅವರ ಕಾದಂಬರಿಯನ್ನು ಆಧರಿಸಿದ ಚಿತ್ರ. ಅಲ್ಲದೇ, ಸಂಪತ್‌ಕುಮಾರ್ ಅಂತಿದ್ದ ವಿಷ್ಣುವರ್ಧನ್ ಅವರ ಹೆಸರನ್ನು ಈ ಸಿನಿಮಾದಲ್ಲಿ ಕುಮಾರ್ ಅಂದಷ್ಟೇ ಬಳಕೆ ಕೂಡ ಮಾಡಿ ಆಯಿತು.

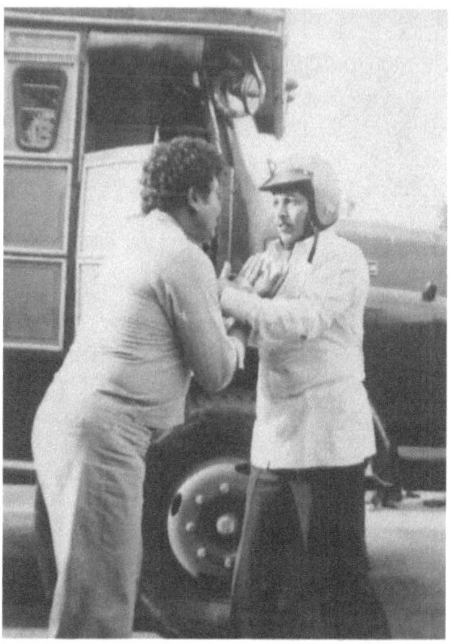

ತಂದೆ ಸಿನಿಮಾ ರಂಗದಲ್ಲಿದ್ದರೂ, ಅಣ್ಣ ಬಾಲ ಕಲಾವಿದನಾಗಿ ನಟನೆ ಮಾಡಿದ್ದರೂ, ಸ್ವತಃ ತಾವು ಕಾಲೇಜು ರಂಗಭೂಮಿಯಲ್ಲಿ ಸಕ್ರಿಯರಾಗಿದ್ದರೂ ಸಿನಿಮಾ ನಟನಾಗಲು ಕನಸು ಕಂಡವರಲ್ಲ ವಿಷ್ಣುವರ್ಧನ್. ಸಿನಿಮಾ ನಟ ಆಗಲೇಬೇಕೆಂದು ಬಯಸಿದವರೂ ಅಲ್ಲ. ಪದವಿ ಶಿಕ್ಷಣ ಮುಗಿಯುತ್ತಿದ್ದಂತೆಯೇ ಮೆಡಿಕಲ್ ರೆಪ್ರೆಸೆಂಟೇಟಿವ್ ಆಗುವ ಕನಸು ಹೊತ್ತವರು. ಊರೂರು ಸುತ್ತಬಹುದು ಮತ್ತು ಒಳ್ಳೊಳ್ಳೆ ಡ್ರೆಸ್ ಹಾಕಬಹುದು ಅನ್ನುವ ಕಾರಣಕ್ಕಾಗಿ ಇಂಥದ್ದೊಂದು ಆಸೆ ಅವರಲ್ಲಿ ಮೂಡಿತ್ತು. ಈ ಕನಸಿನ

ಈಡೇರಿಕೆಗಾಗಿ ಸಾರಾಭಾಯಿ ಕಂಪೆನಿಗೂ ಅರ್ಜಿ ಸಲ್ಲಿಸಿದ್ದರು. ಬೆಂಗಳೂರು ಮತ್ತು ಮುಂಬಯಿಗೆ ಸಂದರ್ಶನಕ್ಕೂ ಹೋಗಿ ಬಂದಿದ್ದರು. ಕಂಪೆನಿ ಕೇಳಿದ ಎಲ್ಲ ಅರ್ಹತೆಗಳು ಇದ್ದರೂ, ಆ ಸಂಸ್ಥೆಯಲ್ಲಿ ಕೆಲಸ ಮಾಡಲು ಅವರಿಗೆ ಸಾಧ್ಯವಾಗಲಿಲ್ಲ. ಕಾರಣ, ಇವರು ಕನಸು ಕಾಣದೇ ಇದ್ದರೂ, ವಿಷ್ಣುವರ್ಧನ್ ಅವರು ನಟನಾಗಬೇಕು ಎಂಬ ಬಯಕೆ ಆ ಸಂಸ್ಥೆಗಿತ್ತು. ಸಂದರ್ಶನಕ್ಕೆ ಹೋದಾಗ ಸಂಸ್ಥೆಯ ಪ್ರತಿನಿಧಿಯೇ ಆ ಭಾವನೆಯನ್ನು ವ್ಯಕ್ತಪಡಿಸಿದ್ದರು. ವಿಷ್ಣು ಅವರ ಸುಂದರವಾದ ಮುಖ, ಭಾವನೆತುಂಬಿದ ಕಂಗಳು, ಆಕರ್ಷಕ ಮೈಬಣ್ಣ, ನಕ್ಕಾಗ ಕಣ್ಣುಮುಚ್ಚಾಲೆ ಆಡುವಂತಹ ಸಣ್ಣನೆ ಗುಳಿಕೆನ್ನೆ, ಸಂಪಿಗೆಯಂತಹ ಮೂಗು ಎಲ್ಲರನ್ನೂ ಸೆಳೆಯುತ್ತಿತ್ತು. ಹಾಗಾಗಿ ಕಂಡವರೆಲ್ಲರೂ 'ನೀವು ನಟನಾಗಬೇಕು' ಎಂದೇ ಒತ್ತಾಯಿಸುತ್ತಿದ್ದರು. ಒಳ್ಳೊಳ್ಳೆ ಸಿನಿಮಾಗಳನ್ನು ಮಾಡಬೇಕು, ಆ ಸಿನಿಮಾಗಳು ಎಲ್ಲ ಭಾಷೆಯ ನೋಡುಗರಿಗೆ ತಲಪಬೇಕು ಎನ್ನುವುದು ಅವರ ನಿಲುವಾಗಿತ್ತು. ಎಷ್ಟೋ ಬಾರಿ ಅವರು ಮಾಧ್ಯಮಗಳ ಮುಂದೆ ಬಂದಾಗ 'ಕಲಾವಿದನಿಗೆ ಭಾಷೆಯ ಚೌಕಟ್ಟು' ಇರಬಾರದು ಎಂದೇ ಪ್ರತಿಪಾದಿಸುತ್ತಿದ್ದರು.

ಯೌವನದ ಪರಾಕಾಷ್ಠೆಯ ದಿನಗಳಲ್ಲಿ ಅತ್ಯಂತ ಮೋಹಕ ಮೈಕಟ್ಟು ಹೊಂದಿದ್ದರು ವಿಷ್ಣುವರ್ಧನ್. ಹೀಗಾಗಿ ಸಹಜವಾಗಿಯೇ ಬೇರೆ ಭಾಷೆಯ ನಿರ್ಮಾಪಕ, ನಿರ್ದೇಶಕರ ಗಮನ ಸೆಳೆದಿದ್ದರು. ಪರಿಣಾಮ ಕರ್ನಾಟಕದ ಗಡಿದಾಟಿ ತಮಿಳು, ತೆಲುಗು, ಮಲಯಾಳಂ ಮತ್ತು ಹಿಂದಿ ಚಿತ್ರಗಳಲ್ಲಿ ನಟಿಸಿ ರಾಷ್ಟ್ರಮಟ್ಟದ ತಾರೆಯಾಗಿ ಗುರುತಿಸಿಕೊಂಡರು.

ಕೇವಲ ಸಿನಿಮಾಗಳನ್ನು ಮಾತ್ರ ಮಾಡಲಿಲ್ಲ, ಅಲ್ಲಿನ ಕಲಾವಿದರ ಜೊತೆ ಒಳ್ಳೆಯ ಬಾಂಧವ್ಯ ಕೂಡ ಹೊಂದಿದ್ದರು. ರಾಷ್ಟ್ರಮಟ್ಟದಲ್ಲಿ ಧರ್ಮೇಂದ್ರ, ಶತ್ರುಘ್ನ ಸಿನ್ಹಾ, ಕಮಲ ಹಾಸನ್, ರಜನಿಕಾಂತ್, ಮುಮ್ಮುಟ್ಟಿ ಸೇರಿದಂತೆ ಅನೇಕ ಮಹಾನ್ ಕಲಾವಿದರ ನಿಕಟ ಸಂಪರ್ಕವಿತ್ತು. ಕಾಲೇಜು ದಿನಗಳಿಂದಲೂ ವಿಷ್ಣು ಶಮ್ಮಿ ಕಪೂರ್ ಅವರ ಮಹಾನ್ ಅಭಿಮಾನಿಯಾಗಿದ್ದರು. ಶಮ್ಮಿ ಕಪೂರ್ ತರಹ ನರ್ತಿಸುತ್ತಿದ್ದರು ವಿಷ್ಣುವರ್ಧನ್.

ಇಂದು ಪ್ಯಾನ್ ಇಂಡಿಯಾ ಎಂದರೆ ಹೆಮ್ಮೆಯಿಂದ ನೋಡುವ ಚಿತ್ರೋದ್ಯಮವೇ ಅಂದು ವಿಷ್ಣುವರ್ಧನ್ ಅವರಿಗೆ ಏನೇನೆಲ್ಲ ಮಾತಾಡಿ ಅವರ ಮನಸ್ಸನ್ನು ಘಾಸಿಗೊಳಿಸಿತ್ತು. ಅಪರಾಧಿಯಾಗಿ ನೋಡಿತ್ತು. ಇಂದು ವಿಷ್ಣುವರ್ಧನ್ ಬದುಕಿದ್ದರೆ, ನಿರುಮ್ಮಳರಾಗಿ ನಕ್ಕು ಸುಮ್ಮನಿರುತ್ತಿದ್ದರು. ಆದರೆ, ಕಾಲ ಸುಮ್ಮನಿರಬೇಕಲ್ಲ?

ನೊಂದ ನೋವಿಗೆ ಮುಲಾಮು ಬೇಕಲ್ಲ...

ವಿಷ್ಣುವರ್ಧನ್ ಮತ್ತು ಗೋಕಾಕ ಚಳವಳಿ

ಗೋಕಾಕ ಚಳವಳಿಯಲ್ಲಿ ಡಾ. ರಾಜಕುಮಾರ್ ಪಾತ್ರ ಮಹತ್ವದ್ದು. ಅದನ್ನು ಅಲ್ಲಗಳೆಯುವಂತಿಲ್ಲ. ಈ ಚಳವಳಿ ಬೃಹತ್ ಹೋರಾಟ ರೂಪ ಪಡೆದು, ಕೊನೆಗೂ ಯಶಸ್ವಿ ಆಯಿತು ಅಂದರೆ ಅದಕ್ಕೆ ಕಾರಣ ರಾಜಕುಮಾರ್ ಎನ್ನುವ ದೊಡ್ಡ ಹೆಸರು. ಈ ಶಕ್ತಿಗೆ ಮತ್ತಷ್ಟು ಬಲ ತುಂಬಿದ್ದು ವಿಷ್ಣುವರ್ಧನ್ ಸೇರಿದಂತೆ ಅನೇಕ ನಟರು ಎನ್ನುವುದು ನಿರ್ವಿವಾದ. ಆದರೆ, ಕೆಲ ಪಟ್ಟಭದ್ರಹಿತಾಸಕ್ತಿಗಳು ವಿಷ್ಣು ಗೋಕಾಕ ಚಳವಳಿಯಲ್ಲಿ ಭಾಗವಹಿಸಲೇ ಇಲ್ಲ ಎಂದು ಪುಕಾರು ಹಬ್ಬಿಸಿದರು. ಇದನ್ನು ಖಂಡಿಸಿ ಮೈಸೂರಿನಲ್ಲಿ ಹೋರಾಟವೂ ನಡೆಯಿತು. ಆದರೆ, 'ಆ' ಜನರು ಸುಳ್ಳು ಹೇಳಬಹುದು, ಇತಿಹಾಸ ಸುಳ್ಳು ಹೇಳುವುದಿಲ್ಲ, ನೋಡಿದ ಕಣ್ಣುಗಳು ಮೋಸ ಮಾಡುವುದಿಲ್ಲ.

ಹೌದು, ಮೈಸೂರಿನಲ್ಲಿ ಗೋಕಾಕ ಚಳವಳಿಯ ಸಭೆ ನಡೆದಾಗ ಡಾ. ರಾಜಕುಮಾರ್ ಜೊತೆ ಡಾ. ವಿಷ್ಣುವರ್ಧನ್ ಕೂಡ ಭಾಗಿಯಾಗಿದ್ದರು. ಚಳವಳಿಯ ಉದ್ದೇಶಿಸಿ ಮೈಸೂರಿನಲ್ಲಿ ಭಾಷಣವನ್ನೂ ಮಾಡಿದ್ದರು. ಗೋಕಾಕ ಚಳವಳಿಯಲ್ಲಿ ಭಾಗಿಯಾದ ಫೋಟೋಗಳು ಕೂಡ ಅದಕ್ಕೆ ಸಾಕ್ಷೀಕರಿಸುತ್ತವೆ. ಆದರೆ, ಇವೆಲ್ಲವನ್ನೂ ಮೀರಿ ವಿಷ್ಣುವರ್ಧನ್ ಮೇಲೆ ಗೂಬೆ ಕೂರಿಸಿ, ಪ್ರತಿಭಟಿಸುವಂತಹ ವ್ಯವಸ್ಥಿತ ಪಿತೂರಿಯಂತೂ ನಡೆಯಿತು.

***

ಏನಿದು ಗೋಕಾಕ ಚಳವಳಿ?

ಭಾಷಾ ನೀತಿಯಲ್ಲಿ ಕರ್ನಾಟಕದಲ್ಲಿ ಕನ್ನಡಕ್ಕೆ ಮೊದಲ ಆದ್ಯತೆಯ ಹಕ್ಕಿಗಾಗಿ 1980ರ ದಶಕದಲ್ಲಿ ನಡೆದ ಅತೀ ದೊಡ್ಡ ಚಳವಳಿಯೇ ಗೋಕಾಕ ಚಳವಳಿ. ಈ ವೇಳೆಯಲ್ಲಿ ತ್ರಿಭಾಷಾ ಸೂತ್ರದಡಿಯಲ್ಲಿ ಕರ್ನಾಟಕದ ಶಾಲೆಗಳಲ್ಲಿ ಕನ್ನಡವನ್ನು ಮುಖ್ಯಭಾಷೆಯನ್ನಾಗಿ ಪರಿಗಣಿಸಿರಲಿಲ್ಲ. ಮುಖ್ಯ ಭಾಷೆಯನ್ನಾಗಿ ಪರಿಗಣಿಸಬೇಕು ಎನ್ನುವಂತಹ ಹಲವಾರು ಬೇಡಿಕೆಗಳನ್ನು ಒಳಗೊಂಡ ವರದಿಯನ್ನು ಸಲ್ಲಿಸುವಂತೆ 1979ರಲ್ಲಿ ಕವಿ ವಿ.ಕೃ. ಗೋಕಾಕ ನೇತೃತ್ವದಲ್ಲಿ ವರದಿಯೊಂದನ್ನು ಸಿದ್ಧ ಪಡಿಸುವಂತೆ ಸರಕಾರ ಕೇಳಿತ್ತು. ಮೊದ ಮೊದಲು ಹಲವಾರು ಕನ್ನಡಪರ ಚಿಂತಕರು ವಿ.ಕೃ. ಗೋಕಾಕ ಅವರ ನೇತೃತ್ವವನ್ನೇ ವಿರೋಧಿಸಿದ್ದರು. ಅನಂತರ ಅವರು ನೀಡಿದ್ದ ವರದಿ ವಸ್ತುನಿಷ್ಠವಾಗಿದೆ ಎನ್ನುವ ಕಾರಣಕ್ಕೆ ಒಪ್ಪಿಕೊಳ್ಳಲಾಯಿತು. ಆ ವರದಿ ಅನುಷ್ಠಾನವಾಗಬೇಕೆಂದು ರಾಜ್ಯಾದ್ಯಂತ ನಡೆದ ಹೋರಾಟವೇ ಗೋಕಾಕ ಚಳವಳಿ.

ಪ್ರೌಢಶಾಲೆಗಳಲ್ಲಿ 150 ಅಂಕಗಳಿಗೆ ಕನ್ನಡವನ್ನು ಏಕೈಕ ಪ್ರಥಮ ಭಾಷೆಯಾಗಿಯೂ, 100 ಅಂಕಗಳಿಗೆ ಮತ್ತೊಂದು ಭಾಷೆಯನ್ನು ದ್ವಿತೀಯ ಭಾಷೆಯಾಗಿಯೂ ಹಾಗೂ 50 ಅಂಕಗಳಿಗೆ ಮಗದೊಂದು ಭಾಷೆಯನ್ನು ತೃತೀಯ ಭಾಷೆಯಾಗಿಯೂ ಆರಿಸಿಕೊಳ್ಳುವ ಅವಕಾಶವಿರಬೇಕೆಂಬ ಶಿಫಾರಸು ಆ ವರದಿಯಲ್ಲಿತ್ತು. ಆಗಿನ ಮುಖ್ಯಮಂತ್ರಿ ಗುಂಡೂರಾವ್ ಈ ವರದಿಯನ್ನು ಜಾರಿ ಮಾಡುವ ಭರವಸೆ ನೀಡಿದ್ದರೂ ಕೂಡ, ಅದಕ್ಕೆ ವಿರೋಧ ವ್ಯಕ್ತವಾದ ಹಿನ್ನೆಲೆಯಲ್ಲಿ ಸರಕಾರ ಜಾರಿ ತರಲು ಹಿಂದೇಟು ಹಾಕಿತು.

ಗೋಕಾಕ ವರದಿ ಜಾರಿ ವಿಳಂಬವಾದ ಕಾರಣಕ್ಕಾಗಿ ನಾಡಿನ ವಿವಿಧ ಮೂಲೆಗಳಲ್ಲಿದ್ದ ಕನ್ನಡ ಪರ ಚಿಂತಕರು, ಸಾಹಿತಿಗಳು ಆಗಲೇ ಹೋರಾಟಕ್ಕೆ ಸಿದ್ಧರಾದರು. ಆದರೆ, ಚಳವಳಿ ತೀವ್ರಗತಿಯಲ್ಲಿ ಸಾಗಲಿಲ್ಲ. ಕೆಲ ಸಾಹಿತಿಗಳೇ ಹೋರಾಟದಲ್ಲಿ ಪಾಲ್ಗೊಳ್ಳಲು ಹಿಂಜರಿದರು. ಈ ಚಳವಳಿಗೆ ಹಿನ್ನಡೆ ಆಗಬಾರದು ಎನ್ನುವ ಕಾರಣಕ್ಕಾಗಿ ಪಾಟೀಲ ಪುಟ್ಟಪ್ಪನವರು ಸೇರಿದಂತೆ ಕೆಲ ಸಾಹಿತಿಗಳು ಖುದ್ದಾಗಿ ವಿವಿಧ ಕ್ಷೇತ್ರಗಳ ಮತ್ತು ಚಿತ್ರರಂಗದ ಗಣ್ಯರನ್ನು ಹೋರಾಟಕ್ಕೆ ಆಹ್ವಾನಿಸಲು ಚಿಂತನೆ ನಡೆಸಿದರು. ಹೋರಾಟಗಾರರ ಮನವಿಗೆ ಡಾ. ರಾಜ್ ನೇತೃತ್ವದ ಕನ್ನಡ ಚಿತ್ರರಂಗ ಸಂಪೂರ್ಣವಾಗಿ ಸ್ಪಂದಿಸಿತು. ಆಗಿನ್ನೂ ಕರ್ನಾಟಕ ರಾಜ್ಯ ಉದಯವಾಗಿ ಎರಡು ದಶಕಗಳೇ ಸಂದಿತ್ತು. ಆದರೆ ಕರ್ನಾಟಕದಲ್ಲಿ ಕನ್ನಡಕ್ಕೆ ಅಧಿಪತ್ಯ ಇಲ್ಲದೇ ಇರುವಿಕೆ ಕನ್ನಡಿಗರ ಮನನೋಯಿಸಿತ್ತು. ಗೋಕಾಕ ವರದಿಯ ಪ್ರಕಾರ ಕನ್ನಡ ಭಾಷೆಯನ್ನು ಶಿಕ್ಷಣದಲ್ಲಿ ಅನುಷ್ಠಾನಗೊಳಿಸುವುದಕ್ಕಾಗಿ 1982ನೇ ಇಸವಿಯಲ್ಲಿ ಕರ್ನಾಟಕದ ಎಲ್ಲೆಲ್ಲೂ ಒಂದು ಅಭೂತಪೂರ್ವ ಹೋರಾಟ ನಡೆಯಿತು. ಡಾ. ರಾಜ್ ಎನ್ನುವ ಧ್ರುವತಾರೆ ಅಂದು ಕನ್ನಡಕ್ಕಾಗಿ ಮುಂದಾಳುತ್ವ ವಹಿಸಿಕೊಂಡು 'ಗೋಕಾಕ ಚಳವಳಿ'ಗೆ ಆನೆಬಲ ತಂದುಕೊಟ್ಟರು. ಡಾ. ರಾಜ್ ಹಿಂದೆ ಇಡೀ ಕನ್ನಡ ಚಿತ್ರರಂಗ ನಿಂತಿದ್ದು ಈಗ ಇತಿಹಾಸ' ಎಂದು ಉಲ್ಲೇಖಿಸಿದ್ದಾರೆ ಹಿರಿಯ ಪತ್ರಕರ್ತರಾದ ಪಾಟೀಲ್ ಪುಟ್ಟಪ್ಪನವರು.

ಡಾ. ರಾಜಕುಮಾರ್‌ರ ನೇತೃತ್ವದಲ್ಲಿ ನಡೆದ ಗೋಕಾಕ ಚಳವಳಿಯ ಹೋರಾಟದಲ್ಲಿ ಇಡೀ ಕನ್ನಡ ಚಿತ್ರರಂಗ ಸ್ವಲ್ಪ ದಿನಗಳ ಮಟ್ಟಿಗೆ ಚಿತ್ರೀಕರಣ ಕಾರ್ಯಗಳನ್ನೆಲ್ಲಾ ನಿಲ್ಲಿಸಿ ಪಾಲ್ಗೊಂಡಿತು. ಡಾ. ವಿಷ್ಣುವರ್ಧನ್, ಡಾ. ಅಂಬರೀಷ್, ಶಂಕರ್ ನಾಗ್, ಲೋಕೇಶ್, ಅನಂತನಾಗ್, ಜೈ ಜಗದೀಶ್ ಹೀಗೆ ನೂರಾರು ಕಲಾವಿದರು, ನಿರ್ದೇಶಕರು, ನಿರ್ಮಾಪಕರು, ತಂತ್ರಜ್ಞರೆಲ್ಲ ಹೋರಾಟಕ್ಕಿಳಿದರು. ಹೋರಾಟದ ತೀವ್ರ ಸ್ವರೂಪಕ್ಕೆ ಮಣಿದ ಕರ್ನಾಟಕ ಸರ್ಕಾರ ಕೊನೆಗೂ ಪ್ರಾಥಮಿಕ ಹಾಗೂ ಪ್ರೌಢಶಾಲೆಗಳಲ್ಲಿ ಕನ್ನಡಕ್ಕೆ ಆದ್ಯತೆ ನೀಡಲು ಒಪ್ಪಿಕೊಂಡು ಆದೇಶ ಹೊರಡಿಸಿತು.

ಬಾಳಾ ಠಾಕ್ರೆಗೆ ಹೋಲಿಸಿ,
ಕನ್ನಡದ್ರೋಹಿ ಪಟ್ಟ ಕಟ್ಟುವ ಹುನ್ನಾರ

'ವಿಷ್ಣುವರ್ಧನ್ ಕನ್ನಡ ದ್ರೋಹಿ ಅನ್ನುವುದಕ್ಕೆ ಈ ಮೇಲಿನ ಶೀರ್ಷಿಕೆಗಿಂತ ಉದಾಹರಣೆ ಬೇಕೇ?'

ಕನ್ನಡ ನಾಡು ನುಡಿಯ ಬಗ್ಗೆ ಸದಾ ಯೋಚಿಸುತ್ತಿದ್ದ ಕನ್ನಡ ಸಿನಿಮಾ ರಂಗದ ಮತ್ತೊಂದು ಜೀವ ಎಂದರೆ ವಿಷ್ಣುವರ್ಧನ್. ಮಾತಿನಲ್ಲಿ ಕನ್ನಡ, ಹಾಡಿನಲ್ಲಿ ಕನ್ನಡ, ನುಡಿಯಲ್ಲಿ ಕನ್ನಡ, ನಡೆಯಲ್ಲಿ ಕನ್ನಡ, ಸಿನಿಮಾದಲ್ಲೂ ಕನ್ನಡ. ಕನ್ನಡವನ್ನೇ ಉಸಿರಾಡುತ್ತಿದ್ದ ವಿಷ್ಣುವರ್ಧನ್ ಅವರನ್ನು ಕನ್ನಡ

ದ್ರೋಹಿ ಅನ್ನುವುದಕ್ಕೆ ಮನಸ್ಸಾದರೂ ಹೇಗೆ ಬಂತು? ಈ ಮಾತು ಬರುವುದಕ್ಕೆ ಕಾರಣ ಅವರು ಕಟ್ಟಲು ಹೊರಟಿದ್ದ 'ಸೇನೆ'.

ವಿಷ್ಣು ಕನ್ನಡದ್ರೋಹಿ ಅನ್ನುವ ಮಾತು ಗಾಂಧಿನಗರದ ಗಲ್ಲಿಗಲ್ಲಿಗಳಿಗೆ ಕೇಳಿ ಬರುವಂತೆ 'ಆ' ಪಡೆ ವ್ಯವಸ್ಥಿತವಾಗಿ ಮಾಡಿತು. ಪರಭಾಷಾ ಸಿನಿಮಾಗಳಲ್ಲಿ ವಿಷ್ಣುವರ್ಧನ್ ನಟಿಸೋದು ಇಲ್ಲಿನ ಹಲವರಿಗೆ ಇಷ್ಟವಿರಲಿಲ್ಲ. ತಮಗೆಲ್ಲ ಕಾಲ್‌ಶೀಟ್ ಸಿಗುವುದಿಲ್ಲವೋ ಎನ್ನುವ ಭಯಕ್ಕೆ ಕೆಲವರು ಗಾಸಿಪ್‌ಗಳನ್ನು ಹರಡಿಸುತ್ತಿದ್ದರೆ, ಇನ್ನೂ ಕೆಲವು ನಿರ್ಮಾಪಕರಿಗೆ ಗೆಲ್ಲುವ ಕುದುರೆಯನ್ನು ಬೇರೆ ರಾಜ್ಯಕ್ಕೆ ಕಳುಹಿಸುವುದು ಇಷ್ಟವಿರಲಿಲ್ಲ. ಹಾಗಾಗಿ ವಿಷ್ಣುವರ್ಧನ್ ಅವರನ್ನು ಕಟ್ಟಿಹಾಕುವ ಪ್ರಯತ್ನಕ್ಕೆ ಕನ್ನಡಿಗರ ಭಾವನೆಯನ್ನು ಆಯ್ಕೆ ಮಾಡಿಕೊಳ್ಳಲಾಯಿತು.

ವಿಷ್ಣುವರ್ಧನ್ ಅವರು ದುಡ್ಡಿನ ಹಿಂದೆ ಓಡಿದವರಲ್ಲ. ತಮಗೆ ಎಲ್ಲಿ ಗೌರವ ಸಿಗುತ್ತದೆಯೋ, ಯಾರು ಸಿನಿಮಾ ಮಾಡುವುದಷ್ಟನ್ನೇ ತಮ್ಮ ಕಸಬು ಎಂದುಕೊಂಡಿರುತ್ತಾರೋ ಅಂತವರ ಜೊತೆ ಕೆಲಸ ಮಾಡಲು ಇಚ್ಛೆ ಪಡುತ್ತಿದ್ದರು. ಹಾಗಾಗಿಯೇ ಪರಭಾಷೆಯಲ್ಲೂ ಅವರು ನಟಿಸುವುದಕ್ಕೆ ಸಾಧ್ಯವಾಯಿತು. ಹಾಗಂತ ಕನ್ನಡ ಸಿನಿಮಾಗಳನ್ನು ಅವರು ಯಾವತ್ತೂ ಮರೆತವರಲ್ಲ. ವಿಷ್ಣುವರ್ಧನ್ ಅವರ ಸಿನಿಮಾ ಯಾನವನ್ನು ಒಂದು ಸಲ ಅವಲೋಕಿಸಿ. ಕನ್ನಡದಲ್ಲಿ ಅವರು ಎಷ್ಟು ಸಿನಿಮಾ ಮಾಡಿದ್ದಾರೆ, ಪರಭಾಷೆಗೆ ಎಷ್ಟು ಹೋಗಿದ್ದಾರೆ ಎನ್ನುವ ಅಂದಾಜು ಸಿಗುತ್ತದೆ. ನಿಜ ಸತ್ಯ ಬಯಲಾಗುತ್ತದೆ. ಆದರೂ, ಅವರು ನಾಡದ್ರೋಹಿ ಆದರು. ಇನ್ನೂ ಒಂದು ಹೆಜ್ಜೆ ಮುಂದೆ ಹೋಗಿ ಇವರನ್ನು ಮಹಾರಾಷ್ಟ್ರದ ಶಿವಸೇನೆ ಮುಖಂಡ ಬಾಳಾ ಠಾಕ್ರೆಗೆ ಹೋಲಿಸಿ ಮಾತನಾಡಲು ಶುರು ಮಾಡಿದರು. ಅದಕ್ಕೆ ಕಾರಣ ವಿಷ್ಣುವರ್ಧನ್ ತಮ್ಮದೇ ಆದಂತಹ ವಿಷ್ಣು ಸೇನೆ ಕಟ್ಟಲು ಹೊರಟಿದ್ದರು. ವಿಷ್ಣು ಸೇನೆ ಕಟ್ಟುವ ಅವರ ಕನಸಿನ ಹಿಂದಿದ್ದ ಉದ್ದೇಶ ಅದ್ಭುತವಾಗಿತ್ತು. ವಿಷ್ಣುಸೇನೆ ನಾಡಿನಲ್ಲಿ ಉದಯಿಸಿದರೆ ತಮಗೆ ಆಪತ್ತು ಎದುರಾಗುತ್ತದೆ ಎಂದು ಹೆದರಿದ್ದ ಕೆಲವರು ಆ ಸೇನೆಯನ್ನು ಕೆಡವುದಕ್ಕಾಗಿಯೇ 'ವಿಷ್ಣುಸೇನೆ ವರ್ಸಸ್ ಶಿವಸೇನೆ' ಆಟ ಶುರು ಮಾಡಿಕೊಂಡರು.

ಮಹಾರಾಷ್ಟ್ರದ ಹುಲಿ ಎಂದೇ ಖ್ಯಾತರಾಗಿದ್ದ ಬಾಳಾ ಠಾಕ್ರೆ ಅಂದರೆ ವಿಷ್ಣುವರ್ಧನ್ ಅವರಿಗೆ ಎಲ್ಲಿಲ್ಲದ ಅಭಿಮಾನ. ಆ ಅಭಿಮಾನಕ್ಕೆ ಕಾರಣವೇ ಬೇರೆಯಿತ್ತು. ಆದರೆ, ಮಾಧ್ಯಮದ ಕೆಲವರು ವಿಷ್ಣುವರ್ಧನ್ ಅವರು ಬಾಳಾ ಠಾಕ್ರೆಯ ಬೆಂಬಲಿಗ ಎಂದು ತಪ್ಪಾಗಿ ಅರ್ಥೈಸಿ ಬಿಟ್ಟರು. ಮಾಧ್ಯಮಗಳಲ್ಲಿ ಅದು ಪ್ರಕಟವಾಗುತ್ತಿದ್ದಂತೆಯೇ ಇದು ಕೂಡ ಸಹಜವಾಗಿಯೇ ಅನಗತ್ಯ ವಿವಾದ ಆಯಿತು.

ವಿಷ್ಣುವರ್ಧನ್ ಏನೇ ಮಾಡಿದರೂ, ಆಡಿದರೂ ಅದು ವಿವಾದವಾಗುತ್ತಿತ್ತು. ವಿವಾದ ಆಗದೇ ಇದ್ದರೆ, ಆಗುವಂತೆ ನೋಡಿಕೊಳ್ಳಲಾಗುತ್ತಿತ್ತು ಎಂದರೂ ತಪ್ಪಾಗಲಾರದೇನೋ. ಅಸಲಿಯಾಗಿ ವಿಷ್ಣು ಅವರದ್ದು ಯಾವುದೇ ತಪ್ಪು ಇರುತ್ತಿರಲಿಲ್ಲ. ಸಂದರ್ಭ ಮತ್ತು ಸಮಯಕ್ಕಾಗಿ ಕಾಯುತ್ತಿದ್ದ ಸಮಯಸಾಧಕರು, ಸುಖಾಸುಮ್ಮನೆ ವಿವಾದ ಎಬ್ಬಿಸಿ ಮನಃಶಾಂತಿಯನ್ನು ಹಾಳು ಮಾಡುತ್ತಿದ್ದರು. ಅದರಿಂದ ವಿಕೃತ ಸಮಾಧಾನ ಅನುಭವಿಸುತ್ತಿದ್ದರು.

ಮಹಾರಾಷ್ಟ್ರ ಮತ್ತು ಕರ್ನಾಟಕದ ಮಧ್ಯ ಆಗಾಗ್ಗೆ ತಂಟೆ ತಕರಾರುಗಳು ನಡೆಯುತ್ತಲೇ ಇರುತ್ತವೆ. ಅದರಲ್ಲೂ ಗಡಿಯ ವಿಚಾರವಾಗಿ ಬಾಳಾ ಠಾಕ್ರೆ ಅವರ ಶಿವಸೈನ್ಯಕ್ಕೂ ಹಾಗೂ ಕನ್ನಡಪರ ಸಂಘಟನೆಗಳ ನಡುವೆ ಅನೇಕ ಗಲಾಟೆಗಳೂ ಆಗಿವೆ. ಇದೊಂದು ಸೂಕ್ಷ್ಮವಿಚಾರ ಎಂದು ಅರಿತಿದ್ದವರೇ ವಿಷ್ಣುವರ್ಧನ್ ಬಗ್ಗೆ ಅಂಥದ್ದೊಂದು ತಲೆಬರಹ ಕೊಟ್ಟು ಸುದ್ದಿ ಮಾಡಿಬಿಟ್ಟಿದ್ದರು. ಇದರಿಂದಲಾದರೂ ವಿಷ್ಣುವನ್ನು ಮಟ್ಟ ಹಾಕುವುದು ಅವರ ಉದ್ದೇಶವಾಗಿತ್ತೇನೋ?

'ವಿಷ್ಣುವರ್ಧನ್‌ಗೆ ಬಾಳಾ ಠಾಕ್ರೆ ಅಂದರೆ ಎಲ್ಲಿಲ್ಲದ ಅಭಿಮಾನ'

ಕನ್ನಡಿಗರು ಕೆರಳಲಿಕ್ಕೆ ಇನ್ನೇನು ಬೇಕು? ಕನ್ನಡಪರ ಸಂಘಟನೆಗಳು ತಿರುಗಿ ಬಿದ್ದವು. ನಿಜವಾಗಿ ವಿಷ್ಣುವರ್ಧನ್ ಹೇಳಿದ್ದೇ ಬೇರೆ, ಅಲ್ಲಿ ಪ್ರಕಟವಾಗಿದ್ದೇ ಬೇರೆ. ಬಾಳಾ ಠಾಕ್ರೆಯ ವ್ಯಕ್ತಿತ್ವವನ್ನು ಮೆಚ್ಚುತ್ತೇನೆ ಎಂದು ವಿಷ್ಣುವರ್ಧನ್ ಹೇಳಿದ್ದ ಹೇಳಿಕೆಯು 'ಬೆಂಬಲಿಗ'ನನ್ನಾಗಿ ಮಾಡಿತ್ತು ಆ ಸುದ್ದಿ.

ಹೌದು, ವಿಷ್ಣುವರ್ಧನ್ ಅವರು ಬಾಳಾ ಠಾಕ್ರೆಯ ವ್ಯಕ್ತಿತ್ವವನ್ನು ಮೆಚ್ಚಿಕೊಂಡಿದ್ದರು. ಅದರಲ್ಲಿ ಮುಚ್ಚುಮರೆ ಏನೂ ಇರಲಿಲ್ಲ. ಮಹಾರಾಷ್ಟ್ರದ ಹುಲಿ ಎಂದೇ ಕರೆಯಿಸಿಕೊಳ್ಳುತ್ತಿದ್ದ ಬಾಳಾ ಸಾಹೇಬ್ ಠಾಕ್ರೆ ಮೊದಲು ಒಬ್ಬ ಸಾಮಾನ್ಯ ಕಾರ್ಟೂನಿಸ್ಟ್ ಆಗಿದ್ದವರು. ಅನಂತರ ಮಹಾರಾಷ್ಟ್ರದ ಮೇರು ವ್ಯಕ್ತಿಯಾಗಿ ಬೆಳೆದ ರೀತಿಗೆ ಇತಿಹಾಸವೇ ಸಾಕ್ಷಿಯಾಗಿದೆ. ಛಲವೊಂದು ಇದ್ದರೆ ಏನು ಬೇಕಾದರೂ ಸಾಧಿಸಬಹುದು ಎನ್ನುವುದಕ್ಕೆ ಈ ವ್ಯಕ್ತಿಯೇ ಸಾಕ್ಷಿ. ಅವರ ಸಿದ್ಧಾಂತ, ಧೋರಣೆಗಳು ಏನೇ ಇರಲಿ, ಅವರ ಸಂಘಟನೆಯ ಶಕ್ತಿಯನ್ನು ಮೆಚ್ಚಲೇಬೇಕು.

ಸಾರ್ವಜನಿಕ ಸಮಾರಂಭಗಳಲ್ಲಿ ಅವರು ಹೆಚ್ಚಾಗಿ ಬಿಳಿ ಕುರ್ತಾ, ಬಿಗಿ ಪೈಜಾಮು ಧರಿಸಿ, ಶಾಲು ಹೊದೆಯುತ್ತಿದ್ದರು. ರುದ್ರಾಕ್ಷಿ ಮಾಲೆಯ ಸಹಿತ ಹಲವು ಮಣಿಸರಗಳನ್ನೂ ಧರಿಸುತ್ತಿದ್ದರು. ಮರಾಠಿ ಮಣ್ಣಿನ ಮಕ್ಕಳಿಗೆ ನ್ಯಾಯ ದೊರಕಿಸಿ ಕೊಡಲು ಬೀದಿಗೆ ಇಳಿದರು. ಅನೇಕ ಹೋರಾಟಗಳ ಮೂಲಕ 'ಹಿಂದೂ ಹೃದಯ ಸಾಮ್ರಾಟ್' ಆಗಿ ಆಡಳಿತದ ಚುಕ್ಕಾಣಿ ಹಿಡಿದರು. ಭಾಷೆ,

JEAN MACHINE

ಗಡಿ ವಿಚಾರದಲ್ಲಿ ಶಿವಸೇನೆಗೂ ಕರ್ನಾಟಕಕ್ಕೂ ಹಲವಾರು ತಕರಾರುಗಳು ಇವೆ. ಕನ್ನಡ ಮತ್ತು ಶಿವಸೇನೆ ಅಂತ ಬಂದಾಗ ಸಾಕಷ್ಟು ಗಲಾಟೆಗಳು ನಡೆದಿರುವುದು ನಿಜ. ಆದರೆ, ವಿಷ್ಣುವರ್ಧನ್ ಅವರು ಬಾಳಾ ಸಾಹೇಬ ಠಾಕ್ರೆಯನ್ನು ವ್ಯಕ್ತಿಯಾಗಿ ನೋಡಿ ಮೆಚ್ಚಿದರೆ ಹೊರತು, ಅವರ ತಂಟೆಗಳನ್ನು ಬೆಂಬಲಿಸಲಿಲ್ಲ.

ಮೊದಲಿನಿಂದಲೂ ಶಿವಸೇನೆ ಪಕ್ಷವು ಒಂದು ಉದಾತ್ತ ಸಿದ್ಧಾಂತವನ್ನು ಹೊಂದಿದೆ. ಮರಾಠ ರಾಷ್ಟ್ರೀಯತೆಯ ಮೇಲೆ ನಿರ್ದಿಷ್ಟವಾದ ಗಮನವನ್ನು ಹೊಂದಿರುವ ದೃಢ ಹಿಂದುತ್ವದ ಪಕ್ಷ ಆಗಿದೆ. ಈ ಪಕ್ಷವು ಮರಾಠರ ಪ್ರಾದೇಶಿಕ ಪ್ರತ್ಯೇಕತೆಯ ಕಡೆಗೂ ಹೋಯಿತು. ಇದು ರಾಜ್ಯಕ್ಕೆ ಬರುವ ವಲಸೆಗಾರರ ವಿರುದ್ಧವಾಗಿತ್ತು. ಆದರೆ ಇಂದು ಈ ಪಕ್ಷವು ಮರಾಠರು ಮತ್ತು ಮರಾಠರ ಸಂಸ್ಕೃತಿ ಮೇಲಿನ ಶ್ರೇಷ್ಠತೆಯ ನಂಬಿಕೆಯನ್ನು ಎತ್ತಿ ಹಿಡಿಯುತ್ತಿದೆ. ಇಂಥದ್ದೊಂದು ಗುಣವನ್ನು ವಿಷ್ಣು ಕನ್ನಡತನದಲ್ಲಿ ನೋಡಿದ್ದರು. ಆದರೆ, ಕಿಡಿಗೇಡಿಗಳು ಅದನ್ನು ಜಗತ್ತಿಗೆ ತೋರಿಸಿದ್ದೇ ಬೇರೆ. ಈ ಕಾರಣದಿಂದಾಗಿಯೂ ವಿಷ್ಣುವರ್ಧನ್ ಮತ್ತೆ ಕಷ್ಟ ಅನುಭವಿಸಬೇಕಾಯಿತು.

ವಿಷ್ಣುವರ್ಧನ್ ಮೇಲೆ ನಿರಂತರವಾಗಿ ದಾಳಿ ಆಗುತ್ತಲೇ ಇತ್ತು. ಹೀಗಾಗಿ ಮನೆಯಿಂದ ಆಚೆ ಬರಲು ಅವರು ಹಿಂದೆಮುಂದೆ ನೋಡುವಂತಾಗಿತ್ತು. ಅವರು ಚಿತ್ರೀಕರಣಕ್ಕೆ ಹೋಗಲಿ, ಯಾವುದೇ ಸಮಾರಂಭವಿರಲಿ, ಸಿನಿಮಾ ರಿಲೀಸ್ ಸಂದರ್ಭದಲ್ಲೂ ಅವರ ಮೇಲೆ ಕಿಡಿಗೇಡಿಗಳು ದಾಳಿ ಮಾಡುತ್ತಲೇ ಬಂದರು. ವಿಷ್ಣುವರ್ಧನ್ ನಟನೆಯ ಸಿನಿಮಾದ ಪೋಸ್ಟರ್ ಮೇಲೆ ಉಗಿಯೋದು, ಸಗಣಿ ಹಾಕೋದು, ಹರಿದು ಹಾಕೋದು, ಸುಡುವುದು ಹೀಗೆ ಮಾಡುತ್ತಲೇ ಇದ್ದರಲ್ಲ. ಅಂತಹ ದುಷ್ಟರಿಂದ ರಕ್ಷಣೆ ಪಡೆಯುವುದಕ್ಕಾಗಿ ಅವರು ವಿಷ್ಣುಸೇನೆ ಹೆಸರಿನಲ್ಲಿ ಸಂಘಟನೆಯನ್ನು ಕಟ್ಟಿದರು ಎನ್ನುವ ಮಾತೂ ಕೇಳಿ ಬಂತು. ಆದರೆ, ತಮ್ಮ ರಕ್ಷಣೆಗಾಗಿ ಅದನ್ನು ಯಾವತ್ತೂ ವಿಷ್ಣುವರ್ಧನ್ ಬಳಸಿಕೊಳ್ಳಲಿಲ್ಲ. ವಿಷ್ಣುಸೇನೆಯ ಇತಿಹಾಸವನ್ನೊಮ್ಮೆ ಓದಿ ಅಥವಾ ಕೇಳಿ ನೋಡಿ. ಅದು ಸಿನಿಮಾ ಸಂಬಂಧಿ ಕೆಲಸದಲ್ಲಿ ಮಾತ್ರ ತೊಡಗಿಕೊಳ್ಳಲಿಲ್ಲ. ನೆಚ್ಚಿನ ನಟನ ಚಿತ್ರಕ್ಕೆ ಸ್ಟಾರ್ ಕಟ್ಟುವುದರಿಂದ ಹಿಡಿದು ಸಮಾಜವನ್ನೇ ಸ್ಟಾರ್ ಮಾಡಬೇಕು ಎನ್ನುವತ್ತ ಕೆಲಸ ಮಾಡಿದರು.

ಸಾಮಾನ್ಯವಾಗಿ ಭಾರತೀಯ ಸಿನಿಮಾ ರಂಗದಲ್ಲಿ ಆಯಾ ನಟರ ಅಭಿಮಾನಿಗಳ ಸಂಘಗಳಿವೆ. ಆದರೆ, ವಿಷ್ಣುವರ್ಧನ್ ಅವರಿಗೆ ಮಾತ್ರ ಸೇನೆ ಇದೆ. ಅಭಿಮಾನಿಗಳ ಸಂಘಕ್ಕೂ ಸೇನೆಗೂ ತುಂಬಾ ವ್ಯತ್ಯಾಸವಿದೆ ಎಂದು ಅರಿತಿದ್ದ ಅವರು ತಮ್ಮ ಅಭಿಮಾನಿಗಳಿಗೆ 'ವಿಷ್ಣುಸೇನೆ' ಎಂದು ಹೆಸರಿಡಲು ಸೂಚಿಸಿದರು. ಅಭಿಮಾನಿಗಳು ಆರಾಧನೆಗಿಂತ ಸೈನ್ಯದ ಶಿಸ್ತು, ಅದರ

ಕಾರ್ಯವೈಖರಿ, ಬದ್ಧತೆ ಮತ್ತು ಸದಾ ಸಮಾಜಮುಖಿ ಚಿಂತನೆಗಾಗಿ ಸೇನೆ ಸಿದ್ಧವಿರಬೇಕು ಎಂದಿದ್ದರು.

ಅಭಿಮಾನಿಗಳ ಸಂಘದವರು ಅಂದರೆ, ಮುಖ ತಿರುಗಿಸಿಕೊಂಡು ಹೋಗುವ ಕಾಲದಲ್ಲಿ, ವಿಷ್ಣುಸೇನೆ ಸಾಕಷ್ಟು ಒಳ್ಳೆಯ ಕೆಲಸಗಳನ್ನು ಮಾಡಿದೆ. ಮೇಲುಕೋಟೆಯ ದೇವಸ್ಥಾನದ ವಠಾರದಲ್ಲಿರುವ ಜನರಿಗೆ ಕುಡಿಯುವ ನೀರಿನ ವ್ಯವಸ್ಥೆ ಮತ್ತು ಟಾಯ್ಲೆಟ್ ವ್ಯವಸ್ಥೆ, ಜಯನಗರದ ಆರ್ಯವರ್ತಾ ಎಂಬ ಸಾಮಾಜಿಕ ಸಂಘಟನೆಗೆ ಅಂಬ್ಯುಲೆನ್ಸ್ ದಾನ, ಹಳ್ಳಿಗಳಿಗೆ ನೀರು ಪೂರೈಕೆ, ಆರೋಗ್ಯ ಶಿಬಿರ, ರಕ್ತದಾನ ಶಿಬಿರ, ಅನ್ನಸಂತರ್ಪಣೆ, ಗಿಡ ನೆಡುವ ಕಾರ್ಯಕ್ರಮ, ಕನ್ನಡ ಶಾಲೆಗಳನ್ನು ದತ್ತು ಪಡೆಯುವುದು, ಆರ್ಥಿಕ ತೊಂದರೆಯಲ್ಲಿರುವ ವಿದ್ಯಾರ್ಥಿಗಳಿಗೆ ಐಎಎಸ್. ಐಪಿಎಸ್, ಕೆಎಎಸ್ ಪರೀಕ್ಷೆಗೆ ಕೋಚಿಂಗ್ ಸೇರಿದಂತೆ ಈವರೆಗೂ ನೂರಾರು ಕೆಲಸಗಳನ್ನು ಮಾಡುವ ಮೂಲಕ ನೆಚ್ಚಿನ ನಟನ ಕನಸನ್ನು ಜೀವಂತವಾಗಿರಿಸಿದೆ.

ಋಣಿಯಾಗಲಿಲ್ಲ ಚಲನಚಿತ್ರ ನಿರ್ದೇಶಕರ ಸಂಘ

'ಯಾರು ಯಾರನ್ನೂ ಬೆಳೆಸುವುದಿಲ್ಲ' ಎನ್ನುವುದು ಡಾ. ವಿಷ್ಣುವರ್ಧನ್ ಅವರ ನಂಬಿಕೆ ಆಗಿತ್ತು. ಅವರ ಹಲವಾರು ಸಂದರ್ಶನಗಳಲ್ಲಿ, ಪತ್ರಿಕಾಗೋಷ್ಠಿಗಳಲ್ಲಿ, ಖಾಸಗಿ ಮಾತುಕತೆಗೆ ಸಿಕ್ಕಾಗ ಯಾರಾದರೂ, 'ತಮ್ಮಿಂದ ನಾನು ಬೆಳೆದೆ, ನೀವೇ ನನ್ನ ಬೆಳೆಸಿದ್ದು' ಎಂದು ಹೇಳಿದರೆ, ಅವರಿಗೆ ಚೆನ್ನಾಗಿ ಬೈಯುತ್ತಿದ್ದರು. ಯಾವತ್ತೂ ಅವರು ಆ ಮಾತನ್ನು ಹೇಳದಂತೆ ತಾಕೀತು ಮಾಡುತ್ತಿದ್ದರು. ಬೇರೆಯವರಿಗೆ ಹೇಳಿದಂತೆ ತಾವೂ ಕೂಡ ಅದನ್ನು ಹೇಳುತ್ತಿರಲಿಲ್ಲ. ಆದರೆ, ತಮ್ಮ ಏಳಿಗೆಗಾಗಿ ಶ್ರಮಿಸಿದ ಅಷ್ಟೂ ಜನರ ಬಗ್ಗೆಯೂ ಅವರಿಗೆ ಗೌರವವಿತ್ತು. ಸದಾ ಆ ಗೌರವದಿಂದಲೇ ಅವರನ್ನು ಕಾಣುತ್ತಿದ್ದರು.

ಈ ಕಾರಣಕ್ಕಾಗಿಯೇ ಅನೇಕ ನಿರ್ದೇಶಕರು, ನಿರ್ಮಾಪಕರು ಇವರ ಜೊತೆ ಹೆಚ್ಚೆಚ್ಚು ಸಿನಿಮಾ ಮಾಡಲು ಸಾಧ್ಯವಾಯಿತು. ಡಾ. ವಿಷ್ಣುವರ್ಧನ್ ಅವರ ಅನೇಕ ಸಿನಿಮಾಗಳಿಗೆ ಹಾಡಿರುವ ಎಸ್.ಪಿ. ಬಾಲಸುಬ್ರಮಣ್ಯಂ ಅವರು ವಿಷ್ಣು ಅವರ ಬಗ್ಗೆ ಹೇಳಿದ ಮಾತು ಇವತ್ತಿಗೂ ಹೃದಯ ಒದ್ದೆ ಮಾಡುತ್ತದೆ. 'ನಾನು ಈಗಲೂ ಪದೇ ಪದೇ ಹೇಳುತ್ತಿರುತ್ತೇನೆ. ಮುಂದಿನ ಜನ್ಮ ಅಂತ ಇದ್ದರೆ ನಾನು ಕರ್ನಾಟಕದಲ್ಲೇ, ಕನ್ನಡದ ನೆಲದಲ್ಲೇ ಹುಟ್ಟಬೇಕು ಅಂತ. ಯಾಕೆಂದರೆ, ಈ ನೆಲದಲ್ಲಿ ನನಗೆ ವಿಷ್ಣುವರ್ಧನ್ ಅಂತಹ ಪುಣ್ಯಾತ್ಮರು ಸಿಕ್ಕಿದ್ದಾರೆ' ಎಂದಿದ್ದಾರೆ. ಅಲ್ಲಿಗೆ ವಿಷ್ಣುವರ್ಧನ್ ಎಂತಹ ಪುಣ್ಯ ಪುರುಷ ಎಂದು ಯೋಚಿಸಬೇಕಿತ್ತು. ಆದರೆ, ಕರ್ನಾಟಕ ಚಲನಚಿತ್ರ ನಿರ್ದೇಶಕರ ಸಂಘ ಆ ವೇಳೆಯಲ್ಲಿ ಹಾಗೆ ನೋಡಲೇ ಇಲ್ಲ. ವಿಷ್ಣುವರ್ಧನ್ ಅವರನ್ನು ಸದೆಬಡಿಯಲೇಬೇಕು ಎಂಬ ದ್ವೇಷದಿಂದ ಹಲವು ಪ್ರಶ್ನೆಗಳನ್ನು ಸಿದ್ಧಪಡಿಸಿ ನಿರ್ದೇಶಕರ ಸಂಘದಲ್ಲಿದ್ದ ಹಲವರು ಪತ್ರಿಕೆಗಳಿಗೆ ಕಳುಹಿಸಿಕೊಟ್ಟರು. ಅದು ದೊಡ್ಡ ಸುದ್ದಿಯೂ ಆಯಿತು. ಅದು ಕೂಡ ವಿಷ್ಣುವರ್ಧನ್ ಅವರ ಸ್ವಾಭಿಮಾನಕ್ಕೆ ಬಿದ್ದ ಮತ್ತೊಂದು ಪೆಟ್ಟಾಗಿತ್ತು.

ಅದು ಕನ್ನಡ ಸಿನಿಮಾಗಳು ಮದರಾಸಿನಲ್ಲೇ ತಯಾರಾಗುತ್ತಿದ್ದ ಕಾಲ. ಹಾಗಾಗಿ ಎಂಬತ್ತರ ದಶಕಕ್ಕೂ ಮೊದಲು ಕನ್ನಡ ಚಲನಚಿತ್ರ ನಿರ್ದೇಶಕರು ಮದರಾಸಿನಲ್ಲಿದ್ದ ಸೌತ್ ಇಂಡಿಯನ್ ಫಿಲಮ್ ಡೈರೆಕ್ಟರ್ಸ್ ಅಸೋಸಿಯೇಷನ್‌ನಲ್ಲಿ ಸದಸ್ಯತ್ವ ಪಡೆದುಕೊಂಡು ಕೆಲಸ ಮಾಡುತ್ತಿದ್ದರು. ನಂತರದ ದಿನಗಳಲ್ಲಿ ಅನೇಕ ನಿರ್ದೇಶಕರಿಗೆ ಸಿನಿಮಾ ರಂಗದಲ್ಲಿ ಕೇವಲ ನಾಯಕ, ನಾಯಕಿಗೆ ಮಾತ್ರ ಮಹತ್ವ ಸಿಗುತ್ತಿದೆ. ಎಲ್ಲ ಜವಾಬ್ದಾರಿಯನ್ನು ಹೊತ್ತು ಕೆಲಸ ಮಾಡುವ ನಿರ್ದೇಶಕ ಇಲ್ಲಿ ಗೌಣವೆನಿಸುತ್ತಿದ್ದಾನೆ ಅನಿಸಿತು. ಅದರ ಜೊತೆ ಜೊತೆಗೆ ನಿರ್ದೇಶಕರಿಗೆ ಅನೇಕ ಸಮಸ್ಯೆಗಳು ಎದುರಾದವು. ತಾವು ಕೂಡ ಸಂಘಟಿತರಾಗಬೇಕು, ತಮಗೂ ತಾರಾಮೌಲ್ಯ ಸಿಗಬೇಕು ಎನ್ನುವ ಉದ್ದೇಶದಿಂದ ಶುರುವಾದವು ಚಲನಚಿತ್ರ ನಿರ್ದೇಶಕರ ಸಂಘಗಳು.

ಮದರಾಸಿನ ಅಸೋಸಿಯೇಷನ್ ಜೊತೆಯೇ ವ್ಯವಹರಿಸುತ್ತಿದ್ದ ಕನ್ನಡ ನಿರ್ದೇಶಕರು, ತಮ್ಮದೇ ಆದ ಕನ್ನಡದ ನೆಲದಲ್ಲೇ ತಮ್ಮೊಂದು ಸಂಘ ಮಾಡಿಕೊಳ್ಳುವಂತಹ ಕನಸು ಕಂಡರು. ಅದಕ್ಕೊಂದು ರೂಪರೇಷೆ ಕೊಡುವ ಮಾತುಕತೆಯೂ ಆಯಿತು. ಅದರ ಫಲವೇ ಈಗಿನ ಕರ್ನಾಟಕ ಚಲನಚಿತ್ರ ನಿರ್ದೇಶಕರ ಸಂಘ.

ನಿರ್ದೇಶಕ ಎಸ್.ಆರ್. ಪುಟ್ಟಣ್ಣ ಕಣಗಾಲ್, ಎನ್. ಲಕ್ಷ್ಮಿನಾರಾಯಣ್, ಕೆ.ಎಸ್.ಎಲ್. ಸ್ವಾಮಿ, ಸಿದ್ಧಲಿಂಗಯ್ಯ ಮುಂತಾದವರ ಕನಸು ಕೊನೆಗೂ 1984 ಏಪ್ರಿಲ್ 14ರಂದು ನನಸಾಯಿತು. 'ಕರ್ನಾಟಕ ಚಲನಚಿತ್ರ ನಿರ್ದೇಶಕರ ಸಂಘ,

ಹೆಸರಿನ ಸಂಸ್ಥೆಯನ್ನು ದಾದಾಸಾಹೇಬ್ ಫಾಲ್ಕೆ ಪುರಸ್ಕೃತರಾದ ಹಿರಿಯ ಚಲನಚಿತ್ರ ನಿರ್ದೇಶಕ, ನಟರೂ ಆಗಿದ್ದ ಎಲ್.ವಿ. ಪ್ರಸಾದ್ ಉದ್ಘಾಟಿಸಿದರು. ಇದರ ಸಂಸ್ಥಾಪಕ ಅಧ್ಯಕ್ಷರಾಗಿ ನಿರ್ದೇಶಕ ಎಸ್.ಆರ್.ಪುಟ್ಟಣ್ಣ ಕಣಗಾಲ್ ಅವರೇ ಆಯ್ಕೆಯಾದರು. ಲಕ್ಷ್ಮಿನಾರಾಯಣ್ ಉಪಾಧ್ಯಕ್ಷರು. ಕೆ.ಎಸ್.ಎಲ್. ಸ್ವಾಮಿ ಮತ್ತು ರಾಜೇಂದ್ರ ಸಿಂಗ್ ಬಾಬು ಕಾರ್ಯದರ್ಶಿಗಳು.

ಕನಸು ಕಂಡಂತೆ ನಿರ್ದೇಶಕರ ಸಂಘಕ್ಕೆ ಚಾಲನೆ ಏನೋ ಸಿಕ್ಕಿತು. ಆದರೆ, ಅದನ್ನು ಮುನ್ನಡೆಸಿಕೊಂಡು ಹೋಗಲು ಆರ್ಥಿಕ ಬಲವೂ ಬೇಕಾಯಿತು. ಸಂಘದ ಕಾರ್ಯಚಟುವಟಿಕೆಗಾಗಿ ಹಣ ಹೊಂದಿಸಬೇಕಾದ ಪರಿಸ್ಥಿತಿ ಎದುರಾದಾಗ ಆ ಸಂದರ್ಭದಲ್ಲಿ ರಾಜೇಂದ್ರ ಸಿಂಗ್ ಬಾಬು ಅವರ ಜೊತೆ ಸಂಘಕ್ಕೆ ವಿಷ್ಣುವರ್ಧನ್ ಕೂಡ ಹೋಗಿದ್ದರು. ಕಾರ್ಯಕ್ರಮಗಳನ್ನು ರೂಪಿಸಲು, ಯೋಜನೆಗಳನ್ನು ಜಾರಿ ತರಲು, ಸಂಘಕ್ಕೆ ಆರ್ಥಿಕ ಶಕ್ತಿ ತುಂಬಲು ಯಾರಲ್ಲಿ ಹಣ ಕೇಳಬೇಕು, ಹಣ ಸಂಗ್ರಹಕ್ಕೆ ಏನು ಮಾಡಬೇಕು ಎಂದು ಆಗ ಚರ್ಚೆ ನಡೆದಿತ್ತು. ಅದನ್ನು ಕೇಳಿಸಿಕೊಂಡಿದ್ದ ವಿಷ್ಣು ಅವರು ಬಾಬು ಅವರನ್ನು ಮನೆಗೆ ಕರೆದುಕೊಂಡು ಹೋಗಿ ಹಣ ನೀಡಿದ್ದರು.

ನಿರ್ದೇಶಕರನ್ನು ಉತ್ತೇಜಿಸುವ ದೃಷ್ಟಿಯಿಂದ ಇದೇ ನಿರ್ದೇಶಕರ ಸಂಘವು ಉತ್ತಮ ಚಿತ್ರಗಳನ್ನು ಮಾಡುವ ನಿರ್ದೇಶಕರಿಗೆ ವಾರ್ಷಿಕ ಪ್ರಶಸ್ತಿಯನ್ನು ನೀಡುವ ಕುರಿತು ಯೋಜನೆಯೊಂದನ್ನು ರೂಪಿಸಿತು. ಯಾರಾದರೂ ಇಡುಗಂಟನ್ನು ಇಡುವವರು ಮುಂದೆ ಬಂದರೆ, ಆ ಹಣದಿಂದ ಬರುವ ಬಡ್ಡಿಯಲ್ಲಿ ಪ್ರಶಸ್ತಿಯನ್ನು ನೀಡಲು ಪ್ಲ್ಯಾನ್ ಮಾಡಲಾಯಿತು. ಈ

ಸಮಯದಲ್ಲೂ ವಿಷ್ಣುವರ್ಧನ್ ಅವರು ಹಿಂದೆಮುಂದೆ ನೋಡಲಿಲ್ಲ. ತಮಗೆ ಉತ್ತಮ ಚಿತ್ರಗಳನ್ನು ನೀಡಿರುವ ನಿರ್ದೇಶಕರಿಗೆ ಗೌರವಿಸಬೇಕಾಗಿದ್ದು ನಮ್ಮ ಜವಾಬ್ದಾರಿ ಎಂದುಕೊಂಡರು. ನಿರ್ದೇಶಕರ ಸಂಘ ಇವರನ್ನು ಕೇಳುವ ಮುಂಚೆಯೇ ತಮ್ಮ ತಂದೆ ನಾರಾಯಣ್ ರಾವ್ ಹೆಸರಿನಲ್ಲಿ ಅತ್ಯುತ್ತಮ ಚಿತ್ರಕಥೆಗಾರನಿಗೆ ಪ್ರಶಸ್ತಿ ನೀಡಲು ಒಪ್ಪಿಕೊಂಡರು. ಸ್ವತಃ ತಾವೇ ಬಂದು ನಿರ್ದೇಶಕರನ್ನು ಗೌರವಿಸಿ, ಆ ಪ್ರಶಸ್ತಿಯನ್ನು ಪ್ರದಾನ ಮಾಡುವಂತಹ ಔದಾರ್ಯವನ್ನೂ ತೋರಿದರು. ಆದರೆ, ಅದೇ ನಿರ್ದೇಶಕರ ಸಂಘ ಆ ಹೊತ್ತು ವಿಷ್ಣುವರ್ಧನ್ ಅವರಿಗೆ ಹಲವು ಪ್ರಶ್ನೆಗಳನ್ನು ಬಹಿರಂಗವಾಗಿ ಕೇಳುವ ಮೂಲಕ ಅವಮಾನಿಸಿ ಬಿಟ್ಟಿತು.

***

ದಿನಪತ್ರಿಕೆಯೊಂದರಲ್ಲಿ 'ಕನ್ನಡದ ನಿರ್ದೇಶಕರಿಂದ ಚಿತ್ರರಂಗಕ್ಕೆ ಏನೂ ಪ್ರಯೋಜನವಿಲ್ಲ' ಎನ್ನುವ ಧಾಟಿಯಲ್ಲಿ ವಿಷ್ಣುವರ್ಧನ್ ಅವರು ಹೇಳಿದ್ದರು ಎನ್ನಲಾದ ಸುದ್ದಿ ಪ್ರಕಟವಾಗಿಬಿಟ್ಟಿತ್ತು. ಇದರಿಂದಾಗಿ ನಿರ್ದೇಶಕರ ಸಂಘಕ್ಕೆ ಮತ್ತು ನಿರ್ದೇಶಕರಿಗೆ ನಖಶಿಖಾಂತ ಕೋಪ ಬಂದಿತ್ತು. ಆಗ ಕರ್ನಾಟಕ ಚಲನಚಿತ್ರ ನಿರ್ದೇಶಕರ ಸಂಘಕ್ಕೆ ಅಧ್ಯಕ್ಷರಾಗಿದ್ದವರು ಇದೇ ರಾಜೇಂದ್ರ ಸಿಂಗ್ ಬಾಬು. ವಿಷ್ಣುವರ್ಧನ್ ಅವರ ಜೊತೆ ತುಂಬಾ ಆತ್ಮೀಯರಾಗಿದ್ದ ಮತ್ತು ಹಲವಾರು ಸಿನಿಮಾಗಳನ್ನು ಮಾಡಿದ್ದ ರಾಜೇಂದ್ರ ಸಿಂಗ್ ಬಾಬು ಅವರಿಗೆ ತ್ರಿಶಂಕು ಸ್ಥಿತಿ. ಒಂದು ಕಡೆ ಆತ್ಮೀಯ ಸ್ನೇಹಿತ ಮತ್ತೊಂದು ಕಡೆ ತಮ್ಮದೇ ಸಂಘ. ಇದನ್ನು ಹೇಗಾದರೂ ಮಾಡಿ ತಣ್ಣಗೆ ಮಾಡಬೇಕು ಎನ್ನುವಷ್ಟರಲ್ಲಿ ವಿವಾದ ದೊಡ್ಡದಾಯಿತು. ವಿಷ್ಣುವರ್ಧನ್ ನಿಜವಾಗಿಯೂ ಹಾಗೆ ಮಾತನಾಡಿದ್ದಾರಾ? ಮಾತನಾಡಿದ್ದರೆ ಅವರು ಯಾಕೆ ಹಾಗೆ ಹೇಳಿದ್ದಾರೆ? ತಮ್ಮ ಸಂಘಕ್ಕೆ ಅಷ್ಟೊಂದು ಬೆನ್ನೆಲುಬಾಗಿ ನಿಂತ ನಟನೊಬ್ಬ ಈ ರೀತಿಯ ಮಾತುಗಳನ್ನು ಹೇಳುವುದಕ್ಕೆ ಸಾಧ್ಯವಾ? ಹೇಳಿದ್ದರೆ ಯಾವ ಅರ್ಥದಲ್ಲಿ ಹೇಳಿರಬಹುದು? ಊಹುಂ... ಯಾವುದನ್ನೂ ಯೋಚಿಸಲಿಲ್ಲ. ವಿಷ್ಣುವರ್ಧನ್ ಜೊತೆ ಬಾಬು ಅವರು ಮಾತನಾಡಬೇಕು ಎನ್ನುವ ಹೊತ್ತಿಗೆ, ನಿರ್ದೇಶಕರು ಆಡುತ್ತಿದ್ದ ಮಾತುಗಳು ವಿಷ್ಣುವರ್ಧನ್ ಅವರ ಗೌರವಕ್ಕೆ ಧಕ್ಕಿ ಹೊಡೆದು ಬಿಟ್ಟಿದ್ದವು. ಅಲ್ಲಿಗೆ ಮಾತುಕತೆ ಆಗಲೇ ಇಲ್ಲ.

ಇತ್ತ ನಿರ್ದೇಶಕರಲ್ಲೇ ಪರ ವಿರೋಧ ಶುರುವಾಗಿತ್ತು. ಒಂದು ಗುಂಪಂತೂ ವಿಷ್ಣುವರ್ಧನ್ ಅವರ ಹೇಳಿಕೆಯನ್ನು ಖಂಡಿಸಲೇಬೇಕು ಎಂದು ಚರ್ಚೆ ಮಾಡಿದರು. ವಿಷ್ಣುವರ್ಧನ್ ಆಡಿದ್ದರು ಎನ್ನಲಾದ ಮಾತು ಯಾವ ಪತ್ರಿಕೆಗಳಲ್ಲಿ ಪ್ರಕಟವಾಗಿತ್ತೋ, ಅದೇ ಪತ್ರಿಕೆಗಳ ಮೂಲಕವೇ ಅವರಿಗೆ

ಪ್ರಶ್ನೆಗಳನ್ನು ಕೇಳಬೇಕು ಎಂದು ನಿರ್ಧರಿಸಲಾಯಿತು. ಕೊನೆಗೆ ಪ್ರಶ್ನೆಗಳನ್ನೂ ರೆಡಿ ಮಾಡಿಕೊಳ್ಳಲಾಯಿತು. ನಿರ್ದೇಶಕರ ಸಂಘವು ಏನೆಲ್ಲ ಪ್ರಶ್ನೆಗಳನ್ನು ಮಾಡಬೇಕು ಎಂದು ಜೋಸೈಮನ್, ನಂಜುಂಡೇಗೌಡ ಹಾಗೂ ಮತ್ತಿಬ್ಬರಿದ್ದ ಸಮಿತಿಯನ್ನೂ ರಚಿಸಲಾಯಿತು. ಅವರು ಖಡಕ್ಕಾಗಿರುವಂತಹ ಪ್ರಶ್ನೆಗಳನ್ನು ಪತ್ರಿಕೆಗೆ ಬಿಡುಗಡೆ ಮಾಡಿಯೇ ಬಿಟ್ಟರು. ಆ ಪ್ರಶ್ನೆಗಳು ಹೀಗಿದ್ದವು–

1. ನಾಗರಹಾವು ಸಿನಿಮಾ ಕೊಟ್ಟಿದ್ದು ಕನ್ನಡ ನಿರ್ದೇಶಕರಲ್ಲವೆ?
2. ಸಿದ್ದಲಿಂಗಯ್ಯ ಅವರು ಬೂತಯ್ಯನ ಮಗ ಅಯ್ಯು ನಿರ್ದೇಶಿಸದೇ ಇದ್ದರೆ ನೀವು ಈ ಸ್ಥಿತಿಯಲ್ಲಿ ಇರುತ್ತಿದ್ದಿರೆ?
3. ಸಾಹಸ ಸಿಂಹ ಕೊಟ್ಟವರು ಜೋಸೈಮನ್ ಅಲ್ಲವೆ?
4. ಬಂಧನ ಚಿತ್ರವನ್ನು ರಾಜೇಂದ್ರ ಸಿಂಗ್ ಬಾಬು ನಿರ್ದೇಶಿಸಿದವರಲ್ಲವೆ?
5. ನೀವು ತಮಿಳಿಗೆ ಹೋದಿರಿ, ಹಿಂದಿಗೆ ಹೋದಿರಿ, ಮಲಯಾಳಂ ಚಿತ್ರರಂಗಕ್ಕೂ ಕಾಲಿಟ್ಟಿರಿ. ಅಲ್ಲೆಲ್ಲೂ ಯಶಸ್ವಿಯಾಗಲಿಲ್ಲ. ನಿಮ್ಮನ್ನು ಜನಪ್ರಿಯ ನಟನನ್ನಾಗಿ ಬೆಳೆಸಿದ್ದು ಕನ್ನಡದ ನಿರ್ದೇಶಕರೇ ಅಲ್ಲವೆ?
6. ತಮಿಳಿನಲ್ಲಿ ಒಂದು ಸಿನಿಮಾ ಸೋತರೆ ನಿರ್ಮಾಪಕರಿಗೆ ಕಡಿಮೆ ಸಂಭಾವನೆಯಲ್ಲಿ ಕಾಲ್‌ಶೀಟ್ ಕೊಡುವುದನ್ನೋ, ನಷ್ಟ ತುಂಬಿ ಕೊಡುವುದನ್ನೋ ನಟರು ಮಾಡುತ್ತಾರೆ. ನೀವು ಅಂಥದ್ದೇನನ್ನೂ ಮಾಡಿಯೇ ಇಲ್ಲವಲ್ಲ. ಇದಕ್ಕೆ ಏನೆನ್ನುವಿರಿ?

ಖಾರವಾಗಿಯೇ ಕೇಳಲಾದ ಪ್ರಶ್ನೆಗಳನ್ನು ಹೊತ್ತ ಪತ್ರಕ್ಕೆ ಸ್ವತಃ ರಾಜೇಂದ್ರ ಸಿಂಗ್ ಬಾಬು ಅವರು ಸಹಿ ಮಾಡಿದ್ದರು. ಅದನ್ನೇ ಪತ್ರಿಕೆಗಳಿಗೆ ಕಳುಹಿಸಿಯೂ ಕೊಟ್ಟಿದ್ದರು. ಪತ್ರಿಕೆಯಲ್ಲಿ ಈ ಪ್ರಶ್ನೆಗಳು ಪ್ರಕಟವಾಗುತ್ತಿದ್ದಂತೆಯೇ ವಿಷ್ಣುವರ್ಧನ್ ಅವರು ಸುಮ್ಮನಿದ್ದರೂ, ಅವರ ಅಭಿಮಾನಿಗಳು ಮಾತ್ರ ಸುಮ್ಮನೆ ಕೂರಲಿಲ್ಲ. ಯಾವ ನಿರ್ದೇಶಕನಿಗೋಸ್ಕರ ಬಡಿದಾಡಿ ಅವಕಾಶವನ್ನು ಕೊಡಿಸುತ್ತಿದ್ದರೋ, ನನಗೆ ಸಂಭಾವನೆಯೇ ಬೇಡ, ಬಾಬುಗೆ ಸಿನಿಮಾ ಕೊಡಿ

ಎನ್ನುತ್ತಿದ್ದರೋ, ಅಂತಹ ವ್ಯಕ್ತಿಯೇ ಆ ಪತ್ರಕ್ಕೆ ಸಹಿ ಹಾಕಿದ್ದರು ಎನ್ನುವುದು ಅಭಿಮಾನಿಗಳ ಕೋಪಕ್ಕೆ ಕಾರಣವಾಗಿತ್ತು. ಹಾಗಾಗಿ ಅಭಿಮಾನಿಗಳ ಕೋಪ ರಾಜೇಂದ್ರ ಸಿಂಗ್ ಬಾಬು ಅವರ ಮೇಲೆ ತಿರುಗಿತ್ತು.

ಪತ್ರದಲ್ಲಿ ರಾಜೇಂದ್ರ ಸಿಂಗ್ ಬಾಬು ಅವರ ಸಹಿ ಇರುವ ಕಾರಣದಿಂದಾಗಿ ಬಾಬು ಅವರ ಜೊತೆ ಅಭಿಮಾನಿಗಳು ವಾಗ್ವಾದಕ್ಕೂ ಇಳಿದರು. ಈ ಗಲಾಟೆ ಬೇರೆ ಸ್ವರೂಪ ಪಡೆದುಕೊಳ್ಳುತ್ತಿದೆ ಎನ್ನುವುದು ರಾಜೇಂದ್ರ ಸಿಂಗ್ ಅವರ ಅರಿವಿಗೆ ಬಂತು. ವಿಷ್ಣುವರ್ಧನ್ ಅವರು ತಮಗೆ ಏನೂ ಮಾಡಲಾರರು. ಆದರೆ, ಅಭಿಮಾನಿಗಳನ್ನು ತಣ್ಣಗೆ ಮಾಡುವುದು ಹೇಗೆ ಎಂದು ಯೋಚಿಸಿದರು. ಅದು ತಣ್ಣಗೆ ಆಗುವ ಮಾತಾಗಿರಲಿಲ್ಲ. ನಿರ್ದೇಶಕರಿಗೆ ವಿಷ್ಣುವರ್ಧನ್ ಅವರು ಮಾಡಿದ ಉಪಕಾರ ಎಷ್ಟು ಎನ್ನುವ ಪಟ್ಟಿಯನ್ನೂ ಅಭಿಮಾನಿಗಳು ಸಿದ್ಧ ಮಾಡಿಕೊಂಡಿದ್ದರು. ವಿಷ್ಣುವರ್ಧನ್ ಅವರಿಂದ ಯಾರು, ಎಷ್ಟು ಲಾಭ ಪಡೆದಿದ್ದಾರೆ, ಅದು ಯಾವ ರೂಪದ ಲಾಭ ಎನ್ನುವ ಪಟ್ಟಿಯು ವಿಷ್ಣುವರ್ಧನ್ ಅವರ ನಾಲಿಗೆಯಲ್ಲೇ ಹರಿದಾಡುತ್ತಿತ್ತು. ಈ ಗಲಾಟೆ ದೊಡ್ಡದಾಗುತ್ತಿದೆ ಎಂಬ ಸುಳಿವನ್ನರಿತ ರಾಜೇಂದ್ರ ಸಿಂಗ್ ಬಾಬು ಅವರು, ರಕ್ಷಣೆ ಕೋರಿ ಪೊಲೀಸ್ ಕಮಿಷನರ್ ಕಚೇರಿಗೆ ಎಡತಾಕಿದರು. 'ಇವು ನನ್ನ ಪ್ರಶ್ನೆಯಲ್ಲ, ನಿರ್ದೇಶಕರು ಸೇರಿ ಮಾಡಿರುವ ಪ್ರಶ್ನೆ. ನಾನು ಸಂಘದ ಅಧ್ಯಕ್ಷನಾಗಿದ್ದರಿಂದ ಸಹಿ ಮಾಡಿದ್ದೇನೆ' ಎಂದು ಅಭಿಮಾನಿಗಳನ್ನು ಸಮಾಧಾನಿಸಲು ಪ್ರಯತ್ನಿಸಿದರೂ, ಅಭಿಮಾನಿಗಳ ಕೋಪ ತಣ್ಣಗಾಗಲಿಲ್ಲ.

ವಿಷ್ಣುವರ್ಧನ್ ಹಾಗೆ ಹೇಳಿದ್ದಕ್ಕೆ ಕಾರಣಗಳು ಇದ್ದವು. ಆಗಲೇ ಕೆಲವು ನಿರ್ದೇಶಕರು ವಿಷ್ಣುವರ್ಧನ್ ಅವರ ಸ್ನೇಹವನ್ನು ದುರುಪಯೋಗ ಪಡಿಸಿಕೊಂಡಿದ್ದರು. ತಮಿಳು, ಹಿಂದಿ ಸಿನಿಮಾಗಳನ್ನು ಮಾಡುವ ಹೊತ್ತಿನಲ್ಲಿ ಕೆಲ ನಿರ್ದೇಶಕರು ವಿಷ್ಣುವರ್ಧನ್ ಅವರಿಗೆ ಅಡೆತಡೆ ಮಾಡಿದ್ದರು. ಈ ಕೋಪವೇ ವಿಷ್ಣುವರ್ಧನ್ ಅವರಿಂದ ಆ ಮಾತುಗಳನ್ನು ಆಡಿಸಿತ್ತು. ಯಾರಿಗಾಗಿ ವಿಷ್ಣು ಏನೆಲ್ಲ ತ್ಯಾಗ ಮಾಡಿದ್ದರೋ, ಅವರೇ ವಿಷ್ಣುಗಾಗಿ ಅಷ್ಟೊಂದು ಪ್ರಶ್ನೆಗಳನ್ನು ಪತ್ರಿಕೆಗೆ ಕಳುಹಿಸಿಕೊಟ್ಟಿದ್ದರು. ಮುಂದೊಂದು ದಿನ ಆ ನಿರ್ದೇಶಕರಿಗೆ ವಿಷ್ಣು ಪ್ರಶ್ನೆಯಾಗಿಯೇ ಉಳಿದರು.

ಕರ್ನಾಟಕ ಚಲನಚಿತ್ರ ವಾಣಿಜ್ಯ ಮಂಡಳಿಯಲ್ಲೇ ಅಪಪ್ರಚಾರ

ತಾಯಿಯ ಹಾಲೇ ನಂಜಾದೊಡೆ....!

ಕರ್ನಾಟಕ ಚಲನಚಿತ್ರ ವಾಣಿಜ್ಯ ಮಂಡಳಿಯನ್ನು ಚಿತ್ರೋದ್ಯಮದ ಮಾತೃಸಂಸ್ಥೆ ಎಂದು ಕರೆಯಲಾಗುತ್ತದೆ. ಅರ್ಥಾತ್ ಅದು ಚಿತ್ರೋದ್ಯಮಕ್ಕೆ ತಾಯಿ ಸ್ವರೂಪ. ಬೆಂಗಳೂರಿನ ಶಿವಾನಂದ ಸರ್ಕಲ್ ಬಳಿ ಇರುವ ಬೃಹತ್ ಕಟ್ಟಡ, ಅದು ಕೇವಲ ನಿರ್ಜೀವ ಕಟ್ಟಡವಲ್ಲ, ಸಕಲರನ್ನೂ ಸಲಹುದಕ್ಕಾಗಿ ತಲೆಯೆತ್ತಿ ನಿಂತ ಸಿನಿ ದೇಗುಲ.

ಚಿತ್ರೋದ್ಯಮದ ಮಾತೃಸಂಸ್ಥೆಯಾದ ಕರ್ನಾಟಕ ಚಲನಚಿತ್ರ ವಾಣಿಜ್ಯ ಮಂಡಳಿಗೆ ತನ್ನದೇ ಆದ ಇತಿಹಾಸವಿದೆ. ಸಿನಿಮಾ ಉದ್ಯಮಕ್ಕೆ ಸಂಬಂಧಿಸಿದ ನಾನಾ ವಲಯಗಳನ್ನು ತನ್ನೊಂದಿಗೆ ತೆಗೆದುಕೊಂಡು ಹೋಗುವಂತಹ ಗುರುತರ ಜವಾಬ್ದಾರಿಯನ್ನೂ ಅದು ಹೊತ್ತುಕೊಂಡಿದೆ. ಚಿತ್ರೋದ್ಯಮದ ದಿಗ್ಗಜರೇ ನಡೆಸಿಕೊಂಡು ಬಂದಿರುವ ವಾಣಿಜ್ಯ ಮಂಡಳಿಯು ಶುರುವಾಗಿದ್ದು ಸಿನಿಮೋದ್ಯಮಕ್ಕೆ ರಕ್ಷಾಕವಚ ಆಗಲಿ ಎಂದು. ಉದ್ಯಮದ ವಲಯಗಳಲ್ಲಿ ಯಾವುದೇ ವ್ಯಾಜ್ಯ ಅಥವಾ ತಕರಾರುಗಳ ಇತ್ಯರ್ಥಕ್ಕಾಗಿ ಯಾರೂ ನ್ಯಾಯಾಲಯದ ಮೆಟ್ಟಿಲನ್ನು ಹತ್ತಬಾರದೆಂದು. ದೂರು ಕೊಟ್ಟವರು ಮತ್ತು ದೂರಿಗೆ ಗುರಿಯಾದವರು ತಮ್ಮದೇ ಪಂಚಾಯಿತಿದಾರರನ್ನು ಆರಿಸಿಕೊಳ್ಳಬಹುದು ಎಂದು. ಈ ಪಂಚಾಯಿತಿ ನಡೆಯುವ ಸಂದರ್ಭದಲ್ಲಿ ವಕೀಲರು ಕೂಡ ಹಾಜರಾಗುವುದನ್ನು ನಿಷೇಧಿಸುವಂತಹ ತಮ್ಮದೇ ಕಾನೂನು ಜಾರಿ ಮಾಡುವ ಮೂಲಕ ಕೋರ್ಟ್ ಕಟಕಟೆಯಲ್ಲಿ ನಿಲ್ಲಿಸಬಾರದು ಎನ್ನುವ ಉದ್ದೇಶವೂ ಅದು ಹೊಂದಿತ್ತು. ಒಟ್ಟಾರೆ ಉದ್ದೇಶ ಉದ್ಯಮದೊಳಗಿನ ಎಲ್ಲ ಸಮಸ್ಯೆಗಳು ಉದ್ಯಮದ ಚೌಕಟ್ಟಿನೊಳಗೇ ಸೌಹಾರ್ದಯುತವಾಗಿ ಮತ್ತು ಶೀಘ್ರವಾಗಿಯೂ ತೀರ್ಮಾನವಾಗಬೇಕು. ಸಾರ್ವಜನಿಕರ ದೃಷ್ಟಿಯಲ್ಲಿ ಉದ್ಯಮದ ಘನತೆಗೆ ಊನ ಬರಬಾರದೆಂಬುದಾಗಿ ಆಣೆ ಪ್ರಮಾಣ ಮಾಡಿಕೊಂಡಿತ್ತು.

ಉದ್ಯಮದ ಸಮಗ್ರ ಶ್ರೇಯೋಭಿವೃದ್ಧಿಯ, ಸೌಹಾರ್ದಯುತವಾಗಿ ಚಿತ್ರೋದ್ಯಮ ನಡೆಯಬೇಕು ಎನ್ನುವ ಮಹತ್ವಾಕಾಂಕ್ಷಿ ಕನಸು ಕಂಡಿದ್ದ

ವಾಣಿಜ್ಯ ಮಂಡಳಿಯಲ್ಲಿ ಡಾ. ವಿಷ್ಣುವರ್ಧನ್ ಮೇಲೆಯೇ ಗುರುತರ ಆರೋಪ ಮಾಡಿದಂತಹ ಘಟನೆ ಜರುಗಿತು. ಅದೊಂದು ಕಪೋಲಕಲ್ಪಿತ ಮತ್ತು ದುರುದ್ದೇಶದಿಂದಲೇ ಕೂಡಿದ ಆಪಾದನೆ ಆಗಿತ್ತು.

ಅದು 1975ರ ಸಮಯ. ವಿಷ್ಣುವರ್ಧನ್ ಅವರು ಇನ್ನೂ ಹದಿನೈದು ಸಿನಿಮಾಗಳನ್ನೂ ಮುಗಿಸಿರಲಿಲ್ಲ. ಆಗಷ್ಟೇ 'ಭಾಗ್ಯಜ್ಯೋತಿ' ಸಿನಿಮಾಗೆ ಸಹಿ ಮಾಡಿದ್ದರು. ಗಂಧದ ಗುಡಿ ಪ್ರಕರಣದಿಂದಲೂ ಹೈರಾಣಾಗಿದ್ದರು. ಎಲ್ಲಿಗೆ ಹೋದರೂ ಭಯದಿಂದಲೇ ಓಡಾಡಬೇಕಿತ್ತು. ಸಿನಿಮಾ ಒಪ್ಪಿಕೊಳ್ಳುವಾಗ ಟೀಮ್‌ನಲ್ಲಿ ಯಾರೆಲ್ಲ ಇದ್ದಾರೆ ಎಂದು ನೋಡಿಕೊಳ್ಳಬೇಕಿತ್ತು. ದುರುಳರು ಚಿತ್ರೀಕರಣ ಸ್ಥಳಕ್ಕೂ ಬಂದು ಕಲ್ಲು ತೂರಿ ಬಿಡುತ್ತಿದ್ದರು. ತಮ್ಮ ಪಾಡಿಗೆ ತಾವು ಸಿನಿಮಾ ಮಾಡಿಕೊಂಡು ಮನೆಗೆ ಬಂದು, ಮೂರ್ಹೊತ್ತು ಊಟ ಮಾಡಿ, ನೆಮ್ಮದಿಯಾಗಿ ಮಲಗುವುದಕ್ಕೂ ಬಿಡದಂತಾಗಿತ್ತು. ಇಂತಹ ವೇಳೆಯಲ್ಲಿ ಮತ್ತೊಂದು ವಿವಾದ ವಿಷ್ಣುವನ್ನು ಸುತ್ತಿಕೊಂಡಿತ್ತು. ಅದೂ ಚಿತ್ರೋದ್ಯಮದ ಮಾತೃಸಂಸ್ಥೆಯಾದ ಕರ್ನಾಟಕ ಚಲನಚಿತ್ರ ವಾಣಿಜ್ಯ ಮಂಡಳಿಯಿಂದ ಅನ್ನುವುದು ವಿಷಾದ.

ಆಗ ಕರ್ನಾಟಕ ಚಲನಚಿತ್ರ ವಾಣಿಜ್ಯ ಮಂಡಳಿಗೆ ಅಧ್ಯಕ್ಷರಾಗಿದ್ದವರು ಪ್ರಭಾಕರ್ ರೆಡ್ಡಿ. ಅಧ್ಯಕ್ಷರು ತಮ್ಮ ಅಧಿಕಾರ ವಿವೇಚನೆಯನ್ನು ಬಳಸಿಕೊಂಡು ಏಕಾಏಕಿ ವಿಷ್ಣುವರ್ಧನ್ ಬಗ್ಗೆ ಪತ್ರಿಕಾ ಹೇಳಿಕೆಯನ್ನು ಹೊರಡಿಸಿ ಬಿಟ್ಟರು.

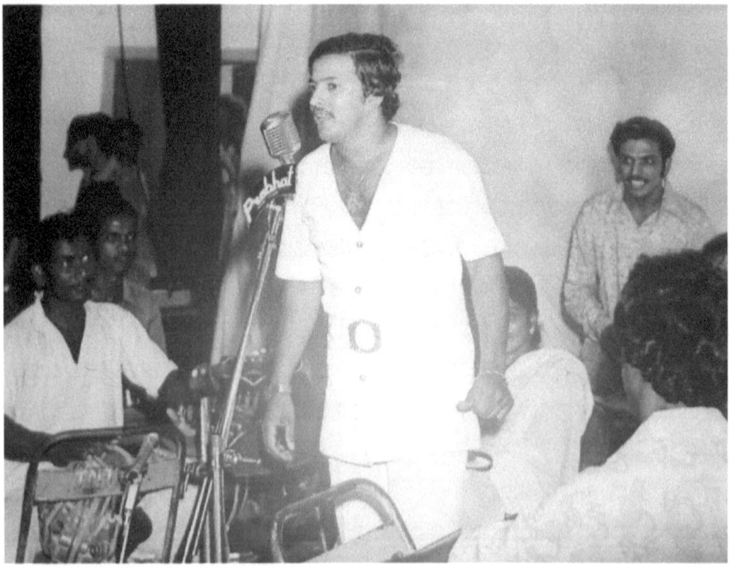

ತನ್ನ ಕುಟುಂಬದ ಸದಸ್ಯರ ವ್ಯಾಜ್ಯಗಳು ಏನೇ ಇದ್ದರೂ, ಅದನ್ನು ತನ್ನಲ್ಲೇ ಬಗೆಹರಿಸಿಕೊಳ್ಳಬೇಕು ಎನ್ನುವ ಉದ್ದೇಶವನ್ನು ಅಧ್ಯಕ್ಷರು ಆ ಕ್ಷಣಕ್ಕೆ ಮರೆತೇಬಿಟ್ಟಿದ್ದರು. ಅವರ ಉದ್ದೇಶ ಸಮಸ್ಯೆಗೆ ಉತ್ತರ ಹುಡುಕುವುದು ಆಗಿತ್ತಾ? ಅಥವಾ ಆರೋಪ ಹೊರಿಸಿ ವಿಷ್ಣುವರ್ಧನ್ ಅವರನ್ನು ಹಣಿಯುವುದು ಆಗಿತ್ತಾ? ಎನ್ನುವುದನ್ನು ಅವರು ಹೊರಡಿಸಿದ್ದ ಪತ್ರಿಕಾ ಹೇಳಿಕೆಯೇ ಹೇಳುತ್ತಿತ್ತು.

ಅಷ್ಟಕ್ಕೂ ಪ್ರಭಾಕರ್ ರೆಡ್ಡಿ ಅವರು ಕಳುಹಿಸಿದ್ದ ಪತ್ರಿಕಾ ಹೇಳಿಕೆಯಲ್ಲಿ ಇದ್ದದ್ದು, 'ವಿಷ್ಣುವರ್ಧನ್ ಸಂಭಾವನೆಯನ್ನು ಜಾಸ್ತಿ ಕೇಳುತ್ತಾರೆ. ಶೂಟಿಂಗ್ ಸಮಯದಲ್ಲಿ ಉಳಿದುಕೊಳ್ಳುವುದಕ್ಕಾಗಿ ಮೈಸೂರಿನಲ್ಲಿ ಮೆಟ್ರೊ ಪಾಲ್ ಹೋಟೆಲ್ ರೂಮನ್ನೇ ಬುಕ್ ಮಾಡುವಂತೆ ಹೇಳುತ್ತಾರೆ. ನಿರ್ಮಾಪಕರಿಗೆ ನಾನಾ ರೀತಿಯಲ್ಲಿ ತೊಂದರೆ ಕೊಡುತ್ತಾರೆ.' ಹೀಗೆ ಸಾಕ್ಷಿಯೇ ಇಲ್ಲದ ಆರೋಪಗಳನ್ನು ಮಾಡಿಬಿಟ್ಟರು. ಆರೋಪ ಏನೋ ಮಾಡಿದರು ಸರಿ, ವಿಷ್ಣುವರ್ಧನ್ ಮೇಲೆ ದೂರುಕೊಟ್ಟವರು ಯಾರು ಎನ್ನುವುದನ್ನು ಅವರು ಹೇಳಲಿಲ್ಲ.

ನಿಜ, ಮೈಸೂರಿಗೆ ಶೂಟಿಂಗ್‌ಗಾಗಿ ವಿಷ್ಣುವರ್ಧನ್ ಹೋದರೆ ಅದೇ ಹೋಟೆಲ್‌ನಲ್ಲೇ ಉಳಿದುಕೊಳ್ಳುತ್ತಿದ್ದರು. ಇವರಷ್ಟೇ ಅಲ್ಲ, ಮಿನುಗು ತಾರೆ ಕಲ್ಪನಾ ಸೇರಿದಂತೆ ಅನೇಕ ಕಲಾವಿದರು ಅಲ್ಲಿಯೇ ವಾಸ್ತವ್ಯ ಹೂಡಿರುತ್ತಿದ್ದರು.

ಯಾಕೆಂದರೆ, ಆ ಹೋಟೆಲ್‌ನವರೂ ಚಿತ್ರರಂಗದವರಿಗೆ ಉತ್ತಮ ಡಿಸ್ಕೌಂಟ್ ಕೊಡುತ್ತಿದ್ದರು. ಬೇರೆ ಹೋಟೆಲ್‌ನಲ್ಲಿ ಉಳಿದುಕೊಂಡರೆ ಈ ಡಿಸ್ಕೌಂಟ್ ಸಿಗುತ್ತಿರಲಿಲ್ಲ. ವಿಷ್ಣುವರ್ಧನ್ ಅವರ ಮತ್ತೊಂದು ಗುಣವನ್ನು ಇಲ್ಲಿ ದಾಖಲಿಸಲೇಬೇಕು. ಯಾರಾದರೂ ನಿರ್ಮಾಪಕರು 'ಈ ಹೋಟೆಲ್ ನಮಗೆ ದುಬಾರಿ ಅನಿಸ್ತಿದೆ' ಅಂತ ಏನಾದರೂ ಹೇಳಿದರೆ, ನಿರ್ಮಾಪಕರು ಕೊಟ್ಟಷ್ಟೇ

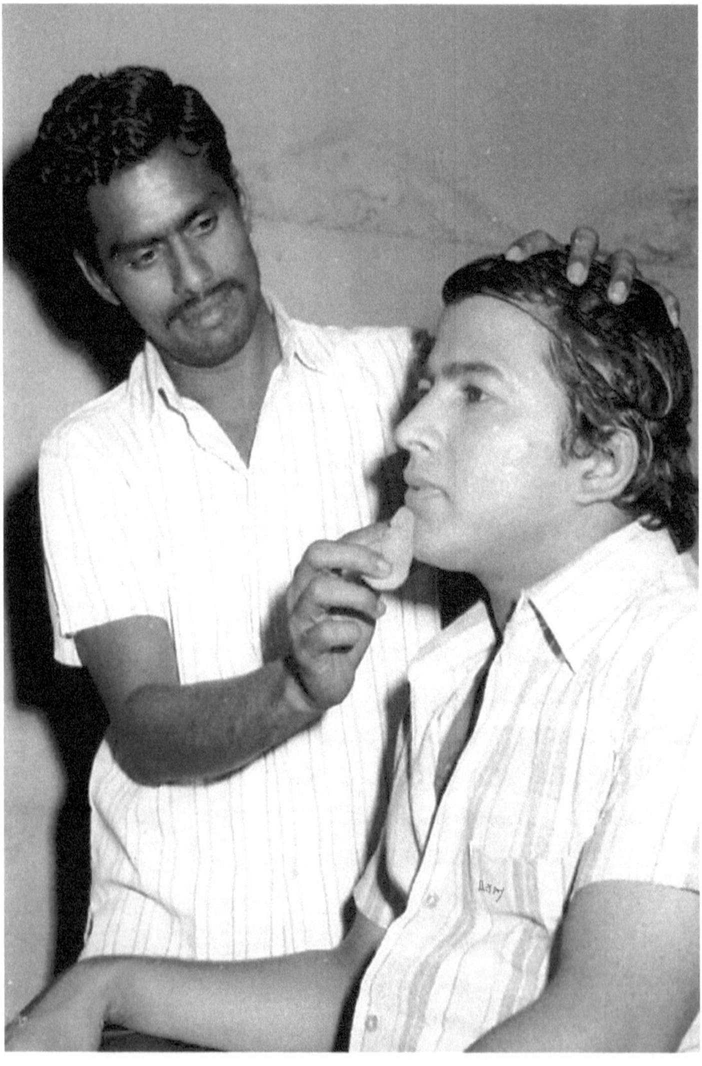

ಹಣ ಪಡೆದು, ಉಳಿದ ಹೋಟೆಲ್ ಬಿಲ್ ಅನ್ನು ಅವರೇ ಕಟ್ಟುತ್ತಿದ್ದರು. ತಮ್ಮ ಸ್ವಂತ ಹಣವನ್ನೇ ಖರ್ಚು ಮಾಡಿ ಆ ಹೋಟೆಲ್ ರೂಮ್ ಅನ್ನು ಬಾಡಿಗೆಗೆ ಪಡೆಯುವುದು ಅವರ ಹವ್ಯಾಸವಾಗಿ ಹೋಗಿತ್ತು. ಆದರೂ, ಇವೆಲ್ಲವನ್ನೂ ತಿಳಿದಿದ್ದೂ ಸಹ ಸ್ವತಃ ವಾಣಿಜ್ಯ ಮಂಡಳಿಯೇ ವಿಷ್ಣುವರ್ಧನ್ ಮೇಲೆ ಆರೋಪ ಮಾಡಿತ್ತು.

ಕರ್ನಾಟಕ ಚಲನಚಿತ್ರ ವಾಣಿಜ್ಯ ಮಂಡಳಿಯ ಅಧ್ಯಕ್ಷರೇ ಇಂಥದ್ದೊಂದು ಆಪಾದನೆ ಮಾಡಿದಾಗ, ನಟನೊಬ್ಬನಿಗೆ ಏನಾಗಬೇಡ? ತಮ್ಮ ಬಳಿ ಬಂದ ನಿರ್ದೇಶಕರನ್ನು ವಿಷ್ಣುವರ್ಧನ್ ಯಾವುದೇ ಕಾರಣಕ್ಕೂ ನಿರಾಸೆ ಮಾಡುತ್ತಿರಲಿಲ್ಲ ಎಂದು ಅವರ ಜೊತೆ ಕೆಲಸ ಮಾಡಿದ ಸಾಕಷ್ಟು ನಿರ್ದೇಶಕರು ಹೇಳಿದ್ದಾರೆ. ವಿಷ್ಣುವರ್ಧನ್ ಕಾಲ್‌ಶೀಟ್ ಕೊಟ್ಟರು ಎಂಬ ಕಾರಣಕ್ಕಾಗಿ ನಾನು ಚಿತ್ರೋದ್ಯಮದಲ್ಲಿ ನೆಲೆ ನಿಲ್ಲಬೇಕಾಯಿತು ಎಂದು ಕೇವಲ ಕರ್ನಾಟಕದ ನಿರ್ದೇಶಕರು ಮಾತ್ರವಲ್ಲ, ಹೊರ ರಾಜ್ಯದಿಂದ ಬಂದು ಇಲ್ಲಿ ಸಿನಿಮಾ ಮಾಡಿದ ಅನೇಕರು, ಅನೇಕ ವೇದಿಕೆಗಳಲ್ಲಿ ಹಂಚಿಕೊಂಡಿದ್ದಾರೆ. ನಿರ್ದೇಶಕರು ಮಾತ್ರವಲ್ಲ, ಅನೇಕ ನಿರ್ಮಾಪಕರು 'ವಿಷ್ಣುವರ್ಧನ್ ಅವರ ಕಾರಣದಿಂದಾಗಿ ನಾವು ಬೀದಿಗೆ ಬರುವುದು ತಪ್ಪಿತು' ಎಂದು ಹೇಳಿದ್ದಾರೆ. ಬೇರೆ ಯಾರು ಯಾಕೆ? ಸುಮ್ಮನೆ ಒಂದು ಸಲ ದ್ವಾರಕೀಶ್ ಅವರನ್ನು ಮಾತನಾಡಿಸಿ ನೋಡಿ ಅಥವಾ ದ್ವಾರಕೀಶ್ ಅವರು ವಿಷ್ಣುವರ್ಧನ್ ಅವರ ಬಗ್ಗೆ ಮಾತನಾಡಿರುವ ವಿಡಿಯೋಗಳು ಸಾಕಷ್ಟಿವೆ ಅವುಗಳನ್ನು ಕೇಳಿನೋಡಿ, ವಿಷ್ಣುವರ್ಧನ್ ಎಂಥಪರು ಎನ್ನುವುದು ಅರ್ಥವಾದೀತು. ಹೇಗಾದರೂ ಮಾಡಿ, ವಿಷ್ಣುವರ್ಧನ್ ಅವರಿಗೆ ನೋವು ಕೊಡಲೇಬೇಕು ಎನ್ನುವ ಉದ್ದೇಶದಿಂದ ಎಲ್ಲ ವಿಷಯಗಳಲ್ಲೂ ನೋವು ಕೊಡುತ್ತಲೇ ಬಂದರು. ಅದಕ್ಕೆ ಕರ್ನಾಟಕ ಚಲನಚಿತ್ರ ವಾಣಿಜ್ಯ ಮಂಡಳಿಯೂ ಹೊರತಾಗಲಿಲ್ಲ.

ಅಷ್ಟಕ್ಕೂ ವಿಷ್ಣುವರ್ಧನ್ ಅವರು ನಿರ್ದೇಶಕರಿಗಾಗಲಿ, ನಿರ್ಮಾಪಕರಿಗಾಗಲಿ, ತಮ್ಮೊಂದಿಗೆ ಕೆಲಸ ಮಾಡಿದ ಕಲಾವಿದರಿಗೆ, ತಂತ್ರಜ್ಞರಿಗೆ ಏನೆಲ್ಲ ಸಹಾಯ ಮಾಡಿದ್ದಾರೆ ಎನ್ನುವುದನ್ನು ನಿರೂಪಿಸಬೇಕಿಲ್ಲ.

ಡಾ. ವಿಷ್ಣುವರ್ಧನ್ ಸದಾ ಉದ್ಯಮದ ಬಗ್ಗೆಯೇ ಚಿಂತಿಸುತ್ತಿದ್ದರು. ಉದ್ಯಮದ ಜನರಿಗೆ ಏನಾದರೂ ಆದರೆ ತಕ್ಷಣವೇ ಸ್ಪಂದಿಸುವ ಗುಣವಿತ್ತು. ಅವರನ್ನು ಬಲ್ಲವರು ಹೇಳುವ ಪ್ರಕಾರ, ಕೊಟ್ಟಿದ್ದನ್ನು ಯಾವತ್ತೂ ಅವರು ಬಹಿರಂಗವಾಗಿ ಮಾತನಾಡುತ್ತಿರಲಿಲ್ಲ. ಯಾರಿಗೂ ತಿಳಿಯದಂತೆ ಕೊಡುತ್ತಿದ್ದರು. ವಿಷ್ಣು ಅವರಿಂದ ಸಹಾಯ ಪಡೆದ ಅನೇಕರು ನಮ್ಮ ನಡುವೆಯೇ ಬದುಕಿದ್ದಾರೆ. ವಿಷ್ಣು ನೆನಪಾದಾಗೆಲ್ಲ ಅವರು ತಮ್ಮ ಸಂಗಡಿಗರ

ಜೊತೆ ಈ ವಿಷಯವನ್ನು ಹಂಚಿಕೊಳ್ಳುತ್ತಾರೆ. ವಿಷ್ಣು ಹಣದ ಹಿಂದೆ ಬಿದ್ದಿರಲಿಲ್ಲ, ಅವರು ಹಣಕ್ಕೆ ಅಷ್ಟು ಮಹತ್ವ ಕೊಡುತ್ತಿರಲಿಲ್ಲ ಎನ್ನುವುದಕ್ಕೆ ಇವು ಕೇವಲ ಉದಾಹರಣೆ ಅಷ್ಟೆ.

ತಾನು ನೋವುಂಡರೂ ಇತರರನ್ನು ಚೆನ್ನಾಗಿಯೇ ನೋಡಿಕೊಳ್ಳುತ್ತಿದ್ದ ವಿಷ್ಣುವರ್ಧನ್ ಅವರಿಗೆ ಕರ್ನಾಟಕ ಚಲನಚಿತ್ರ ವಾಣಿಜ್ಯ ಮಂಡಳಿ ಎಂಬ ತಾಯಿ ಸಂಸ್ಥೆಯಿಂದಲೇ ಅವಮಾನ ಆಗಿತ್ತು. ತಾಯಿಯ ಹಾಲೇ ನಂಜಾದರೆ ದೂರುವುದು ಯಾರಿಗೆ?

ಪುಟ್ಟಣ್ಣ ಕಣಗಾಲ್ ಜೊತೆ ಮತ್ತೆ ಕೆಲಸ ಮಾಡಲಿಲ್ಲ ವಿಷ್ಣುವರ್ಧನ್ ಎಂಬುದನ್ನೂ ಅಸ್ತ್ರವನ್ನಾಗಿಸಿಕೊಂಡು ಅವಮಾನಿಸಿದರು...

ಹತ್ತಿದ ಏಣಿಯನ್ನೇ ಮರೆತು ಬಿಟ್ಟರಾ ಡಾ. ವಿಷ್ಣುವರ್ಧನ್!

'ನನ್ನ ಗುರುಗಳ ಹೆಸರಿನಲ್ಲಿ ಇರುವ ಪುಟ್ಟಣ್ಣ ಕಣಗಾಲ್ ಚಿತ್ರಮಂದಿರ ಉಳಿಸಿಕೊಳ್ಳಬೇಕು. ಅಂಬಿ ಜೊತೆಯೂ ಮಾತನಾಡಿದ್ದೆ, ಆದರೆ, ಕೆಲ ಅಧಿಕಾರಿಗಳ ಸೋಂಬೇರಿತನದಿಂದಾಗಿ ಅದು ಸಾಧ್ಯವಾಗಲೇ ಇಲ್ಲ'- ನೊಂದುಕೊಂಡು ಪತ್ರಕರ್ತರೊಂದಿಗೆ ಮಾತನಾಡಿದ್ದರು ಡಾ. ವಿಷ್ಣುವರ್ಧನ್.

ನಿರ್ದೇಶಕ ಬ್ರಹ್ಮ ಎಂದೇ ಖ್ಯಾತರಾಗಿದ್ದ ಪುಟ್ಟಣ್ಣ ಕಣಗಾಲ್ ಬಗ್ಗೆ ವಿಷ್ಣುವರ್ಧನ್ ಅಪಾರ ಗೌರವ ಇಟ್ಟುಕೊಂಡಿದ್ದರು. ನಾಗರಹಾವು ಸಿನಿಮಾದ ಮೂಲಕ ತಮ್ಮನ್ನು ಚಿತ್ರೋದ್ಯಮಕ್ಕೆ ನಾಯಕನನ್ನಾಗಿ ಪರಿಚಯಿಸಿದ ಪುಟ್ಟಣ್ಣ ಬಗ್ಗೆ ವಿಷ್ಣುವರ್ಧನ್ ಅವರಿಗೆ ಎಲ್ಲಿಲ್ಲದ ಗೌರವವಿತ್ತು. ಆದರೂ, ನಾಗರಹಾವು ನಂತರ ಈ ಜೋಡಿ ಮತ್ತೆ ಸಿನಿಮಾ ಮಾಡಲೇ ಇಲ್ಲ.

ಪುಟ್ಟಣ್ಣ ಮತ್ತು ವಿಷ್ಣುವರ್ಧನ್ ಮತ್ತೆ ಮತ್ತೆ ಸಿನಿಮಾ ಮಾಡಬೇಕು ಎನ್ನುವುದು ಉದ್ಯಮದ ಅನೇಕರ ಕನಸಾಗಿತ್ತು. ಅದನ್ನು ಸಾಧ್ಯವಾಗಿಸಲು ಹಲವರು ಪ್ರಯತ್ನ ಪಟ್ಟರು. ಸ್ವತಃ ಅಂಬರೀಶ್ ಅವರೇ ಪುಟ್ಟಣ್ಣನವರ ಬಳಿ ಹೋಗಿ 'ವಿಷ್ಣು ಜೊತೆ ಮತ್ತೆ ನೀವು ಸಿನಿಮಾ ಮಾಡಲೇಬೇಕು' ಎಂದು ಕೇಳಿಯೂ ಆಗಿತ್ತು. ಆದರೆ, ಪುಟ್ಟಣ್ಣ ಅದನ್ನು ಮಾಡಲೇ ಇಲ್ಲ. ಕೇವಲ ವಿಷ್ಣು ಜೊತೆ ಮಾತ್ರವಲ್ಲ, ಸ್ಟಾರ್ ನಟರಾಗಿ ಬೆಳೆದ ಹಲವರೊಂದಿಗೆ ಅವರು ಹೆಚ್ಚು ಸಿನಿಮಾಗಳನ್ನು ಮಾಡಲೇ ಇಲ್ಲ. ಕಾರಣ, ಪುಟ್ಟಣ್ಣನವರ ಆಲೋಚನೆಯೇ ಬೇರೆಯಾಗಿತ್ತು. ಬೆಳೆದವರನ್ನು ಮತ್ತೆ ಮತ್ತೆ ಬೆಳೆಸುವುದು ಅವರಿಗೆ ಇಷ್ಟವಿರಲಿಲ್ಲ. ಸ್ಟಾರ್ ನಟರಾದವರು ಮತ್ತೆ ತಮ್ಮೊಂದಿಗೆ ಮೊದಲಿನಂತೆ ಕೆಲಸ ಮಾಡುತ್ತಾರಾ ಅನ್ನುವ ಅಳುಕು ಅವರಲ್ಲಿತ್ತು.

ಈ ಲಾಭವನ್ನೇ ಹಲವರು ಪಡೆದುಕೊಂಡರು. ವಿಷ್ಣುವರ್ಧನ್ ಬೆಳೆದ ನಂತರ ಗುರುವಿಗೆ ತಿರುಮಂತ್ರ ಹೇಳುತ್ತಿದ್ದಾರೆ. ಸ್ಟಾರ್ ಅನ್ನು ತಲೆಗೇರಿಸಿಕೊಂಡಿದ್ದಾರೆ– ಹೀಗೆ ತಲೆಗೊಂದರಂತೆ ಸುಳ್ಳುಗಳನ್ನು ಹೆಣೆದರು. ಹಾಗಂತ ಒಂದು ದಿನವೂ ಪುಟ್ಟಣ್ಣ ಆಗಲಿ ಅಥವಾ ಪುಟ್ಟಣ್ಣನವರ

ಹತ್ತಿರದವರಾಗಲಿ ವಿಷ್ಣುವರ್ಧನ್ ಬಗ್ಗೆ ಒಂದೇ ಒಂದು ಕೊಂಕು ಮಾತುಗಳನ್ನು ಆಡಲಿಲ್ಲ. ಆಡಿದವರೆಲ್ಲ, ವಿಷ್ಣುವರ್ಧನ್ ವಿರೋಧಿಗಳೆ.

ಅದು ಎಪ್ಪತ್ತರ ದಶಕ. ಪೌರಾಣಿಕ, ಐತಿಹಾಸಿಕ ಕಥೆಗಳಿಂದ ಬಿಡಿಸಿಕೊಂಡು ಸಾಮಾಜಿಕ ಸಿನಿಮಾಗಳತ್ತ ಕನ್ನಡ ಚಿತ್ರರಂಗ ಹೆಜ್ಜೆ ಹಾಕಿತ್ತು. ತೆಲುಗು, ತಮಿಳು ಸಿನಿಮಾಗಳ ಪ್ರಭಾವದಿಂದಲೂ ವಿಮುಕ್ತಿಗಾಗಿ ಪಣತೊಟ್ಟಿತ್ತು. ಅದು ನವ್ಯ ಸಾಹಿತ್ಯದ ಉತ್ತುಂಗದ ಕಾಲವೂ ಆಗಿದ್ದರಿಂದ ಅಕ್ಷರಗಳು ಯುವಕರ ಪರವಾಗಿ ನದಿಯಂತೆ ಹರಿಯತೊಡಗಿದ್ದವು. ಜಾತಿ-ಮತಗಳ ವಿರುದ್ಧ ತೀಕ್ಷ್ಣ ಪ್ರತಿಭಟನೆ ಇತ್ತು. ಬಹುತೇಕ ಬರಹಗಾರರು ಯುವಕರಲ್ಲಿನ ವಿಕ್ಷಿಪ್ತತೆಯನ್ನು ಹಿಡಿದಿಡುವ ಪ್ರಯತ್ನದಲ್ಲಿದ್ದರು. ಅಂತಹ

ವೇಳೆಯಲ್ಲಿಯೇ ವಿಷ್ಣುವರ್ಧನ್ ಅವರು 'ನಾಗರಹಾವು' ಚಿತ್ರಕ್ಕಾಗಿ ಆಯ್ಕೆ ಆದರು.

ಕುಮಾರತ್ರಯರು (ಡಾ. ರಾಜಕುಮಾರ್, ಉದಯಕುಮಾರ್, ಕಲ್ಯಾಣ್‌ಕುಮಾರ್) ಸೇರಿದಂತೆ ಇನ್ನೂ ಕೆಲವು ನಟರು ಕನ್ನಡ ಸಿನಿಮಾ ರಂಗವನ್ನು ಆಳುತ್ತಿದ್ದ ದಿನಗಳವು. ಈ ವೇಳೆಯಲ್ಲಿ ಮತ್ತೊಬ್ಬ ನಟ ಹುಟ್ಟಲಾರ ಎಂಬ ವಾತಾವರಣ ಕೂಡ ಚಿತ್ರರಂಗದಲ್ಲಿತ್ತು. 'ಯಾಕೆ ಅದು ಸಾಧ್ಯವಿಲ್ಲ' ಎಂಬಂತೆ ಉತ್ತರವಾಗಿ ನಿಂತವರು ನಿರ್ದೇಶಕ ಪುಟ್ಟಣ್ಣ ಕಣಗಾಲ್. ಇವರ ಹಿಂದಿನ 'ಸಾಕ್ಷಾತ್ಕಾರ' ಸಿನಿಮಾ ಸೋಲಿನ ಪೆಟ್ಟು ಕೊಟ್ಟಿದ್ದರೂ, ಮತ್ತಾವುದೋ ಕಾರಣದಿಂದಾಗಿ ಪುಟ್ಟಣ್ಣ ನೊಂದಿದ್ದರೂ, 'ಹೊಸ ಸೂಪರ್‌ಸ್ಟಾರ್ ಹುಟ್ಟಿಗೆ ನಾನು ಕಾರಣವಾಗುತ್ತೇನೆ' ಎನ್ನುವ ಶಪಥ ಅವರಲ್ಲಿತ್ತು. ಆ ರೋಷಾಗ್ನಿಯೇ ವಿಷ್ಣುವರ್ಧನ್ ಎಂಬ ಸೂಪರ್‌ಸ್ಟಾರ್‌ನ ಹುಟ್ಟುಹಾಕಿತು.

ನಾಯಕನಾಗಿ ವಿಷ್ಣುವರ್ಧನ್ ಅವರಿಗೆ 'ನಾಗರಹಾವು' ಮೊದಲ ಸಿನಿಮಾ. ಈ ಚಿತ್ರಕ್ಕೆ ಇವರು ಆಯ್ಕೆಯಾಗಿದ್ದೇ ಒಂದು ರೋಚಕ ಸಿನಿಮಾದಂತಿದೆ. ಹೊಸ ಹುಡುಗನ ಜತೆಯೇ ನಾಗರಹಾವು ಸಿನಿಮಾ ಮಾಡಬೇಕು ಎನ್ನುವುದು ಪುಟ್ಟಣ್ಣನವರ ದಿಟ್ಟ ನಿರ್ಧಾರವಾಗಿತ್ತು. ಹಾಗಾಗಿ ಹೊಸ ಮುಖಗಳನ್ನು ಅವರು ಹುಡುಕುತ್ತಿದ್ದರು. ಪುಟ್ಟಣ್ಣನವರು ಸಿನಿಮಾ ಮಾಡುತ್ತಾರೆ ಎಂದರೆ, ಪಾತ್ರಕ್ಕಾಗಿ ಕಾಯುತ್ತಿದ್ದ ದಂಡೇ ಇರುತ್ತಿತ್ತು. ಈ ಸಿನಿಮಾ ಮಾಡುವಾಗಲೂ ಅಷ್ಟೇ ಆಡಿಷನ್‌ಗಾಗಿ ಎಂಟು ನೂರು ಜನಕ್ಕೂ

ಹೆಚ್ಚು ಉದಯೋನ್ಮುಖ ಕಲಾವಿದರು ಸರದಿ ಸಾಲಿನಲ್ಲಿ ಇದ್ದರು. ಅವರಲ್ಲಿ ವಿಷ್ಣುವರ್ಧನ್ ಕೂಡ ಒಬ್ಬರು. ಪುಟ್ಟಣ್ಣನವರಿಗೆ ಪರಿಚಯವಿದ್ದ ಮಧುಗಿರಿ ರಾಮು ಅನ್ನುವವರು ವಿಷ್ಣುವರ್ಧನ್ ಅವರ ಫೋಟೋಶೂಟ್ ಮಾಡಿ, ಪುಟ್ಟಣ್ಣನವರಿಗೆ ಕೊಟ್ಟಿದ್ದರು. ತುಸು ಹೆಚ್ಚೇ ಎನ್ನುವಂತೆ ವಿಷ್ಣು ಕುರಿತಾಗಿ ಹೊಗಳಿದ್ದರು. ಹಾಗಾಗಿ ವಿಷ್ಣುವರ್ಧನ್ ಅವರ ತಂದೆಯ ಜತೆ ಮಾತಾಡಿದ್ದ ಪುಟ್ಟಣ್ಣ, ನಿಮ್ಮ ಮಗನನ್ನು ಆಡಿಷನ್‌ಗೆ ಕಳುಹಿಸುವಂತೆ ಹೇಳಿದ್ದರು.

ಅಪ್ಪನ ಮಾತಿನಂತೆ ಪುಟ್ಟಣ್ಣನವರನ್ನು ಭೇಟಿ ಮಾಡಲು ವಿಷ್ಣುವರ್ಧನ್ ಅವರು ಬೆಂಗಳೂರಿನ ಏರ್‌ಲೈನ್ಸ್ ಹೋಟೆಲ್‌ಗೆ ಹೋದರು. ಅಲ್ಲಷ್ಟು ಮಾತುಕತೆ ಮತ್ತು ಆಡಿಷನ್ ಕೂಡ ಮುಗಿಯಿತು. ಒಟ್ಟು ಒಂಬತ್ತು ಜನರನ್ನು ಆಯ್ಕೆ ಮಾಡಲಾಯಿತು. ಒಂಬತ್ತೂ ಜನ ನಿರ್ಮಾಪಕ ವೀರಸ್ವಾಮಿ ಅವರ ಭೇಟಿಗಾಗಿ ಗಾಂಧಿನಗರದಲ್ಲಿದ್ದ ಈಶ್ವರಿ ಪಿಕ್ಚರ್ಸ್‌ನ ಆಫೀಸಿಗೆ ಹೋದರು. ಮರುದಿನ ಸ್ಕ್ರೀನ್ ಟೆಸ್ಟ್‌ಗಾಗಿ ಮೈಸೂರಿನ ಪ್ರೀಮಿಯರ್ ಸ್ಟುಡಿಯೋಗೆ ಬರಬೇಕೆಂದು ವೀರಸ್ವಾಮಿ ತಿಳಿಸಿದರು. ಅಂಬರೀಶ್ ಸೇರಿದಂತೆ ಒಂಬತ್ತು ಜನರು ಮೈಸೂರಿನ ಪ್ರೀಮಿಯರ್ ಸ್ಟುಡಿಯೋಗೆ ಹೋದರು. ಅಷ್ಟೂ ಜನರು ತಮಗೆ ತಿಳಿದಷ್ಟು ಕಲೆಯ ಪ್ರದರ್ಶನ ಮಾಡಬೇಕಿತ್ತು. ಹಾಡು, ಕುಣಿತ, ಸಂಭಾಷಣೆ, ಮಿಮಿಕ್ರಿ ಹೀಗೆ ಸರದಿ ಸಾಲಿನಲ್ಲಿ ಸಂದರ್ಶನ ನಡೆಯುತ್ತಲೇ ಇತ್ತು. ವಿಷ್ಣುವರ್ಧನ್ ಅವರ ಸರದಿ ಬಂದಾಗ ತಮ್ಮ ನೆಚ್ಚಿನ ನಟರಾದ ಬಾಲಿವುಡ್‌ನ ಶಮ್ಮಿ ಕಪೂರ್ ಮತ್ತು ಹಿಂದಿಯ ರಾಜಕುಮಾರ್ ಅವರ ರೀತಿಯಲ್ಲಿ ಡೈಲಾಗ್ ಹೊಡೆದರು. ಥೇಟ್ ತಮ್ಮದೇ ಶೈಲಿಯಲ್ಲಿ ನಟಿಸಿದರು.

ಅಲ್ಲಿಗೆ ಎಲ್ಲರ ಸಂದರ್ಶನ ಮುಗಿದಿತ್ತು. ಫಲಿತಾಂಶಕ್ಕಾಗಿ ಒಂದು ದಿನ ಕಾಯುವಂತೆ ತಿಳಿಸಲಾಗಿತ್ತು. ಬಹುಶಃ ತಾನು ಈ ಪಾತ್ರಕ್ಕೆ ಆಯ್ಕೆ ಆಗಲ್ಲ ಅಂದುಕೊಂಡಿದ್ದರು ವಿಷ್ಣುವರ್ಧನ್. ಮಾರನೆಯ ದಿನ ಒಂಬತ್ತು ಜನರಲ್ಲಿ ವಿಷ್ಣುವರ್ಧನ್ ಆಯ್ಕೆಯಾಗಿದ್ದಾರೆಂದು ನಿರ್ದೇಶಕರು ಹೇಳಿದಾಗ ಎಲ್ಲಿಲ್ಲದ ಸಂಭ್ರಮ. ವಿಷ್ಣುಗೆ ಒಂದು ರೀತಿಯ ಆತಂಕ, ಮತ್ತೊಂದು ರೀತಿಯಲ್ಲಿ ಅಚ್ಚರಿ. ಅಲ್ಲಿ ಏನು ನಡೆಯುತ್ತಿದೆ ಎಂಬ ಅರಿವಿಗೂ ಬಾರದಷ್ಟು ಕಳೆದು ಹೋಗಿದ್ದರು. ವಿಷ್ಣುವರ್ಧನ್ ಅವರ ಸಮೀಪಕ್ಕೆ ಬಂದ ಪುಟ್ಟಣ್ಣ ತಮ್ಮ

ಕೈಯಲ್ಲಿದ್ದ ತ.ರಾ.ಸು. ಅವರ ಕಾದಂಬರಿಯನ್ನು ಕೊಟ್ಟು, 'ಇವತ್ತಿಂದ ನೀನು ನನ್ನ ಸಿನಿಮಾದ ಹೀರೋ. ಕಾದಂಬರಿಯನ್ನು ಸರಿಯಾಗಿ ಓದಿಕೊ. ನಿನ್ನ ವೃತ್ತಿ ಬದುಕಿಗೆ ಇದೊಂದು ಮೈಲುಗಲ್ಲು ಆಗುವಂತಹ ಸಿನಿಮಾವಾಗಲಿದೆ' ಎಂದು ಹೇಳಿ ಆಶೀರ್ವದಿಸಿದ್ದರು. ಮೊದಲ ನೋಟದಲ್ಲಿಯೇ ಹಾವ, ಭಾವ, ನೋಟದ ಮೂಲಕ ಪುಟ್ಟಣ್ಣನವರ ಹೃದಯ ಗೆದ್ದಿದ್ದರು.

ಪುಟ್ಟಣ್ಣನವರ ಕಲ್ಪನೆಯಂತೆಯೇ ವಿಷ್ಣುವರ್ಧನ್ ಅವರು 'ನಾಗರಹಾವು' ಚಿತ್ರದಲ್ಲಿ ರಾಮಾಚಾರಿಯ ಪಾತ್ರ ನಿರ್ವಹಿಸಿದರು. ಪಾತ್ರವೇ ತಾವಾದರು. ಕೆಲಸದ ಮೇಲಿನ ಶ್ರದ್ಧೆ, ಅಪರಿಮಿತ ಶ್ರಮ ಮತ್ತು ಪುಟ್ಟಣ್ಣ, ಶಿವರಾಮಣ್ಣರ ಮಾರ್ಗದರ್ಶನದಿಂದಾಗಿ ವಿಷ್ಣುವರ್ಧನ್ ಮೊದಲ ಸಿನಿಮಾದಲ್ಲೇ ಪರಿಪಕ್ವ ನಟನಂತೆ ಪ್ರತಿಭೆ ತೋರಿದರು. ದಿಗ್ಗಜ ನಟರ ನಡುವೆ ಸಿನಿಮಾದ ಕೇಂದ್ರಬಿಂದುವೇ ಆದರು. ಸಿನಿಮಾ ಬಿಡುಗಡೆಯಾದಾಗ ಬರೀ ಕನ್ನಡ ಸಿನಿಮಾ ರಂಗ ಮಾತ್ರವಲ್ಲ, ಭಾರತೀಯ ಸಿನಿಮಾ ರಂಗವೇ ಕನ್ನಡದತ್ತ ಮುಖಮಾಡಿತ್ತು. ದಿನ ಬೆಳಗಾಗುವುದರೊಳಗೆ ವಿಷ್ಣುವರ್ಧನ್ ಅವರಿಗೆ ತಾರಾ ವರ್ಚಸ್ಸು ಬಂದಿತ್ತು. ಕನ್ನಡಕ್ಕೆ ಮತ್ತೊಬ್ಬ ಸೂಪರ್ ಸ್ಟಾರ್ ಸಿಕ್ಕ ಖುಷಿ ಸಿನಿಮಾ ರಂಗದ್ದಾಗಿತ್ತು.

ಈ ಚಿತ್ರ ಶತದಿನ ಪ್ರದರ್ಶನ ಕಂಡಿತ್ತು. ಬೆಂಗಳೂರಿನಲ್ಲಿ ನಿತ್ಯವೂ ಮೂರು ಪ್ರದರ್ಶನ ಕಂಡ ಕನ್ನಡದ ಪ್ರಥಮ ಚಿತ್ರ ಎಂಬ ಹೆಗ್ಗಳಿಕೆಗೆ ಪಾತ್ರವಾಯಿತು. ಮೂರು ಚಿತ್ರಮಂದಿರಗಳಲ್ಲಿ ಸಿಲ್ವರ್ ಜ್ಯೂಬಲಿ (25 ವಾರಗಳ ಸತತ ಪ್ರದರ್ಶನ) ಆಚರಿಸಿಕೊಂಡಿತು. ಬಾಲಿವುಡ್‌ನ ಖ್ಯಾತ ನಟರಾದ ಧರ್ಮೇಂದ್ರ, ದೇವಾನಂದ ಸೇರಿದಂತೆ ಭಾರತೀಯ ಸಿನಿಮಾ ರಂಗದ ಅನೇಕ ಖ್ಯಾತ ಕಲಾವಿದರು ಈ ಸಿನಿಮಾ ನೋಡಿ ಮೆಚ್ಚಿಕೊಂಡರು. ವಿಷ್ಣುವರ್ಧನ್ ಅವರ ನಟನೆ ಕಂಡು ಬಾಯ್ತುಂಬಾ ಹೊಗಳಿದರು. ಅಲ್ಲದೇ ಆ ವರ್ಷದ ಕರ್ನಾಟಕ ಸರಕಾರದ ಚಲನಚಿತ್ರ ಪ್ರಶಸ್ತಿ ಘೋಷಣೆಯಾದಾಗ ಬರೋಬ್ಬರಿ ಎಂಟು ಪ್ರಶಸ್ತಿಗಳು ಈ ಸಿನಿಮಾಗೆ ಬಂದಿದ್ದವು. ಅತ್ಯುತ್ತಮ ನಟ ಪ್ರಶಸ್ತಿ ವಿಷ್ಣುವರ್ಧನ್ ಅವರ ಪಾಲಾಗಿತ್ತು. ಈ ಗೆಲುವನ್ನು ವಿಷ್ಣುವರ್ಧನ್ ಅವರು ತಮ್ಮ ಗುರುವಿಗೆ ಅರ್ಪಿಸಿದ್ದರು.

ಪುಟ್ಟಣ್ಣ ಕಣಗಾಲ್ ಅವರು ಚಿತ್ರಿಸಿರುವ 24 ಚಿತ್ರಗಳಲ್ಲಿ 18 ಚಿತ್ರಗಳು ಕಾದಂಬರಿ ಆಧಾರಿತ ಚಿತ್ರಗಳಾಗಿದ್ದವು. 'ಬೆಳ್ಳಿಮೋಡ', 'ನಾಗರಹಾವು', 'ಮಸಣದ ಹೂ', 'ಕಪ್ಪು ಬಿಳುಪು', 'ರಂಗನಾಯಕಿ', 'ಉಪಾಸನೆ'– ಹೀಗೆ ಸಾಲು ಸಾಲು ಕಾದಂಬರಿ ಆಧಾರಿತ ಚಿತ್ರಗಳನ್ನೇ ಮಾಡಿದ್ದರು. ಈ ಸಿನಿಮಾದಲ್ಲಿ ವಿಷ್ಣುವರ್ಧನ್ ಅವರಿಗೆ ಹೋಲುವಂತಹ ಮತ್ತು ಅವರ ಸ್ಟಾರ್ ಇಮೇಜಿಗೆ ಒಪ್ಪುವಂತಹ ಪಾತ್ರಗಳು ಇರಲಿಲ್ಲ. ಹಾಗಾಗಿ ವಿಷ್ಣುವರ್ಧನ್ ಮತ್ತೆ

ಆಯ್ಕೆಯಾಗಲಿಲ್ಲ. ಅವರನ್ನು ಕಾದಂಬರಿ ಆಧಾರಿತ ಸಿನಿಮಾಗಳಲ್ಲಿ ಕಟ್ಟಿ ಹಾಕುವಂತಹ ಮನಸ್ಸು ಆಗಲಿಲ್ಲ ಎಂದು ಸ್ವತಃ ಪುಟ್ಟಣ್ಣ ಹೇಳಿದ ಮಾತುಗಳು ಇತಿಹಾಸದ ಪುಟದಲ್ಲೇ ದಾಖಲಾಗಿವೆ. ವಿಷ್ಣುವರ್ಧನ್, ರಾಮಕೃಷ್ಣ, ಜೈಜಗದೀಶ್, ಅಂಬರೀಶ್, ಶ್ರೀನಾಥ್, ಶ್ರೀಧರ್–ಹೀಗೆ ಅನೇಕ ನಟರನ್ನು ಹಾಗೂ ಕೆಲ ನಟಿಯರನ್ನು ಪುಟ್ಟಣ್ಣ ಸಿನಿಮಾ ರಂಗಕ್ಕೆ ಪರಿಚಯಿಸಿದರು. ಆದರೆ, ಇವರಲ್ಲಿ ಬಹುತೇಕ ಕಲಾವಿದರು ವಿಷ್ಣುವರ್ಧನ್ ರೀತಿಯಲ್ಲಿ

ಬೆಳೆಯಲಿಲ್ಲ. ಬೆಳೆದರೂ, ಪುಟ್ಟಣ್ಣನವರು ಇವರಿಗೂ ಹೆಚ್ಚೆಚ್ಚು ಸಿನಿಮಾಗಳನ್ನು ಮಾಡಲಿಲ್ಲ ಎನ್ನುವುದು ಗಮನಿಸಬೇಕಾದ ಅಂಶ.

ವಿಷ್ಣುವರ್ಧನ್ ಮತ್ತು ಪುಟ್ಟಣ್ಣ ಕಣಗಾಲ್ ಮತ್ತೆ ಯಾಕೆ ಸಿನಿಮಾ ಮಾಡಲಿಲ್ಲ ಎನ್ನುವುದಕ್ಕೆ ಮತ್ತೊಂದು ಮುಖವೂ ಇದೆ. ವಿಷ್ಣುವರ್ಧನ್ ವೃತ್ತಿ ಬದುಕಿಗೆ 'ನಾಗರ ಹಾವು'ನಂಥ ಹಿಟ್ ಸಿನಿಮಾದ ಮೂಲಕ ಭದ್ರ ಬುನಾದಿ ಒದಗಿಸಿದ ನಿರ್ದೇಶಕ ಪುಟ್ಟಣ್ಣ ಕಣಗಾಲ್ ತಾನೊಬ್ಬ ಸ್ಟಾರ್ ನಿರ್ದೇಶಕ ಎನ್ನುವ ಅಹಂನಲ್ಲಿ ಇದ್ದರು ಎನ್ನುವುದಕ್ಕೆ ಅನೇಕ ದಂತಕಥೆಗಳು ಇವೆ. ಪುಟ್ಟಣ್ಣ ಕಣಗಾಲ್ ಕಡುಕೋಪಿ ಎನ್ನುವುದು ಸುಳ್ಳಲ್ಲ. ಶೂಟಿಂಗ್ ಸ್ಥಳದಲ್ಲಿ ನಟಿಯರ ಕಪಾಳಕ್ಕೆ ಬಾರಿಸಿದ್ದರು ಎನ್ನುವ ಕಥೆಗಳು ಈಗಲೂ ಚಿತ್ರೋದ್ಯಮದ ಪಡಸಾಲೆಯಲ್ಲಿ ಬಿಕ್ಕಳಿಸುತ್ತಿವೆ. ಆ ಅಹಂ ಮತ್ತು ಕೋಪವೇ ಅವರನ್ನು ಬಲಿ ತೆಗೆದುಕೊಂಡಿತು ಎಂದು ಹೇಳುವವರು ಇದ್ದಾರೆ. ತಾವೇ ಬೆಳೆಸಿದ ನಟ, ತಮ್ಮದೇ ಸಿನಿಮಾದಲ್ಲಿ ನಾಯಕನಾಗಿ ಅಭಿನಯಿಸಿ ಪ್ರಥಮ ಚಿತ್ರದಲ್ಲೇ ದೊರೆತ ಅದ್ಭುತ ಯಶಸ್ಸನ್ನು ಪುಟ್ಟಣ್ಣ ಅವರಿಗೆ ತಡೆದುಕೊಳ್ಳಲು ಆಗಲಿಲ್ಲ. ಹಾಗಾಗಿಯೇ ಮತ್ತೆ ಸಿನಿಮಾ ಮಾಡಲಿಲ್ಲ ಎಂದು ಹೇಳುವವರೂ ಇದ್ದಾರೆ.

ವಿಷ್ಣುವರ್ಧನ್ ಅವರು ತಮ್ಮ ಗುರು ಪುಟ್ಟಣ್ಣನವರನ್ನು ಅಪಾರವಾಗಿ ಗೌರವಿಸುತ್ತಿದ್ದರು ಎನ್ನುವುದಕ್ಕೆ ಇದಕ್ಕಿಂತ ಮತ್ತೊಂದು ಉದಾಹರಣೆ ಸಿಗದು. ಬೆಂಗಳೂರಿನ ಜಯನಗರದ ಬಡಾವಣೆಯ 4ನೇ ಹಂತದಲ್ಲಿ ಕಣಗಾಲ್ ಪುಟ್ಟಣ್ಣ ಚಿತ್ರಮಂದಿರವಿದೆ. ಅದು ಮಧ್ಯಮ ವರ್ಗದ ಜನಕ್ಕೆ ಬಲು ಪ್ರೀತಿಯ ಥಿಯೇಟರ್. ಕನ್ನಡ ಚಿತ್ರರಂಗದ ಮಹಾನ್ ನಿರ್ದೇಶಕ, ದಂತಕಥೆ ಪುಟ್ಟಣ್ಣನವರ ಹೆಸರನ್ನು ಚಿರಸ್ಥಾಯಿಯಾಗಿಸುವ ಉದ್ದೇಶದಿಂದ ಸರ್ಕಾರವು 1985ರಲ್ಲಿ ಈ ಚಿತ್ರಮಂದಿರಕ್ಕೆ ಪುಟ್ಟಣ್ಣ ಕಣಗಾಲ್ ಹೆಸರನ್ನು ಇಟ್ಟಿತು. ಅತ್ಯಂತ ಕಡಿಮೆ ಬಾಡಿಗೆಯಲ್ಲೇ ಅದನ್ನು ನಡೆಸಲಾಗುತ್ತಿತ್ತು. ಅದರಲ್ಲೂ ಕಲಾತ್ಮಕ ಮತ್ತು ಪ್ರಶಸ್ತಿ ಪುರಸ್ಕೃತ ಸಿನಿಮಾಗಳನ್ನು ಹೆಚ್ಚಾಗಿ ಪ್ರದರ್ಶಿಸಲಾಗುತ್ತಿತ್ತು. ನಂತರದ ದಿನಗಳಲ್ಲಿ ಅದು ದಿವ್ಯ ನಿರ್ಲಕ್ಷ್ಯಕ್ಕೆ ಒಳಗಾಯಿತು. ಪೊಲೀಸ್ ಠಾಣೆಯಾಗಿಯೂ ಬದಲಾಯಿಸಲಾಯಿತು. ಆ ಚಿತ್ರಮಂದಿರವನ್ನು ಹೇಗಾದರೂ ಉಳಿಸಿಕೊಂಡು, ಅದು ತಮ್ಮ ಗುರುಗಳ ಹೆಸರಿನಲ್ಲೇ ಮುಂದುವರೆಯಬೇಕು ಎನ್ನುವುದು ವಿಷ್ಣುವರ್ಧನ್ ಅವರ ಆಸೆಯಾಗಿತ್ತು. ಅದಕ್ಕಾಗಿ ಅವರು ಗೆಳೆಯ ಅಂಬರೀಶ್ ಅವರಲ್ಲಿ ವಿನಂತಿಸಿದ್ದರು. ಮಹಾನಗರ ಪಾಲಿಕೆಯ ಅಧಿಕಾರಿಗಳ ಜೊತೆಯೂ ಮಾತನಾಡಿದ್ದರು. ಆದರೆ, ಅಧಿಕಾರಿಗಳ ಅಸಹಕಾರದಿಂದಾಗಿ ಅದು ಸಾಧ್ಯವಾಗಲಿಲ್ಲ. ಈ ವಿಷಯದಲ್ಲಿ ವಿಷ್ಣುವರ್ಧನ್ ತುಂಬಾ ನೊಂದುಕೊಂಡಿದ್ದರು.

ತಾನು ಗುರುಗಳ ಜೊತೆ ಮತ್ತೆ ಮತ್ತೆ ಸಿನಿಮಾ ಮಾಡಲೇಬೇಕು ಎಂದು ವಿಷ್ಣುವರ್ಧನ್ ಅವರು ಹಂಬಲಿಸಿದ್ದು ಸುಳ್ಳಲ್ಲ. ಸ್ವತಃ ಅವರೇ ಅನೇಕ ಬಾರಿ ಹೇಳಿದಂತೆ, 'ನನ್ನ ಮತ್ತು ಪುಟ್ಟಣ್ಣ ಕಣಗಾಲ್ ಅವರನ್ನು ಒಂದು ಮಾಡಲು ಅಂಬರೀಶ್ ಸಾಕಷ್ಟು ಬಾರಿ ಪ್ರಯತ್ನಿಸಿದರು. ಮತ್ತೆ ನಿಮ್ಮನ್ನು ಒಂದು ಮಾಡುತ್ತೇನೆ ಎಂದು ಪದೇ ಪದೇ ವಿಷ್ಣುವರ್ಧನ್ ಬಳಿ ಹೇಳಿದ್ದೂ ಇದೆ. ವಿಷ್ಣುವರ್ಧನ್‌ಗಾಗಿ ಒಂದು ಸಿನಿಮಾ ಮಾಡಿ ಎಂದು ಕೇಳಿದ್ದೂ ಇದೆ. ಅಂದುಕೊಂಡಂತೆ ಆಗಿದ್ದರೆ ಶುಭಮಂಗಳ ಸಿನಿಮಾಗೆ ನಾಯಕನಾಗಿ ವಿಷ್ಣುವರ್ಧನ್ ಆಯ್ಕೆಯಾಗಬೇಕಿತ್ತು. ಕೊನೆಗಳಿಗೆಯಲ್ಲಿ ಆ ಪಾತ್ರ ಶ್ರೀನಾಥ್ ಅವರ ಪಾಲಾಯಿತು' ಎಂದು ನೋವನ್ನು ಹಂಚಿಕೊಂಡ ಅನೇಕ ಉದಾಹರಣೆಗಳೇ ಇವೆ.

ಯಾವುದೇ ವಿಷಯವನ್ನು ಹೇಗೆ ಬೇಕಾದರೂ ತಿರುಚಬಹುದು ಅನ್ನುವುದಕ್ಕೆ ಈ ಗುರು-ಶಿಷ್ಯರು ಮತ್ತೆ ಸಿನೆಮಾ ಮಾಡಲಿಲ್ಲ ಎನ್ನುವುದಕ್ಕೆ ಹುಟ್ಟಿಕೊಂಡ ಕಾರಣಗಳೆ ಹೇಳುತ್ತವೆ.

ವಿಷ್ಣುವರ್ಧನ್ ಮತ್ತು ಸ್ನೇಹಿತರ ನಡುವಿನ ಸಂಬಂಧಗಳ ವಿಷಯಗಳನ್ನು ಮುಂದೆ ತಂದು ಅವಮಾನಿಸಿದರು

ಡಾ. ವಿಷ್ಣುವರ್ಧನ್ ಜೊತೆ ಸಿನಿಮಾ ಮಾಡಲು ಅತಿರಥ ಮಹಾರಥ ನಿರ್ದೇಶಕರು, ನಿರ್ಮಾಪಕರು ದುಂಬಾಲು ಬೀಳುತ್ತಿದ್ದರು ಎನ್ನುವುದಕ್ಕೆ ಅವರ ಚಿತ್ರಗಳೇ ಸಾಕ್ಷಿ. ಡಾ. ರಾಜಕುಮಾರ್ ಗರಡಿಯಿಂದ ಬಂದ ಸಾಕಷ್ಟು

ನಿರ್ದೇಶಕರು ಮತ್ತು ನಿರ್ಮಾಪಕರು ವಿಷ್ಣುವರ್ಧನ್ ಅವರ ಕಾಲ್‌ಶೀಟ್‌ಗಾಗಿ ಕಾಯುತ್ತಿದ್ದರು. ಎಲ್ಲ ಹಂಗುಗಳನ್ನು ತೊರೆದುಕೊಂಡು ಬಂದು ವಿಷ್ಣು ಮುಂದೆ ನಿಲ್ಲುತ್ತಿದ್ದರು. ಅಂತಹ ಕಾಲ್‌ಶೀಟ್‌ಗಾಗಿ ಕಾದ ನಿರ್ದೇಶಕ, ನಿರ್ಮಾಪಕ ಮತ್ತು ಕಲಾವಿದರಲ್ಲಿ ದ್ವಾರಕೀಶ್ ಕೂಡ ಒಬ್ಬರು.

ವಿಷ್ಣುವರ್ಧನ್ ಮತ್ತು ದ್ವಾರಕೀಶ್ ಅವರ ಚೊಚ್ಚಲ ಸಿನಿಮಾ 'ಕಳ್ಳ ಕುಳ್ಳ' ಬರುವ ಹೊತ್ತಿಗೆ ದ್ವಾರಕೀಶ್ ಅವರು ಕನ್ನಡ ಚಿತ್ರೋದ್ಯಮದಲ್ಲಿ ಸಾಕಷ್ಟು ಸಿನಿಮಾ ಮಾಡಿದ್ದರು. ಹೆಸರಾಂತ ನಟರಾಗಿ ಗುರುತಿಸಿಕೊಂಡಿದ್ದರು. ದ್ವಾರಕೀಶ್ ಕಾಲ್‌ಶೀಟ್‌ಗಾಗಿ ಕಾಯುತ್ತಿದ್ದ ದಿನಮಾನಗಳವು. ಅಂತಹ ವೇಳೆಯಲ್ಲಿ ವಿಷ್ಣುವರ್ಧನ್ ಜೊತೆ ಸಿನಿಮಾ ಮಾಡಬೇಕು ಎಂದು ಕನಸುಕಂಡರು ಕನ್ನಡದ ಕುಳ್ಳ ದ್ವಾರಕೀಶ್. ತಮ್ಮ ಮನೆಯ ಬಾಗಿಲಿಗೆ ಬಂದ ಯಾರನ್ನೂ ವಿಷ್ಣು ನಿರಾಸೆಗೊಳಿಸುತ್ತಿರಲಿಲ್ಲ. ದ್ವಾರಕೀಶ್‌ನಂತಹ ಮೇರು ನಟ ಬಂದರೆ, ಖಾಲಿ ಕೈಯಲ್ಲಿ ಕಳುಹಿಸುವ ಮಾತೇ ಇಲ್ಲ. 'ಆಯಿತು ಒಟ್ಟಿಗೆ ಸಿನಿಮಾ ಮಾಡೋಣ' ಎಂದು ಹೇಳಿಬಿಟ್ಟಿದ್ದರು ವಿಷ್ಣು. ಆಗ ತಯಾರಾಗಿದ್ದೆ 'ಕಳ್ಳ ಕುಳ್ಳ' ಚಿತ್ರ. 1975ರಲ್ಲಿ ತೆರೆಕಂಡ ಈ ಸಿನಿಮಾ ಬಾಕ್ಸ್ ಆಫೀಸಿನಲ್ಲಿ ಗೆದ್ದಿತು. ಕನ್ನಡ ಸಿನಿಮಾ ರಂಗದ 'ಕಳ್ಳ ಕುಳ್ಳ ಜೋಡಿ' ಎಂದೇ ವಿಷ್ಣುವರ್ಧನ್ ಮತ್ತು ದ್ವಾರಕೀಶ್ ಅವರನ್ನು ಕರೆಯುವಂತೆ ಮಾಡಿತ್ತು. ಅಲ್ಲಿಂದ ಶುರುವಾದ ಈ ಜೋಡಿಯ ಪಯಣ 1986ರ ಹೊತ್ತಿಗೆ ಒಂದು ಡಜನ್‌ನಷ್ಟು ಸಿನಿಮಾಗಳನ್ನು ಮಾಡಿಸಿತು.

ಕಳ್ಳ ಕುಳ್ಳ ನಂತರ ಕಿಟ್ಟು ಪುಟ್ಟು, ಭಲೇ ಹುಡುಗ, ಸಿಂಗಪುರ್‌ನಲ್ಲಿ ರಾಜಾಕುಳ್ಳ, ಅವಳ ಹೆಜ್ಜೆ, ಗುರು ಶಿಷ್ಯರು, ಪೆದ್ದಗೆದ್ದ, ಜಿಮ್ಮಿಗಲ್ಲು, ಇಂದಿನ ರಾಮಾಯಣ, ಮದುವೆ ಮಾಡು ತಮಾಷೆ ನೋಡು... ಹೀಗೆ ಹನುಮಂತನ ಬಾಲದಂತೆ ಪಟ್ಟಿ ಬೆಳೆಯುತ್ತಾ ಹೋಯಿತು. ವಿಷ್ಣುವರ್ಧನ್ ಮೇಲೆ ದ್ವಾರಕೀಶ್ ಅವರಿಗೆ ಎಷ್ಟು ನಂಬಿಕೆ ಬಂತೆಂದರೆ ವಿಷ್ಣುವಿದ್ದರೆ ಗಲ್ಲಾಪೆಟ್ಟಿಗೆ ತುಂಬುವುದರಲ್ಲಿ ಅನುಮಾನವಿಲ್ಲ ಎನ್ನುವಷ್ಟರ ಮಟ್ಟಿಗೆ ನಂಬಿದ್ದರು. ಅದು ನಿಜವೂ ಆಗಿತ್ತು. ಈ ಧೈರ್ಯದಿಂದಲೇ ಅವರು 'ರಾಜಾ ಕುಳ್ಳ' ಸಿನಿಮಾವನ್ನು ಸಿಂಗಾಪುರದಲ್ಲಿ ಚಿತ್ರೀಕರಣ ಮಾಡಲು ಮುಂದಾದರು.

ಎಪ್ಪತ್ತರ ದಶಕದಲ್ಲಿ ಮದರಾಸು, ಬೆಂಗಳೂರು, ಮೈಸೂರಿನ ಸುತ್ತಲಿನ ಸ್ಟುಡಿಯೋಗಳಲ್ಲಿ ಅಥವಾ ಆ ಸ್ಟುಡಿಯೋಗಳನ್ನೇ ಆಶ್ರಯಿಸಿಕೊಂಡಿದ್ದ ಹೊರಾಂಗಣದಲ್ಲಿ ಚಿತ್ರೀಕರಣ ಮಾಡುವ ವಾಡಿಕೆಯಿತ್ತು. ಬಜೆಟ್ ಕೂಡ ಹಿಗ್ಗಿಸುವಂತಹ ಧೈರ್ಯ ಮಾಡುತ್ತಿರಲಿಲ್ಲ. ಆದರೆ, ಪ್ರಪ್ರಥಮವಾಗಿ ತಮ್ಮ ಸಿನಿಮಾವನ್ನು ಸಿಂಗಾಪುರದಲ್ಲಿ ಶೂಟಿಂಗ್ ಮಾಡಲು ನಿರ್ಧರಿಸಿದ್ದರು. ಅದರಲ್ಲಿ ಯಶಸ್ವಿ ಕೂಡ ಆದರು ದ್ವಾರಕೀಶ್. ಕನ್ನಡ ಚಿತ್ರರಂಗದಲ್ಲೇ ಸಿಂಗಾಪುರದಲ್ಲಿ ಶೂಟಿಂಗ್ ಆದ ಮೊದಲ ಸಿನಿಮಾ ಎಂಬ ಹೆಗ್ಗಳಿಕೆಗೆ 'ರಾಜಾ ಕುಳ್ಳ' ಪಾತ್ರವಾಯಿತು. ಕನ್ನಡ ಚಿತ್ರರಂಗದ ಇತಿಹಾಸದಲ್ಲಿ ಅದೊಂದು ಮೈಲಿಗಲ್ಲಾಯಿತು. ನಿರ್ಮಾಪಕರಾಗಿ ಸಾಕಷ್ಟು ಹೆಸರು ಮಾಡಿದ ದ್ವಾರಕೀಶ್, 1985ರಲ್ಲಿ ತೆರೆಕಂಡ ವಿಷ್ಣುವರ್ಧನ್ ಮತ್ತು ಭವ್ಯ ಜೊತೆಯಾಗಿ ನಟಿಸಿದ್ದ 'ನೀ ಬರೆದ ಕಾದಂಬರಿ' ಸಿನಿಮಾದ ಮೂಲಕ ನಿರ್ದೇಶಕರಾಗಿಯೂ ಯಶಸ್ಸಿನ

ತುತ್ತ ತುದಿಯಲ್ಲಿ ಕೂತರು. ದ್ವಾರಕೀಶ್ ಗೆಲುವಿನ ಹಿಂದೆ ಶಕ್ತಿಯಾಗಿ ನಿಂತದ್ದು ಇದೇ ವಿಷ್ಣುವರ್ಧನ್. ಆದರೆ, ಈ ಜೋಡಿಯ ಮಧ್ಯೆಯೂ ಬಿರುಕುಂಟಾಯಿತು.

ಯಶಸ್ಸು ಯಾವತ್ತಿಗೂ ಒಂದಾಗಿರುವುದಕ್ಕೆ ಬಿಡುವುದಿಲ್ಲ. ಅದನ್ನು ಕಾಪಾಡಿಕೊಳ್ಳುವುದು ತುಂಬಾ ಕಷ್ಟ. ಯಶಸ್ಸಿನ ಅಮಲು ತಲೆಗೇರಿಸಿಕೊಂಡರೆ ಎಂತಹ ಅನಾಹುತ ಆಗುತ್ತದೆ ಎನ್ನುವುದಕ್ಕೆ ದ್ವಾರಕೀಶ್ ನಡೆಯೇ ಸಾಕ್ಷಿ. ಸಿನಿಮಾಗಳು ಗೆಲ್ಲುತ್ತಾ ಹೋದವು. ಹಣವೂ ಹಾಗೆಯೇ ಹರಿದು ಬಂತು. ಗೆಲ್ಲುವ ಕುದುರೆ ಎಂಬ ವಿಷ್ಣುವರ್ಧನ್ ಎಲ್ಲರಿಗೂ ಪ್ರಿಯವಾಗಿ ಹೋದರು. ಬರೀ ದ್ವಾರಕೀಶ್ ಮಾತ್ರ ಶ್ರೀಮಂತನಾಗಬೇಕಾ? ನಮಗೂ ಕಾಲ್‌ಶೀಟ್ ಕೊಡಿ ಎಂದು ನಿರ್ಮಾಪಕರು ದುಂಬಾಲು ಬಿದ್ದರು. ನಮಗೂ ಒಂದು ಯಶಸ್ಸು ದಯಪಾಲಿಸಿ ಎಂದು ಇತರ ನಿರ್ದೇಶಕರು ವಿಷ್ಣುವರ್ಧನ್ ಅವರಲ್ಲಿ ಮನವಿ ಮಾಡಿಕೊಂಡರು. ಕಷ್ಟ ಅಂತ ಬಂದರೆ ತಕ್ಷಣವೇ ಕರಗುತ್ತಿದ್ದ ಅವರು ಇತರರಿಗೆ ಕಾಲ್‌ಶೀಟ್ ಕೊಡಲು ಶುರು ಮಾಡಿದರು. ಅಲ್ಲಿಗೆ ದ್ವಾರಕೀಶ್ ಕೋಪಗೊಂಡರು. ನನ್ನಿಂದ ಬೆಳೆದ ಹುಡುಗ, ನನ್ನ ವಿರುದ್ಧವೇ ಜಿದ್ದಿಗೆ ಬಿದ್ದನಲ್ಲ ಎಂದು ಅಪಾರ್ಥ ಮಾಡಿಕೊಂಡರು. ಗೆಳೆತನದ ವಿಷಯದಲ್ಲಿ ವ್ಯಾಪಾರವನ್ನೂ ಎಳೆತಂದರು. ಅದು ವಿಷ್ಣುವರ್ಧನ್ ಅವರಿಗೆ ಇಷ್ಟವಾಗಲಿಲ್ಲ. ಯಾರಾದರೂ ತಮ್ಮನ್ನು ಬೆಳೆಸಿದೆ ಎಂದು ಹೇಳಿಬಿಟ್ಟರೆ ವಿಷ್ಣುವರ್ಧನ್ ಅವರಿಗೆ ಆಗುತ್ತಿರಲಿಲ್ಲ. ಯಾರೂ, ಯಾರನ್ನೂ ಬೆಳೆಸುವುದಿಲ್ಲ ಎನ್ನುವ

ಸಿದ್ಧಾಂತದಲ್ಲಿ ಬದುಕಿದ್ದ ಜೀವವದು. ದ್ವಾರಕೀಶ್ ಮಾತು ಇಷ್ಟವಾಗಲಿಲ್ಲ. ಪರಸ್ಪರ ಕಿತ್ತಾಡಿಕೊಂಡರು. ದ್ವಾರಕೀಶ್ ಅವರಿಂದ ದೂರವೇ ಆದರು. ಇಬ್ಬರೂ ಕೂತು ಮಾತನಾಡಿದ್ದರೆ ಸರಿ ಹೋಗಬಹುದಿತ್ತು. ಹರಿದ ಕೌದಿ ಹೊಲೆಯಲು ತುಂಬಾ ಜಾಣ್ಮೆ ಬೇಕಿರಲಿಲ್ಲ. ಎದುರು ಕೂತು ಮಾತನಾಡಿದ್ದರೆ ಸಾಕಿತ್ತು. ಆದರೆ ದ್ವಾರಕೀಶ್ ಹಾಗೆ ಮಾಡಲಿಲ್ಲ. ವಿಷ್ಣು ಎದುರಿಗೆ ಹೊಸ ಹೀರೋಗಳನ್ನು ತಂದು ನಿಲ್ಲಿಸುತ್ತೇನೆ ಎಂದು ಘೋಷಿಸಿದರು. ಹೊಸಬರನ್ನು ಹಾಕಿಕೊಂಡು ಡಾನ್ಸ್ ರಾಜ ಡಾನ್ಸ್, ಶ್ರುತಿ ಹಾಕಿದ ಹೆಜ್ಜೆ–ಹೀಗೆ ಅನೇಕ ಸಿನಿಮಾಗಳನ್ನು ಮಾಡಿದರು. ಆದರೆ, ಗೆದ್ದದ್ದು ಮೂರು ಮತ್ತೊಂದು ಮಾತ್ರ. ಬಹುತೇಕ ಚಿತ್ರಗಳು ನೆಲಕಚ್ಚಿದ ಪರಿಣಾಮ ಆರ್ಥಿಕವಾಗಿ ಕುಸಿದು ಬಿಟ್ಟರು. ಮಾಡಿಟ್ಟಿದ್ದ ಆಸ್ತಿ ಮಾರಬೇಕಾಗಿ ಬಂತು. ದ್ವಾರಕೀಶ್ ಅಕ್ಷರಶಃ ಕಂಗಾಲಾದರು. ದ್ವಾರಕೀಶ್ ಜೊತೆ ವಿಷ್ಣುವರ್ಧನ್ ಮಾತಾಡದೇ ಇದ್ದರೂ, ಹಿರಿಜೀವಕ್ಕೆ ಹೀಗಾಗುತ್ತಿದೆಯಲ್ಲ ಎಂದು ಒಳಗೊಳಗೆ ಸಂಕಟ ಪಟ್ಟರು. ದ್ವಾರಕೀಶ್ ದುಡುಕಬಾರದಿತ್ತು ಎಂದು ಕಣ್ಣೀರಿಟ್ಟರು. ಕನ್ನಡ ಚಿತ್ರೋದ್ಯಮಕ್ಕೆ ಸಾಕಷ್ಟು ಕೊಡುಗೆ ನೀಡಿರುವ, ಕಲಾವಿದರಿಗೆ ಅನ್ನ ಹಾಕಿರುವ, ಅಸಂಖ್ಯಾತ ಅಭಿಮಾನಿಗಳನ್ನು ರಂಜಿಸಿರುವ ಹಿರಿಯ ನಟರೊಬ್ಬರು ಬೀದಿಗೆ ಬೀಳಬಾರದು ಎನ್ನುವ ಕಕ್ಕುಲಾತಿಯಿಂದಾಗ ವಿಷ್ಣು ಮತ್ತೆ ದ್ವಾರಕೀಶ್ ಅವರ ಕೈ ಹಿಡಿದರು. ಮತ್ತೆ ಕಾಲ್‌ಶೀಟ್ ಕೊಟ್ಟರು. ದ್ವಾರಕೀಶ್ ಮಾಡಿದ್ದ ಅಷ್ಟೂ ಸಾಲವನ್ನು 'ಆಪ್ತಮಿತ್ರ' ಸಿನಿಮಾ ತೀರಿಸಿತು. ವಿಷ್ಣುವರ್ಧನ್ ಜೊತೆಗಿನ ತಮ್ಮ ವೈಷಮ್ಯವನ್ನು ದ್ವಾರಕೀಶ್ ಅವರೇ ಸ್ವತಃ ಹಲವಾರು ಬಾರಿ ಹೇಳಿಕೊಂಡಿದ್ದಿದೆ.

‘ಸಾಹಸ ಸಿಂಹ’ನ ‘ಸ್ನೇಹ ಸಂಪತ್ತು..’!

ಸಾಹಸಸಿಂಹ ವಿಷ್ಣುವರ್ಧನ್ ಅವರ ವೈಯಕ್ತಿಕ ಬದುಕಿನ ಬಗ್ಗೆ ಬಹುಶಃ ಇದೇ ಮೊತ್ತ ಮೊದಲ ಬಾರಿಗೆ ಕೃತಿಯೊಂದು ಬಿಡುಗಡೆಯಾಗುತ್ತಿದೆ. ಈ ಪುಸ್ತಕದ ಹೆಸರೇ 'ಸ್ನೇಹ ಸಂಪತ್ತು'.

ಪರಿಸರ ಕಾಳಜಿಯ ಹಾಗೂ ಪ್ರೇಕ್ಷಣೀಯ ಸ್ಥಳಗಳಿಗೆ ಸಂಬಂಧಪಟ್ಟಂತೆ ಹಲವಾರು ಸಾಕ್ಷ್ಯ ಚಿತ್ರಗಳನ್ನು ತಯಾರಿಸಿದ, ಕರ್ನಾಟಕದ ಕುಸ್ತಿ ಪಟುಗಳ ಬಗ್ಗೆ ಆಳವಾಗಿ ಅಧ್ಯಯನ ಮಾಡಿ ಮೂರು ಪುಸ್ತಕಗಳನ್ನು ರೋಚಕವಾಗಿ ಬರೆದ ಎಂ. ನರಸಿಂಹ ಮೂರ್ತಿ ಈ ಬಾರಿ 'ಸಾಹಸ ಸಿಂಹ'ನ ವೈಯಕ್ತಿಕ ಬದುಕಿಗೆ ಕೈಹಾಕಿದ್ದಾರೆ. ಈ ಬಗ್ಗೆ ಅಧ್ಯಯನ ಮಾಡಿ ಓದುಗರ ಎದುರು ಮುಂದಿಡುವ ಪ್ರಯತ್ನ ಮಾಡಿದ್ದಾರೆ.

ಡಾ. ರಾಜ್ ಬಳಿಕ ಕನ್ನಡದಲ್ಲಿ ಅತ್ಯಂತ ಜನಪ್ರಿಯತೆ ಗಳಿಸಿ 200 ಯಶಸ್ವಿ ಚಿತ್ರಗಳಲ್ಲಿ ನಟಿಸಿ ಅಭಿಮಾನಿಗಳ ಮುಂದೆ 'ವೀರಾಧಿವೀರ', 'ಸಾಹಸ ಸಿಂಹ', 'ಯಜಮಾನ' ಎಂಬಿತ್ಯಾದಿ ಹಲವಾರು 'ರೂಪ' ಧರಿಸಿ ಸ್ಮೃತಿ ಪಟಲದಲ್ಲಿ ಉಳಿದಿರುವ ಸಂಪತ್‌ಕುಮಾರ್ ಯಾನೆ ವಿಷ್ಣುವರ್ಧನ್ ಅವರ ವೈಯಕ್ತಿಕ ಬದುಕು ಕೂಡಾ ಸಿನಿಮಾದಷ್ಟೇ ಹೇಗೆ ರೋಚಕವಾಗಿತ್ತು ಎಂಬುದನ್ನು ಚಿತ್ರಿಸುವ ಯತ್ನವನ್ನು 'ಸ್ನೇಹ ಸಂಪತ್ತು' ಮಾಡಿದೆ ಎನ್ನುತ್ತಾರೆ ನರಸಿಂಹ ಮೂರ್ತಿ.

ವಿಷ್ಣು ಕಾಲೇಜು ದಿನಗಳು. ಕಾಲೇಜು ಪರಿಸರ, ಎಲ್ಲರೊಂದಿಗೆ ಬೆರೆಯುವ ಅವರ ವ್ಯಕ್ತಿತ್ವ, ಸಿನಿಮಾ ರಂಗಕ್ಕೆ ಬಂದ 70ರ ದಶಕದಲ್ಲಿ ಕನ್ನಡ ಚಿತ್ರರಂಗದ ಸ್ಥಿತಿಗತಿ, ಆ ಸಂದರ್ಭದಲ್ಲಿ ಬಂದ 'ನಾಗರ ಹಾವು'

ಡಾ. ವಿಷ್ಣು ಜೀವನ ಚರಿತ್ರೆ

ನ್ಯಾಷನಲ್ ಕಾಲೇಜ್ ಹಿರಿಯ ವಿದ್ಯಾರ್ಥಿಗಳ ಸಂಘ ಮತ್ತು ಮಾಧ್ಯಮ ಕ್ರಿಯೇಷನ್ಸ್: ಭಾನುವಾರ ಭಾರತಿ ವಿಷ್ಣುವರ್ಧನ್ ಅವರಿಂದ ಎಂ. ನರಸಿಂಹಮೂರ್ತಿ ಅವರ 'ಸ್ನೇಹ ಸಂಪತ್ತು' (ಡಾ. ವಿಷ್ಣುವರ್ಧನ್ ಅವರ ಜೀವನ ಚರಿತ್ರೆ) ಕೃತಿ ಲೋಕಾರ್ಪಣೆ: ಸ್ಥಳ: ಗಾಂಧಿ ನೆಹರು ರಂಗಮಂದಿರ, ನ್ಯಾಷನಲ್ ಕಾಲೇಜು, ಬಸವನಗುಡಿ. ಸಂಜೆ 6.

ಸಿನಿಮಾದ ವಿಶೇಷತೆ. ಇದರಲ್ಲಿನ ವಿಷ್ಣು ನಟನೆ ಇವುಗಳ ಬಗೆಗೆಲ್ಲ ಪುಸ್ತಕ ಕೈಯಾಡಿಸಿದೆ.

ನಟನೆಯ ಹೊರತಾಗಿ ವಿಷ್ಣು ಬದುಕು ಹೇಗಿತ್ತು? ಸ್ನೇಹಿತರ ಜೊತೆಗೆ ಸ್ನೇಹ ಜೀವಿ ಆಗಿದ್ದುದು ಹೇಗೆ?, ಮಾನವೀಯತೆಯ ಜೊತೆಗೇ ಚೇಷ್ಟೆ, ಆತ್ಮೀಯ ಒಡನಾಟಗಳಿಂದ ಎಲ್ಲರನ್ನು ಸೆಳೆಯುತ್ತಿದ್ದುದು ಹೇಗೆ ಎಂಬುದರ ಬಗ್ಗೆ ಒಂದೆಡೆಯಾದರೆ, ಅವರ ವಿಚಾರ ಮಂಥನ, ವ್ಯಾಪಕತೆಯನ್ನೂ ಬಿಡಿಸಿಡುವ ಪ್ರಯತ್ನ ಮಾಡಿದ್ದಾರೆ ಮೂರ್ತಿ.

■ ನೆತ್ರಕೆರೆ ಉದಯಶಂಕರ

‘ನಾನು ಅಹಂ ತೋರಿಸಬಾರದಿತ್ತು. ತಪ್ಪು ಮಾಡಿಬಿಟ್ಟೆ. ನನ್ನೊಂದಿಗೆ ವಿಷ್ಣು ಇದ್ದಿದ್ದರೆ ಇನ್ನೂ ಸಾಕಷ್ಟು ದಾಖಲೆಗಳನ್ನು ಮಾಡಬಹುದಿತ್ತು. ನಮ್ಮ ಯಶಸ್ಸಿನ ಜೋಡಿಯ ಮುಂದೆ ಇತರರು ಹೆದರುತ್ತಿದ್ದರು. ಅದೇ ನನ್ನನ್ನು ಮೂರ್ಖನನ್ನಾಗಿ ಮಾಡಿಸಿತು. ದೂರವಾದ ನಂತರ ಆರ್ಥಿಕ ಮುಗ್ಗಟ್ಟಿಗೆ ಬಳಲಿದೆ, ಆರೋಗ್ಯ ಹಾಳಾಯಿತು, ಆಸ್ತಿ ಕಳೆದುಕೊಂಡೆ. ಕೇವಲ ವಿಷ್ಣು ಮೇಲಿನ ಕೋಪದಿಂದ ಹಲವಾರು ಹೊಸ ಕಲಾವಿದರನ್ನು ಪರಿಚಯಿಸಿದೆ. ನೆಲಕ್ಕೆ ಬಿದ್ದೆ. ಆದರೆ, ಮತ್ತೆ ನನ್ನನ್ನು ಮೇಲಕ್ಕೆ ಎತ್ತಲಿಕ್ಕೆ ನನ್ನ ವಿಷ್ಣುನೇ ಬರಬೇಕಾಯಿತು’ ಎಂದು ಭಾವುಕರಾಗಿ ಹೇಳಿಕೊಂಡಿದ್ದಿದೆ. ನಾನು ವಿಷ್ಣುವನ್ನು ಮರೆತರೆ ದೇವರು ಎಂದೂ ನನ್ನನ್ನು ಕ್ಷಮಿಸುವುದಿಲ್ಲ ಎಂದು ಹೇಳಿದ್ದೂ ಇದೆ. ‘ಕನ್ನಡ ಸಿನಿಮಾ ರಂಗಕ್ಕೆ ದ್ವಾರಕೀಶ್ ಆಲದ ಮರವಿದ್ದಂತೆ. ಈಗ ಅವರು ಕುಸಿದಿದ್ದಾರೆ. ಬಸವಳಿದಿದ್ದಾರೆ. ಮತ್ತೆ ಅವರಿಗೆ ನಾವೆಲ್ಲ ಚೈತನ್ಯ ತುಂಬಬೇಕು. ಶಕ್ತಿಯಾಗಿ ನಿಲ್ಲಬೇಕು’ ಎಂದು ಪತ್ರಿಕೆಯೊಂದರ ಸಂದರ್ಶನದಲ್ಲೂ ವಿಷ್ಣು ಹೇಳಿದ್ದರು. ಆಪ್ತಮಿತ್ರ ಸಿನಿಮಾಗೆ ಕಾಲ್‌ಶೀಟ್ ಕೊಟ್ಟರು. ಈ ಸಿನಿಮಾದ ಗೆಲುವು ದ್ವಾರಕೀಶ್ ಅವರಿಗೆ ಮರುಜನ್ಮ ನೀಡಿತು.

ಬಾಬು ದೂರ ದೂರ;
ನೋವುಗಳು ಹತ್ತಿರ ಹತ್ತಿರ

ಹಿರಿಯ ನಿರ್ದೇಶಕ ರಾಜೇಂದ್ರ ಸಿಂಗ್ ಬಾಬು ಮತ್ತು ಡಾ. ವಿಷ್ಣುವರ್ಧನ್ ಅವರ ನಡುವಿನ ಗೆಳೆತನ ಬರೋಬ್ಬರಿ ನಾಲ್ಕು ದಶಕಗಳದ್ದು. ಇಬ್ಬರೂ ಬಾಲನಟರಾಗಿ ಒಂದೇ ಚಿತ್ರದಲ್ಲಿ ಕಾಣಿಸಿಕೊಂಡವರು. ಒಟ್ಟೊಟ್ಟಿಗೆ ಚಿತ್ರೋದ್ಯಮದಲ್ಲಿ ಬೆಳೆದವರು. ಎರಡೂ ಕುಟುಂಬಕ್ಕೂ ಅವಿನಾಭಾವ ಸಂಬಂಧವೂ ಇದೆ. ವಿಷ್ಣುವರ್ಧನ್ ಅವರ ತಂದೆ ಮತ್ತು ರಾಜೇಂದ್ರ

ಸಿಂಗ್ ಬಾಬು ಅವರ ತಂದೆಯ ನಡುವೆಯೂ ಸ್ನೇಹವಿತ್ತು. ಅಷ್ಟೇ ಅಲ್ಲದೇ ರಾಜೇಂದ್ರ ಸಿಂಗ್ ಬಾಬು ಅವರ ಪ್ರೊಡಕ್ಷನ್ ಹೌಸ್‌ನಲ್ಲಿ ವಿಷ್ಣುವರ್ಧನ್ ತಂದೆಯವರು ಕೆಲಸವನ್ನೂ ಮಾಡಿದ್ದಾರೆ. ಇವರದ್ದೇ ಬ್ಯಾನರ್‌ನಲ್ಲಿ ಮೂಡಿ ಬಂದ 'ಶಿವಶರಣೆ ನಂಬಿಯಕ್ಕಾ' ಸಿನಿಮಾದಲ್ಲಿ ವಿಷ್ಣುವರ್ಧನ್ ಅವರ ಸಹೋದರಿ ರಮಾ ನಟಿಸಿದ್ದಾರೆ. ವಿಷ್ಣುವರ್ಧನ್ ಅವರ ತಂದೆಯು, ಬಾಬು ಅವರ ಮೈಸೂರಿನ ಮನೆಗೆ ಹೋದಾಗೆಲ್ಲ ವಿಷ್ಣುವನ್ನು ಕರೆದುಕೊಂಡು ಹೋಗುತ್ತಿದ್ದರು. ಹಾಗಾಗಿ ಬಾಲ್ಯದಿಂದಲೇ ಇವರಿಬ್ಬರ ಸ್ನೇಹ ಗಟ್ಟಿಯಾಗಿತ್ತು.

ವಿಷ್ಣುವರ್ಧನ್ 'ನಾಗರಹಾವು' ಸಿನಿಮಾಗೆ ಹೀರೋ ಆಗಿ ಆಯ್ಕೆಯಾದಾಗ ಅದೇ ಸಿನಿಮಾದ ಪ್ರೊಡಕ್ಷನ್ ಕೆಲಸವನ್ನು ರಾಜೇಂದ್ರ ಸಿಂಗ್ ಬಾಬು ಅವರೇ ನೋಡಿಕೊಳ್ಳುತ್ತಿದ್ದರು. ನಾಗರಹಾವು ಸಿನಿಮಾವನ್ನು ವೀರಸ್ವಾಮಿ ಅವರು ನಿರ್ಮಾಣ ಮಾಡಿದ್ದರೂ, ಬಾಬು ಅವರಿಗೆ ಪ್ರೊಡಕ್ಷನ್ ನೋಡಿಕೊಳ್ಳುವಂತೆ ಹೇಳಿದ್ದರು. ಹೀಗಾಗಿ ವಿಷ್ಣುವರ್ಧನ್ ಜೊತೆಗಿನ ಬಾಬು ಸ್ನೇಹ ಮತ್ತಷ್ಟು ಗಟ್ಟಿಯಾಗಿತ್ತು. ಬಾಬು ನಿರ್ದೇಶನದ ಮೊದಲ ಸಿನಿಮಾ 'ನಾಗಕನ್ಯೆ'ಯಲ್ಲೂ ವಿಷ್ಣುವರ್ಧನ್ ನಟಿಸಿದ್ದರು.

ನಾಗರ ಹೊಳೆ, ಕಿಲಾಡಿ ಕಿಟ್ಟು, ಕಿಲಾಡಿ ಜೋಡಿ, ಬಂಧನ, ಮುತ್ತಿನಹಾರ, ಮಹಾಕ್ಷತ್ರಿಯ, ಹಿಮಪಾತ–ಇವರ ಕಾಂಬಿನೇಷನ್‌ನ ಚಿತ್ರಗಳು. ರಾಜೇಂದ್ರ ಸಿಂಗ್ ಬಾಬು ನಿರ್ದೇಶನದ, ವಿಷ್ಣುವರ್ಧನ್ ನಟನೆಯ 'ಬಂಧನ' ಹಾಗೂ 'ಮುತ್ತಿನಹಾರ' ಕನ್ನಡ ಚಿತ್ರೋದ್ಯಮದ ಗತಿಯನ್ನೇ ಬದಲಿಸಿದ ಚಿತ್ರಗಳು.

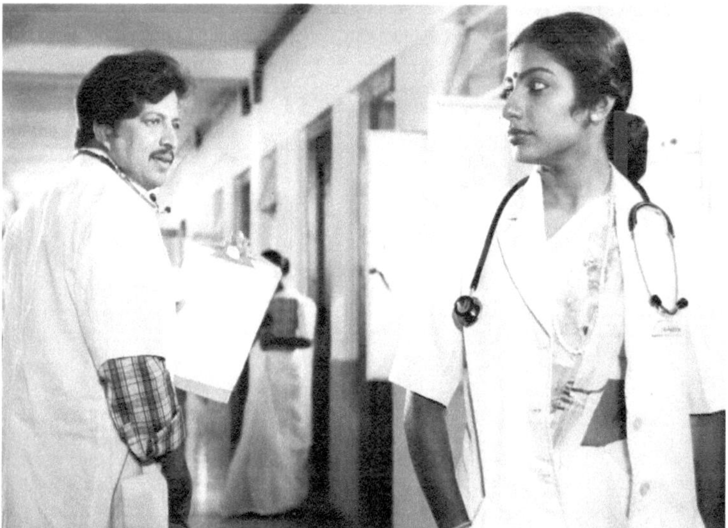

'ಬಂಧನ' ಚಿತ್ರವು ಕಾದಂಬರಿಗಾರ್ತಿ ಉಷಾ ನವರತ್ನರಾಮ್ ಅವರ 'ಬಂಧನ' ಕಾದಂಬರಿ ಆಧಾರಿತ ಚಿತ್ರ. ಈ ಕಾದಂಬರಿ ಓದಿದ್ದ ನಿರ್ದೇಶಕ–ನಿರ್ಮಾಪಕ ರಾಜೇಂದ್ರ ಸಿಂಗ್ ಬಾಬು ಅವರು ಇದು ಕನ್ನಡದಲ್ಲಿ 'ದೇವದಾಸ್' ಚಿತ್ರದಂತೆ ಒಂದು ಕ್ಲಾಸಿಕ್ ಸಿನಿಮಾ ಆಗುವ ಸಾಧ್ಯತೆಗಳಿವೆ. ಜೊತೆಗೆ ಇದನ್ನು ತನ್ನ ನೆಚ್ಚಿನ ನಾಯಕನಟನಾದ ವಿಷ್ಣುವರ್ಧನ್ ಅವರ ಕೈಯಲ್ಲಿ ಮಾಡಿಸಬೇಕು ಅಂತ ಆಗಲೇ ತೀರ್ಮಾನಕ್ಕೆ ಬಂದು ಬಿಡುತ್ತಾರೆ. ಅದು ಅಲ್ಲದೆ ರಾಜೇಂದ್ರ ಸಿಂಗ್ ಬಾಬುರವರು ವಿಷ್ಣುವರ್ಧನ್ ಅವರನ್ನು ಮಾಸ್ ಮತ್ತು ಆ್ಯಕ್ಷನ್ ಇಮೇಜ್ ಇಂದ ಹೊರತಾದ ಒಂದು ರೋಮ್ಯಾಂಟಿಕ್ ಪಾತ್ರದಲ್ಲಿ ತೋರಿಸುವ ಇಚ್ಛೆ ಹೊಂದಿದ್ದರು.

ಆಗ ವಿಷ್ಣುವರ್ಧನ್ ಅವರು ಆ್ಯಕ್ಷನ್ ಚಿತ್ರಗಳ ಮೂಲಕ ಜನಪ್ರಿಯತೆಯ ಉತ್ತುಂಗದಲ್ಲಿದ್ದರು. ವಿಷ್ಣು ಅವರ ಮಾಸ್ ಇಮೇಜಿಗೆ ತಕ್ಕ ಕಥೆಗಳೊಂದಿಗೆ ನಿರ್ದೇಶಕರು, ನಿರ್ಮಾಪಕರು ವಿಷ್ಣು ಅವರ ಮನೆ ಬಾಗಿಲಿಗೆ ಕಾಲ್‌ಶೀಟ್‌ಗಾಗಿ ತಡಕಾಡುತ್ತಿದ್ದರು. ಇಂತಹ ಸಂದರ್ಭದಲ್ಲಿ ವಿಷ್ಣು ಅವರು ತಮ್ಮ ಆತ್ಮೀಯ ಗೆಳೆಯರಾದ ಸಿಂಗ್ ಬಾಬು ಅವರಿಗೆ ಈ ರೋಮ್ಯಾಂಟಿಕ್ ಟ್ರ್ಯಾಜಿಡಿ ಚಿತ್ರಕ್ಕೆ ಗ್ರೀನ್ ಸಿಗ್ನಲ್ ಕೊಡುತ್ತಾರೆ. 'ಬಾಬು ಅವರಿಗೆ ಎಲ್ಲೋ ತಲೆಕೆಟ್ಟಿದೆ. ವಿಷ್ಣು ಅಂತಹ ನಟನೊಂದಿಗೆ ಇಂತಹ ಚಿತ್ರ ಮಾಡುವುದು ಎಷ್ಟರ ಮಟ್ಟಿಗೆ ಸರಿ?' ಅಂತ ಗಾಂಧಿನಗರದ ಪಂಡಿತರು ಮಾತನಾಡಿಕೊಳ್ಳುತ್ತಾರೆ. ವಿಷ್ಣುವರ್ಧನ್

ಅವರನ್ನು ಡಾ. ಹರೀಶ್ ಪಾತ್ರದಲ್ಲಿ ಪೂರ್ಣವಾಗಿ ಕಂಡಿದ್ದ ಬಾಬು ಅವರು ಇದರ ಬಗ್ಗೆ ಯಾವುದೇ ರೀತಿಯಲ್ಲಿ ತಲೆ ಕೆಡಿಸಿಕೊಳ್ಳದೆ ತಮ್ಮದೇ ನಿರ್ಮಾಣ ಸಂಸ್ಥೆಯಾದ ರೋಹಿಣಿ ಪಿಕ್ಚರ್ಸ್‌ನಲ್ಲಿ ಚಿತ್ರ ನಿರ್ಮಾಣ ಕಾರ್ಯ ಆರಂಭಿಸಿದರು.

'ಬಂಧನ' ಚಿತ್ರದ ಕೇಂದ್ರ ಬಿಂದು ಡಾ. ಹರೀಶ್ ಪಾತ್ರ. ಒಂದು ಸೈಡ್ ಲವರ್ ಆಗಿ, ಭಗ್ನಪ್ರೇಮಿಯಾಗಿ, ತನ್ನ ಕಾರಣದಿಂದಲೇ ಬೇರೆಯಾದ ನಂದಿನಿ-ಬಾಲು ಅವರನ್ನು ಒಟ್ಟುಗೂಡಿಸುವ ಕರುಣಾಮಯನಾಗಿ, ಚಿತ್ರದ ಕೊನೆಗೆ ಟ್ರ್ಯಾಜಿಡಿ ನಾಯಕನಾಗಿ ಹಲವು ತರದ ಅಭಿನಯಗಳನ್ನು ಏಕಕಾಲಕ್ಕೆ ವಿಷ್ಣುವರ್ಧನ್ ಅವರು ಪಾತ್ರದೊಳಗೆ ಪರಕಾಯ ಪ್ರವೇಶ ಮಾಡಿ ನಟಿಸಿದ್ದಾರೆ.

24 ಆಗಸ್ಟ್ 1984ರಂದು ಬಿಡುಗಡೆಯಾದ ಚಿತ್ರ ಮೊದಲ ದಿನದ ಮೊದಲನೇ ಶೋ ಇಂದಲೇ ಸೂಪರ್ ಹಿಟ್ ಎಂಬ ಟಾಕ್ ಪಡೆಯಿತು. ಬಿಡುಗಡೆಯಾದ ಎಲ್ಲಾ 18 ಪ್ರಮುಖ ಚಿತ್ರಮಂದಿರಗಳಲ್ಲಿ ಕೂಡ ಚಿತ್ರ ಶತದಿನೋತ್ಸವವನ್ನು ಆಚರಿಸಿತು. ಜೊತೆಗೆ ಹತ್ತಕ್ಕೂ ಹೆಚ್ಚು ಚಿತ್ರಮಂದಿರಗಳಲ್ಲಿ 25 ವಾರ ಪ್ರದರ್ಶನ ಕಂಡಿತು. ಜೊತೆಗೆ ಎರಡು ಚಿತ್ರಮಂದಿರಗಳಲ್ಲಿ ಸತತ 30 ವಾರ ಪ್ರದರ್ಶನ ಕಂಡ ಮೊದಲ ಚಿತ್ರ ಎಂಬ ಹೆಗ್ಗಳಿಕೆಗೂ ಕೂಡ ಪಾತ್ರವಾಯಿತು. ಅಲ್ಲದೆ ಚಿತ್ರ ಒಂದು ವರ್ಷ ಪ್ರದರ್ಶನ ಕಂಡಿತ್ತು. 84ರಲ್ಲಿ ತೆರೆಕಂಡ ಎಲ್ಲ ಚಿತ್ರಗಳ ಪೈಕಿ ಅತಿ ಹೆಚ್ಚು ಕಲೆಕ್ಷನ್ ಮಾಡಿದ ಚಿತ್ರ ಎಂಬ ದಾಖಲೆಯನ್ನು ಬರೆಯಿತು. ವಿಷ್ಣುವರ್ಧನ್ ಅವರಿಗೆ ಆ ವರ್ಷದ ಅತ್ಯುತ್ತಮ ನಟ ರಾಜ್ಯ ಪ್ರಶಸ್ತಿ ಕೂಡ ಒಲಿಯಿತು. ಬಂಧನ ಅಂದಿಗೂ ಇಂದಿಗೂ

ಎಂದೆಂದಿಗೂ ಕನ್ನಡದ ಎವರ್ ಗ್ರೀನ್ ಕ್ಲಾಸಿಕ್ ರೋಮ್ಯಾಂಟಿಕ್ ಟ್ರ್ಯಾಜಿಡಿ ಸಿನಿಮಾವಾಗಿ ಉಳಿದಿದೆ.

ರಾಜೇಂದ್ರ ಸಿಂಗ್ ಬಾಬು ಮತ್ತು ವಿಷ್ಣುವರ್ಧನ್ ಕಾಂಬಿನೇಷನ್‌ನ ಮತ್ತೊಂದು ಹಿಟ್ ಚಿತ್ರ 'ಮುತ್ತಿನಹಾರ'. ಈ ಸಿನಿಮಾ ಮಾಡುವಾಗಲೂ ಅಷ್ಟೇ ಬಾಬು ಅವರಿಗೆ ವಿಷ್ಣುವರ್ಧನ್ ಮಾಡಿದ ಸಹಾಯವನ್ನು ಮರೆಯುವಂತಿಲ್ಲ.

'ಮುತ್ತಿನಹಾರ' ಸಿನಿಮಾ ಮಾಡಬೇಕು ಎನ್ನುವ ಹೊತ್ತಿನಲ್ಲಿ ಈ ಚಿತ್ರದ ನಾಯಕಿ ಆಗಬೇಕಿದ್ದ ಸುಹಾಸಿನಿ, ಬೇರೊಂದು ಸಿನಿಮಾ ಒಪ್ಪಿಕೊಂಡಿರುತ್ತಾರೆ. ಸುಹಾಸಿನಿ ಕಾಲ್‌ಶೀಟ್ ಸಿಗುವುದಿಲ್ಲ ಎನ್ನುವ ಆತಂಕ ಬಾಬು ಅವರದ್ದು. ಬಾಬು ಅವರನ್ನು ಸಮಾಧಾನಿಸಿದ್ದ ವಿಷ್ಣು, ಆ ಕಾಲ್‌ಶೀಟ್ ನಾನು ಕೊಡಿಸುತ್ತೇನೆ. ನಾನು ಸುಹಾಸಿನಿ ಜೊತೆ ಮಾತನಾಡುತ್ತೇನೆ ಎನ್ನುತ್ತಾರೆ. ಜೊತೆಗೆ ಸಿನಿಮಾದ ಶೂಟಿಂಗ್ ಉದ್ದಕ್ಕೂ ವಿಷ್ಣುವರ್ಧನ್ ಅನೇಕ ತ್ಯಾಗಗಳನ್ನು ಮಾಡುತ್ತಾರೆ. ಅದರ ಪ್ರತಿಫಲವೇ 'ಮುತ್ತಿನಹಾರ' ಚಿತ್ರ ಮತ್ತೊಂದು ಸೂಪರ್ ಹಿಟ್ ಚಿತ್ರವಾಗಿ ಮೂಡಿ ಬರುತ್ತದೆ. ಸಿನಿಮಾ ರಂಗದಲ್ಲೇ ಮತ್ತೊಂದು ದಾಖಲೆಯನ್ನು ಬರೆಯುತ್ತದೆ. ಆದರೆ, ಈ ಜೋಡಿಯ 'ಬಂಧನ' ತುಂಬಾ ದಿನ ಉಳಿಯುವುದಿಲ್ಲ ಎನ್ನುವುದು ವಿಷಾದ.

'ಮುತ್ತಿನಹಾರ' ಸಿನಿಮಾದ ನಂತರ ಮತ್ತೆರಡು ಚಿತ್ರಗಳನ್ನು ಒಟ್ಟಿಗೆ ಮಾಡುತ್ತಾರೆ ವಿಷ್ಣುವರ್ಧನ್ ಮತ್ತು ರಾಜೇಂದ್ರ ಸಿಂಗ್ ಬಾಬು. ಅಷ್ಟೊತ್ತಿಗೆ 'ನಿರ್ದೇಶಕರಿಗೆ ವಿಷ್ಣು ಬೈದಿದ್ದಾರೆ' ಎನ್ನುವ ಸುದ್ದಿ ಪ್ರಕಟವಾಗಿ, ಅದೇ ವೇಳೆಯಲ್ಲೇ ಬಾಬು ಅವರು ನಿರ್ದೇಶಕರ ಸಂಘದ ಅಧ್ಯಕ್ಷರಾದ ಕಾರಣ,

ಅಲ್ಲಷ್ಟು ಬೆಳವಣಿಗೆಗಳು ನಡೆದು ಈ ವಿವಾದದಿಂದಾಗಿ ರಾಜೇಂದ್ರ ಸಿಂಗ್ ಬಾಬು ಮತ್ತು ವಿಷ್ಣುವರ್ಧನ್ ದೂರವಾಗುತ್ತಾರೆ. ಅದು ಹದಿಮೂರಕ್ಕೂ ಹೆಚ್ಚು ವರ್ಷಗಳ ಕಾಲ ಒಬ್ಬರಿಗೊಬ್ಬರು ಮಾತಾಡಲೇ ಇಲ್ಲ. ಈ ನಡುವೆ ರಾಜೇಂದ್ರ ಸಿಂಗ್ ಬಾಬು ಅವರು ಇಂಗ್ಲಿಷ್ ಪತ್ರಿಕೆಯೊಂದರ ಸಂದರ್ಶನದಲ್ಲಿ 'ವಿಷ್ಣು ಮನೆಗೆ ಹೋಗುವ ನಿರ್ಮಾಪಕರಿಗೆ ಅವನು ಒಂದು ಲೋಟ ಕಾಫಿ ಕೂಡ ಕೊಡುವುದಿಲ್ಲ' ಎನ್ನುವ ಮಾತು ವಿಷ್ಣುವರ್ಧನ್ ಅವರಿಗೆ ಮತ್ತಷ್ಟು ಕೋಪ ತರಿಸುತ್ತದೆ.

ರಾಜೇಂದ್ರ ಸಿಂಗ್ ಬಾಬು ಅವರ ಜೊತೆಗಿನ ವೈಮನಸ್ಸು ಕುರಿತು ಸ್ವತಃ ವಿಷ್ಣುವರ್ಧನ್ ಅವರೇ ಹೇಳಿಕೊಂಡಿದ್ದಾರೆ. 'ಬಾಬು ನಡುವೆ ಮಾತಿನ ಕಾಳಗ, ವೈಮನಸ್ಸು ಹುಟ್ಟಲಾರಂಭಿಸಿತು. ನನಗೆ ನಮ್ಮ ಸಂಬಂಧ ಕೆಟ್ಟುಹೋದ ಬಗ್ಗೆ ನೋ ರಿಗ್ರೆಟ್ಸ್. ಯಾಕೆಂದರೆ ನಾನು ಆತನಿಗೆ ಅನ್ಯಾಯ ಮಾಡಿಲ್ಲ, ನಾನು ಮಾಡಿದ್ದೆಲ್ಲವೂ ನನ್ನ ಆತ್ಮಸಾಕ್ಷಿಗೆ ಸರಿಯಾಗಿದೆ. ವಿಷ್ಣುವನ್ನು ಸ್ಟಾರ್ ಮಾಡಿದ್ದೇ ನಾನು, ಸ್ಟಾರ್ ಆದ್ಮೇಲೆ ಆತ ನಮಗೆ ಕಾಲ್‌ಶೀಟ್ ಕೊಡೋಲ್ಲ. ವಿಷ್ಣುಗಾಗಿ ಒಂದು ಒಳ್ಳೆಯ ಸಬ್ಜೆಕ್ಟ್ ಮಾಡಿದ್ದೇನೆ. ಆದರೆ, ಆತ ಸಿಕ್ಕಾಪಟ್ಟೆ ಸಂಭಾವನೆ ಕೇಳುತ್ತಿದ್ದಾನೆ. ಈ ತರಹ ಅನೇಕ ಬಾರಿ ಸಂದರ್ಶನಗಳಲ್ಲಿ ಬಾಬು ಹೇಳುತ್ತಿದ್ದ. ದ್ವಾರಕೀಶ್ ವಿಷಯದಲ್ಲಿ ಏನಾಯಿತೋ, ಬಾಬು ವಿಷಯದಲ್ಲೂ ಅದೇ ಕಾಲಕ್ರಮೇಣ ರಿಪೀಟ್ ಆಗಲಾರಂಭಿಸಿತು. ನಮ್ಮಿಬ್ಬರ ಸ್ನೇಹದ ನಡುವೆ ವ್ಯವಹಾರ ಅಡ್ಡ ಬರಲಾರಂಭಿಸಿತು. ಈ ವ್ಯವಹಾರವೇ ಶಾಶ್ವತವಾಗಿ ಅವರನ್ನು ದೂರ ಮಾಡಿತ್ತು' ಎಂದಿದ್ದಾರೆ.

ವಿಷ್ಣುವರ್ಧನ್ ಅವರು ಸ್ನೇಹದಲ್ಲಿ ಯಾವತ್ತೂ ವ್ಯವಹಾರ ಮಾಡುತ್ತಿರಲಿಲ್ಲ. ಸ್ನೇಹದಲ್ಲಿ ವ್ಯವಹಾರದ ವಾಸನೆ ಕಂಡ ತಕ್ಷಣವೇ ಅವರು ಎಚ್ಚರಿಸುತ್ತಿದ್ದರು. ಆವಾಗಲೂ ಎಚ್ಚೆತ್ತುಕೊಳ್ಳದಿದ್ದರೆ, ಅವರ ಸ್ನೇಹವನ್ನೇ ಬಿಡುತ್ತಿದ್ದರು. ಇಂಥದ್ದೇ ವ್ಯವಹಾರ ಅನೇಕರನ್ನು ದೂರ ಮಾಡಿದೆ. ಅದರಲ್ಲಿ ದ್ವಾರಕೀಶ್ ಮತ್ತು ರಾಜೇಂದ್ರ ಸಿಂಗ್ ಬಾಬು ಪ್ರಮುಖರು. ಅಂಬರೀಶ್ ಮತ್ತು ವಿಷ್ಣು ಮಧ್ಯ ಅಂಥದ್ದೊಂದು ವ್ಯವಹಾರ ಇರದೇ ಇರುವ ಕಾರಣದಿಂದಾಗಿ ಕೊನೆತನಕವೂ ಸ್ನೇಹ ಗಟ್ಟಿಯಾಗಿಯೇ ಉಳಿದಿತ್ತು.

ರಾಜೇಂದ್ರ ಸಿಂಗ್ ಬಾಬು ಮತ್ತು ವಿಷ್ಣುವರ್ಧನ್ ದೂರವಾಗಿದ್ದಾರೆ ಎನ್ನುವುದು ಕೆಲವರಿಗೆ ನೋವಾದರೆ, ಮತ್ತೆ ಕೆಲವರಿಗೆ ಹಿಟ್ ಜೋಡಿ ದೂರವಾಗಿದ್ದು ಸಂಭ್ರಮವನ್ನೂ ತಂದಿತ್ತು. ಲಾಭವೋ, ನಷ್ಟವೋ ಈ ವಿಷಯದಲ್ಲಿ ವಿಷ್ಣುವರ್ಧನ್ ತಲೆಕೆಡಿಸಿಕೊಳ್ಳಲೇ ಇಲ್ಲ. ಈ ಜೋಡಿಯನ್ನು ಒಂದು ಮಾಡಲು ಅನೇಕರು ಪ್ರಯತ್ನಿಸಿದರು. ಅದರಲ್ಲಿ ಪತ್ರಕರ್ತರು ಕೂಡ ಇದ್ದರು. ಯಾರು ಏನೇ ಹೇಳಿದರೂ, ಈ ವಿಷಯದಲ್ಲಿ ವಿಷ್ಣುವರ್ಧನ್

ಹೇಳುತ್ತಿದ್ದದ್ದು ಒಂದೇ ಮಾತು–'ಒಡೆದ ಕನ್ನಡಿಯನ್ನು ಮತ್ತೆ ಜೋಡಿಸಲು ಆಗದು'. ಅದು ಕೊನೆವರೆಗೂ ಆಗಲೇ ಇಲ್ಲ. ವಿಷ್ಣುವರ್ಧನ್ ಅವರಿಗಾಗಿ ಅನೇಕ ಕಥೆಗಳನ್ನು ಹುಡುಕಿಟ್ಟಿದ್ದರು ರಾಜೇಂದ್ರ ಸಿಂಗ್ ಬಾಬು. ಪ್ರತಿ ಕಥೆಯನ್ನು ಓದುವಾಗಲೂ ಅಲ್ಲಿ ವಿಷ್ಣುವರ್ಧನ್ ಅವರನ್ನು ಕಾಣುತ್ತಿದ್ದರು. ಆದರೆ, ವಿಷ್ಣು ಕೊನೆಗೂ ಅವರ ಪಾಲಿಗೆ ಕಥೆಯಾಗಿಯೇ ಉಳಿದುಬಿಟ್ಟರು. ಮನಸ್ಸಿಗೆ ಒಗ್ಗದೇ ಇರುವಲ್ಲಿ ಬೇರೆ ಯಾವುದೋ ಕಾರಣಕ್ಕೆ ರಾಜಿಯಾಗದೆ ದೃಢವಾಗಿ ನಿಲ್ಲುವುದು ಅವರ ಸ್ವಭಾವವಾಗಿತ್ತು.

ವಿಷ್ಣುವರ್ಧನ್ ಅವರನ್ನು ಜಿಪುಣ ಎಂದು ಬಿಂಬಿಸಿ ನೋಯಿಸಿದರು

ಡಾ. ವಿಷ್ಣುವರ್ಧನ್ ಅವರನ್ನು ಅವಮಾನಿಸಲು ಕೆಲವು ಜನ ಆಯ್ದುಕೊಂಡ ಮತ್ತೊಂದು ಮಾರ್ಗವೆಂದರೆ "ವಿಷ್ಣು ಜಿಪುಣ, ಎಂಜಲು ಕೈಯಲ್ಲಿ ಕಾಗೆಯನ್ನೂ ಓಡಿಸಲ್ಲ" ಎಂಬ ಹಸಿಹಸಿ ಸುಳ್ಳನ್ನು ಎಲ್ಲಾ ಕಡೆ ಹಬ್ಬಿಸಿದ್ದು. ಆತ ಯಾರಿಗೂ ಸಹಾಯ ಮಾಡಲ್ಲ. ಸಂಭಾವನೆ ಕಡಿಮೆಯಾದರೆ ಡಬ್ಬಿಂಗ್‌ಗೆ ಬರಲ್ಲ. ಮನೆಗೆ ಬಂದವರಿಗೆ ಕಾಫಿ ಸಹ ಕೊಡಲ್ಲ ಎನ್ನುವಂತಹ

ಕೆಂಪು, ಹಳದಿ ಕಲರ್ ಕವರ್‌ನಲ್ಲಿ ಏನಿತ್ತು?!

ಇದು 'ಕರುಣಾಮಯಿ' ವಿಷ್ಣುವಿನ 'ಕರ್ಣ'ನ ಕತೆ

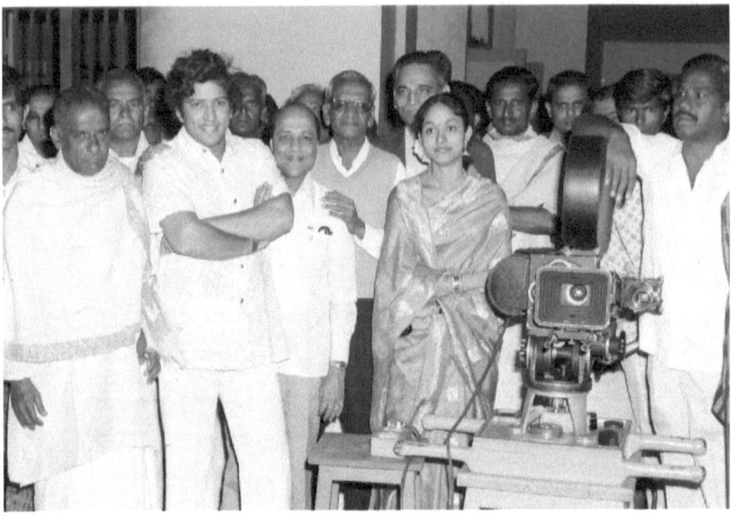

ವಿಷಯಗಳನ್ನು ಗಾಳಿಯಲ್ಲಿ ತೇಲಿಬಿಟ್ಟಿದ್ದರು. ಆದರೆ ವಿಷ್ಣುವರ್ಧನ್ ಅವರು ವಾಸ್ತವದಲ್ಲಿ ಹಾಗಿರಲಿಲ್ಲ. ನಿಜಾರ್ಥದ ದಾನವೀರಶೂರ ವಿಷ್ಣುವಾಗಿದ್ದರು.

ನಟನೆಯ ಜತೆ ಜತೆಗೆ ಅನೇಕ ಸಮಾಜಮುಖಿ ಕೆಲಸಗಳನ್ನೂ ವಿಷ್ಣುವರ್ಧನ್ ಅವರು ಮಾಡಿದ್ದಾರೆ. ತಮ್ಮ ಸುತ್ತಮುತ್ತಲಿನವರ ಕಷ್ಟಗಳಿಗೆ ಮಿಡಿಯುತ್ತಲೇ, ಸಮಾಜದಲ್ಲಿ ತುಳಿತಕ್ಕೊಳಗಾದವರ ಕುರಿತು ಹತ್ತು ಹಲವು ಕೆಲಸಗಳನ್ನು ಮಾಡಿದ ಮಾನವತಾವಾದಿ. ಜತೆಗೆ ನಾಡು ನುಡಿಗೆ ತೊಂದರೆಯಾದಾಗ ಮುಂಚೂಣಿಯಲ್ಲಿ ನಿಂತು ಹೋರಾಟ ಮಾಡಿದ ಕನ್ನಡಪರ ಹೋರಾಟಗಾರ ಕೂಡ ಇವರಾಗಿದ್ದಾರೆ.

ಆಗಿನ್ನೂ ವಿಷ್ಣುವರ್ಧನ್ ಅವರು ಸಿನಿಮಾ ರಂಗಕ್ಕೆ ಕಾಲಿಟ್ಟಿದ್ದರು. 'ವಂಶವೃಕ್ಷ' ಸಿನಿಮಾ ರಿಲೀಸ್ ಆದ ಹೊತ್ತಿನಲ್ಲಿ ಬರ ಪರಿಹಾರ ನಿಧಿಗಾಗಿ ಕನ್ನಡ ಚಿತ್ರರಂಗವು ದೊಡ್ಡದೊಂದು ತಾರಾ ಮೆರವಣಿಗೆ ಹಮ್ಮಿಕೊಂಡಿತ್ತು. ಸಿನಿಮಾ ರಂಗದ ಬಹುತೇಕ ನಟ, ನಟಿಯರು, ತಾಂತ್ರಿಕ ವರ್ಗದವರು ಈ ಮೆರವಣಿಗೆಯಲ್ಲಿ ಪಾಲ್ಗೊಂಡಿದ್ದರು. ನಿಧಿ ಸಂಗ್ರಹದ ಸತ್ಕಾರ್ಯದಲ್ಲಿ ವಿಷ್ಣುವರ್ಧನ್ ಕೂಡ ಭಾಗಿಯಾಗಿದ್ದರು.

ಪ್ರವಾಹದಿಂದಾಗಿ ಉತ್ತರ ಕರ್ನಾಟಕ ತತ್ತರಿಸಿದಾಗ, ಅಲ್ಲಿನ ಜನರ ನೋವಿಗೆ ತಕ್ಷಣ ಸ್ಪಂದಿಸುವ ಕೆಲಸ ಮಾಡಿದರು. ವೈಯಕ್ತಿಕವಾಗಿಯೂ ಆ ಭಾಗದ ಜನರಿಗೆ ಸಹಾಯ ಮಾಡಿದ್ದಲ್ಲದೇ, ಪ್ರವಾಹ ಸಂತ್ರಸ್ತರಿಗೆ ಪರಿಹಾರ ನೀಡುವ ಚಟುವಟಿಕೆಗಳಲ್ಲೂ ಭಾಗವಹಿಸಿ ಹಣ ಸಂಗ್ರಹಿಸಿದರು. ಅಲ್ಲದೇ ಕಾರ್ಗಿಲ್ ಯುದ್ಧ ಸಂದರ್ಭದಲ್ಲಿ ಸೈನಿಕರ ಕುಟುಂಬಕ್ಕೂ

ಸಹಾಯ ಹಸ್ತ ಚಾಚಿದರು. ಹಣ ಸಂಗ್ರಹಿಸಿ ಕಾರ್ಗಿಲ್ ಯುದ್ಧಕ್ಕೆ ಸಹಾಯ ಮಾಡಿದರು.

ನೆರೆ, ಬರ ಮತ್ತು ಆರೋಗ್ಯಕ್ಕೆ ಸಂಬಂಧಿಸಿದ ತೊಂದರೆಗಳಿಂದಾಗಿ ಜನರು ಸಂಕಷ್ಟಕ್ಕೆ ತುತ್ತಾಗಿದ್ದಾರೆ ಎಂದು ಗೊತ್ತಾದ ತಕ್ಷಣವೇ ವಿಷ್ಣುವರ್ಧನ್ ಅವರ ಕರುಳು ತಕ್ಷಣವೇ ಮಿಡಿಯುತ್ತಿತ್ತು. ಸಹಾಯ ಹಸ್ತಗಳು ಯಾವುದೇ ಫಲಾಪೇಕ್ಷೆ ಇಲ್ಲದೇ ಚಾಚುತ್ತಿದ್ದವು. ತೊಂದರೆಗೊಳಗಾದವರಿಗೆ ಸಹಾಯ

ಮಾಡಲೆಂದೇ ಅವರು 'ಸ್ನೇಹಲೋಕ' ಎಂಬ ಸಂಸ್ಥೆಯನ್ನು ಹುಟ್ಟು ಹಾಕಿದರು. ಮೈಸೂರು ವಿಕ್ರಮ್ ಆಸ್ಪತ್ರೆ ರಾಯಭಾರಿಯಾಗಿ ಮತ್ತು ಹೃದಯ ಕಾಯಿಲೆಗಳಿಂದ ಬಳಲುತ್ತಿರುವ ಗ್ರಾಮೀಣ ಮಕ್ಕಳ ಚಿಕಿತ್ಸೆಯ ಜವಾಬ್ದಾರಿ ಹೊತ್ತುಕೊಂಡಿದ್ದರು. ರೈತರಿಗಾಗಿ ಮಂಡ್ಯ ಜಿಲ್ಲೆಯ ಮೇಲುಕೋಟೆಯಲ್ಲಿ ಕೊಳವೆಬಾವಿ ತೆಗೆಸಿದ್ದಾರೆ. ಬೆಂಗಳೂರು ಇನ್ಸ್ಟಿಟ್ಯೂಟ್ ಆಫ್ ಆಂಕಾಲಜಿ ಆಯೋಜಿಸಿದ್ದ ಕ್ಯಾನ್ಸರ್ ಜಾಗೃತಿ ಧನಸಂಗ್ರಹ ಪಾದಯಾತ್ರೆಯಲ್ಲೂ ಇವರು ಭಾಗಿಯಾಗಿದ್ದರು. ಹತ್ತಾರು ಆಂಬ್ಯುಲೆನ್ಸ್‌ಗಳನ್ನು ಆಸ್ಪತ್ರೆಗಳಿಗೆ ದಾನವಾಗಿ ನೀಡಿದ್ದಾರೆ. ಸಾವಿರಾರು ವಿದ್ಯಾರ್ಥಿಗಳ ಶಿಕ್ಷಣಕ್ಕೆ ನೆರವಾಗಿದ್ದಾರೆ. ಕೆಲವರಿಗೆ ಮನೆ ಕಟ್ಟಿಸಿಕೊಟ್ಟಿದ್ದಾರೆ. ಇನ್ನು ಕೆಲವರಿಗೆ ಬದುಕುಗಳನ್ನೇ ಕಟ್ಟಿಕೊಟ್ಟಿದ್ದಾರೆ. ತನ್ನ ಹೆಸರಿಗಾಗಿ ಯಾವ ಹೋರಾಟವೂ ಮಾಡದ ಅವರು ಅಗತ್ಯ ಅನ್ನಿಸಿದ್ದಕ್ಕೆ ಮುಂಚೂಣಿಯಲ್ಲಿ ನಿಂತಿರುತ್ತಿದ್ದರು.

ರಾಜೇಂದ್ರ ಸಿಂಗ್ ಬಾಬು ಅವರ ಸಂಬಂಧಿ ಬಾಲಾಜಿ ಸಿಂಗ್ ಬಳಿ ಬಾಬು ಅವರು ತಮಗೊಂದು ಸಿನಿಮಾ ಮಾಡಿಕೊಡಿ ಎಂದು ನೇರವಾಗಿಯೇ ಕೇಳಿದ್ದರು. ಬಾಲಾಜಿ ಸಿಂಗ್ ಅವರಿಗೆ ನಾಗರಹೊಳೆ ಸಿನಿಮಾದ ಕಥೆಯೂ ಹೇಳಿ ಆಗಿತ್ತು. ನನ್ನ ಬಳಿ ಹಣವಿಲ್ಲ ಎಂದು ಬಾಲಾಜಿ ಎದ್ದು ನಡೆದು ಬಿಟ್ಟಿದ್ದರು. ನಂತರ ಮತ್ತೆ ಕಥೆಯನ್ನು ಕೇಳುವ ಮನಸ್ಸು ಮಾಡಿದ್ದರು. ವಿಷ್ಣುವರ್ಧನ್ ಅವರನ್ನು ಕರೆದುಕೊಂಡು ಬರಬೇಕು ಎಂದು ತಾಕೀತು ಮಾಡಿದರು. ಗೆಳೆಯನ ಆಹ್ವಾನವನ್ನು ತಿರಸ್ಕರಿಸದೆ ರಾಜೇಂದ್ರ

ಸಿಂಗ್ ಬಾಬು ಜೊತೆ ಬೆಂಗಳೂರಿನ ಪರಾಗ್ ಹೋಟೆಲ್‌ಗೆ ಹೊರಟು ನಿಂತರು ವಿಷ್ಣು.

ಹೋಟೆಲ್‌ನಲ್ಲಿ ಮತ್ತೆ ಮಾತುಕತೆ. ಈ ಸಿನಿಮಾ ಆಗುತ್ತೋ ಇಲ್ಲವೋ ಎನ್ನುವ ದುಗುಡ ರಾಜೇಂದ್ರ ಸಿಂಗ್ ಬಾಬು ಅವರಿಗೆ. ಕೊನೆಗೆ ವಿಷ್ಣುವರ್ಧನ್ ಅವರು 'ನನಗೆ ಏನೂ ಸಂಭಾವನೆ ಬೇಡ. ಬಾಬು ಶ್ರದ್ಧೆಯಿಂದ ಈ ಸಿನಿಮಾ ಮಾಡುತ್ತಾನೆ. ಅವನಿಗೆ ಒಳ್ಳೆಯದು ಆಗಬೇಕು. ನೀವು ಹಣದ ವ್ಯವಸ್ಥೆ ಮಾಡಿ' ಎಂದು ಹೇಳಿದ್ದರು. ವಿಷ್ಣುವರ್ಧನ್ ಹೇಳಿದ್ದ ಮಾತಿಗೆ ಬಾಲಾಜಿ ಸಿಂಗ್ ಇಲ್ಲ ಅನ್ನುವುದಕ್ಕೆ ಆಗಲಿಲ್ಲ. ಕೊನೆಗೂ ಆ ಸಿನಿಮಾ ಆಯಿತು.

***

ಶಿವಮೊಗ್ಗದ ಪ್ರೊ. ಎಂ.ಎನ್. ಸುಂದರ್ ರಾಜ್ ಪತ್ರಿಕೆಯೊಂದರ ಅಂಕಣದಲ್ಲಿ ದಾಖಲಿಸಿದಂತೆ, ರಂಗಭೂಮಿ ನಟರಲ್ಲಿ ಒಬ್ಬರಾದ ಸಂಜೀವಣ್ಣ

ಎನ್ನುವವರ ಮಗಳ ವಿವಾಹ ನಿರ್ಧಾರಿತವಾಗಿತ್ತು. ಆದರೆ, ಈ ಬಡಕಲಾವಿದರ ಬಳಿ ಹಣ ಬೇಕಲ್ಲಾ. ಈ ಸಂಜೀವಣ್ಣ ಬೇರೆ ಯಾರೂ ಅಲ್ಲ, ಕನ್ನಡ ಚಿತ್ರರಂಗದ ನಟ ರಮೇಶ್ ಭಟ್ಟರ ಸೋದರಮಾವ. ಇಂಥ ಸಂಜೀವಣ್ಣ ಮಾಸ್ಟರ್ ಹಿರಣ್ಣಯ್ಯನವರ ಬಳಿ ಬಂದು ತಮ್ಮ ಕಷ್ಟ ತೋಡಿಕೊಂಡಾಗ 'ಕಷ್ಟವೆ? ಒಂದು ನಾಟ್ಕ ಕೊಡ್ತೀನಿ ಮಾಡ್ಕೊ' ಎಂದು ಬಿಟ್ಟರು. ಸರಿ ಟಿಕೇಟ್ ಪುಸ್ತಕ ಪ್ರಿಂಟಾಯಿತು. ಆಗ ಅವರು ಚಿತ್ರಸಾಹಿತಿ ಕೃಷ್ಣಮೂರ್ತಿ ನಾಡಿಗರ ಬಳಿ ಬಂದು, 'ತಮಗೆ ದೊಡ್ಡವರೆಲ್ಲಾ ಗೊತ್ತು. ಸ್ವಲ್ಪ ಟಿಕೇಟು ಮಾರಿಕೊಡಲು ಸಾಧ್ಯವೆ?' ಎಂದು ವಿನಂತಿಸಿದರು. ಆಗ ನಾಡಿಗರು ರಾಘವೇಂದ್ರ ರಾಜಕುಮಾರ್ ಬಳಿ ಕರೆದುಕೊಂಡು ಹೋದರು. ಬಂದ ವಿಷಯ ಮತ್ತು ಉದ್ದೇಶ ಕೇಳಿ ರಾಘವೇಂದ್ರ ರಾಜಕುಮಾರ್ ಒಂದು ಟಿಕೇಟು ಏಕೆ? ಒಂದು ಪುಸ್ತಕವನ್ನೇ ಕೊಡಿ ಎಂದು ಹಣಕೊಟ್ಟು ಒಂದು ಪುಸ್ತಕವನ್ನೇ ಕೊಂಡುಕೊಂಡರು. ನಂತರ ಸಂಜೀವಣ್ಣನವರಿಗೆ ವಿಷ್ಣುವರ್ಧನ್ ನಾಟಕಕ್ಕೆ ಒಂದೈದು ನಿಮಿಷ ಅಧ್ಯಕ್ಷತೆಯ ನೆಪದಲ್ಲಿ ಬಂದರೆ ಟಿಕೇಟು ಮಾರುವುದು ಸುಲಭವಾದೀತು ಎಂದು ನಾಡಿಗರನ್ನು ಕರೆದುಕೊಂಡು ಅವರ ಮನೆಗೆ ಹೋದರು. ಅದೇ ತಾನೆ ಜಿಮ್‌ನಿಂದ ಬಂದಿದ್ದ ವಿಷ್ಣುವರ್ಧನ್ ವಿಷಯ ತಿಳಿದು, 'ನನ್ನ ಬರುವಿಕೆಯಿಂದ ಆ ಹೆಣ್ಣುಮಗಳ ಮದುವೆಗೆ ನೆರವಾಗುವುದಾರೆ ಖಂಡಿತಾ ಬರುತ್ತೇನೆ' ಎಂದು ತಿಳಿಸಿದರು. ಅದರಂತೆ ನಾಟಕ ನಡೆಯುವ ದಿನ ಸಮಯಕ್ಕೆ ಸರಿಯಾಗಿ ಬಂದು, ಒಂದೆರಡು ಒಳ್ಳೆಯ ಮಾತುಗಳನ್ನೂ ಆಡಿ, ನಾಟಕವನ್ನೂ ಕೊನೆವರೆಗೂ ನೋಡಿದ್ದರು ವಿಷ್ಣುವರ್ಧನ್. ನಂತರ ಸಂಜೀವಣ್ಣ ಅವರನ್ನು ಕರೆದು ಹತ್ತು ಸಾವಿರ ರೂಪಾಯಿಗಳ ಚೆಕ್ ಕೊಟ್ಟು, ಇದು ನನ್ನ ಕಾಣಿಕೆ. ನಿಮ್ಮ ಮಗಳ ಮದುವೆಗೆ ಉಪಯೋಗಿಸಿಕೊಳ್ಳಿ' ಎಂದು ಹೇಳಿದ್ದರು. ಸಂಜೀವಣ್ಣನವರು ವಿಷ್ಣುವರ್ಧನ್ ಅವರ ಹೃದಯ ಶ್ರೀಮಂತಿಕೆಯನ್ನು ಕಂಡು ಅಕ್ಷರಶಃ ಅತ್ತೇ ಬಿಟ್ಟರು.

***

ಕರುಣಾಮಯಿ ವಿಷ್ಣು ಅವರ ಕರ್ಣನ ಕತೆಗಳು ಹಲವರಿಗೆ ಗೊತ್ತಿರಲಿಕ್ಕಿಲ್ಲ. ಗೊತ್ತಾಗುವಂತೆ ಸಹಾಯ ಮಾಡುವುದೂ ಯಜಮಾನರಿಗೆ ಹಿಡಿಸುತ್ತಿರಲಿಲ್ಲ. ಬಡತನ, ಹುಷಾರಿಲ್ಲ, ಓದಕ್ಕೂ ದುಡ್ಡಿಲ್ಲ ಎಂಬ ವಿಷಯದಿಂದ ಮೊದಲ್ಗೊಂಡು ಹಜ್ ಯಾತ್ರೆಗೆ ಹೋಗಬೇಕು ಎಂದವರಿಗೂ ವಿಷ್ಣು ಹಣಕಾಸಿನ ನೆರವು ನೀಡಿದ್ದಾರೆ. ಮಾತ್ರವಲ್ಲ, ಅವರು ಸಾವಿರಾರು ಮಂದಿಗೆ ಈತನಕ ಹಳದಿ ಮತ್ತು ಕೆಂಪು ಕವರ್‌ಗಳನ್ನು ನೀಡಿದ್ದಾರೆ. ಹೌದು, ಏನಿದು ಅಂತೀರಾ?

ಅವರು ಮನೆಯಿಂದ ಹೊರಟ ತಕ್ಷಣ ಕವರ್‌ಗಳು ಇದೆಯಾ ಎಂದು ಕೇಳಿ ಖಾತ್ರಿ ಮಾಡಿಕೊಳ್ಳುತ್ತಿದ್ದರು. ಸ್ಟುಡಿಯೋದಲ್ಲಿ ಚಿತ್ರೀಕರಣ ಇದ್ದರೆ 10 ಕವರ್ ಇರಲೇಬೇಕಿತ್ತು. ಹೊರಾಂಗಣ ಶೂಟಿಂಗ್ ಇಲ್ಲವೆ, ಯಾವುದೇ ಸಾರ್ವಜನಿಕ ಕಾರ್ಯಕ್ರಮ ಇದ್ದಲ್ಲಿ ಹೆಚ್ಚಾಗಿ 5 ಕವರುಗಳನ್ನು ಕಾರಲ್ಲಿ ತಂದು ಇಡುವಂತೆ ಹೇಳುತ್ತಿದ್ದರು. ಕವರ್‌ಗಳಲ್ಲೂ ಎರಡು ಬಣ್ಣ ಇರುತ್ತಿತ್ತು. ಒಂದು ಕೆಂಪು ಮತ್ತೊಂದು ಹಳದಿ. ಕೆಂಪು ಬಣ್ಣದ ಕವರ್‌ನಲ್ಲಿ ಐದು ಸಾವಿರ ಮತ್ತು ಹಳದಿ ಕವರ್‌ನಲ್ಲಿ ಮೂರು ಸಾವಿರ ರೂಪಾಯಿ ಇರುತ್ತಿತ್ತು.

ಯಾರೇ ಬಂದು ಕಷ್ಟ ಹೇಳಿಕೊಂಡರೂ, ಎಲ್ಲರನ್ನೂ ಅವರು ನಂಬುತ್ತಿರಲಿಲ್ಲ. ಇಂಥದ್ದು ಸತ್ಯ, ಇದು ಸುಳ್ಳು ಎಂದು ತೀರ್ಮಾನಿಸುವ ಸೂಕ್ಷ್ಮತೆ ಅವರಲ್ಲಿತ್ತು. ಮಾತ್ರವಲ್ಲ, ಸಹಾಯ ಪಡೆದು ಮತ್ತೆ ಬರುವವರನ್ನು ತಕ್ಷಣ ಗುರುತು ಹಿಡಿಯುತ್ತಿದ್ದರು.

ಕೆಲವು ಬಾರಿ ಕವರ್‌ಗಳು ಮುಗಿದು ಹೋಗುತ್ತಿದ್ದವು. ಮತ್ತೆ ಕೆಲವು ಸಂದರ್ಭಗಳಲ್ಲಿ ಹೆಚ್ಚು ಹಣ ನೀಡಬೇಕು ಎಂಬುದಾಗಿ ಅವರಿಗೆ ಅನ್ನಿಸುತ್ತಿತ್ತು. ಹೀಗಾಗಿಯೇ ಸಹಿ ಮಾಡಿದ ಚೆಕ್ ಪುಸ್ತಕವನ್ನೂ ಅವರು ಇಟ್ಟಿರುತ್ತಿದ್ದರು.

ಇಂತಹ ವಿಷ್ಣುವನ್ನು ಜಿಪುಣ ಎಂದು ಅವಮಾನಿಸಿ ಬಿಟ್ಟರಲ್ಲ...! ನೋಯಿಸಿದ ಮನಃಸಾಕ್ಷಿಗಳಿಗಾದರೂ ನೋವಾಗುವುದಿಲ್ಲವಾ?

ಪ್ರಶಸ್ತಿಗಳಲ್ಲೂ ಅವಮಾನ, ನೋವು...

ವಿಷ್ಣುವರ್ಧನ್ ಅವರಿಗೆ ಇನ್ನೂ ಪದ್ಮ ಪ್ರಶಸ್ತಿಗಳು ಸಿಕ್ಕಿಲ್ಲವಾ? ಈ ಹೊತ್ತಿನ ತಲೆಮಾರು ಕೇಳುವಂತಹ ಅಚ್ಚರಿಯ ಪ್ರಶ್ನೆಯಿದು. ಪ್ರಶಸ್ತಿಗಳು ಅರ್ಹರನ್ನು ನಿಜವಾಗಿಯೂ ಹುಡುಕಿಕೊಂಡು ಬಂದಿವೆಯಾ? ಅವರಿಗೇಕೆ ಈ ಪ್ರಶಸ್ತಿಯನ್ನು ಕೊಟ್ಟರು? ಭಾರತೀಯ ನಾಗರಿಕ ಅತ್ಯುನ್ನತ ಪ್ರಶಸ್ತಿ ಆಗಿರುವ ಪದ್ಮಶ್ರೀ, ಪದ್ಮಭೂಷಣ, ಪದ್ಮವಿಭೂಷಣ ಬಿಕರಿ ಆದವಾ? ಹೀಗೆ ಪತ್ರಿಕೆಗಳಲ್ಲಿ ಸ್ವತಃ ರಾಜಕೀಯ ನಾಯಕರೇ ಆಡಿಕೊಂಡಿದ್ದನ್ನು ನೋಡಿದ್ದೇವೆ. ಕಾರಣ,

ಅನರ್ಹರಿಗೂ ಈ ಗೌರವ ಸಿಕ್ಕಿದೆ ಎನ್ನುವುದು ಅವರ ಮಾತಿನ ಹಿಂದಿರುವ ನೋವು. ಭಾರತೀಯ ಸಿನಿಮಾ ರಂಗದ ಕೆಲ ನಟ, ನಟಿಯರಿಗೆ ಇಂತಹ ಗೌರವ ಸಿಕ್ಕಾಗ ಬಹುತೇಕರಲ್ಲೂ ಅನೇಕ ಪ್ರಶ್ನೆಗಳು ಮೂಡಿದ್ದುಂಟು. ಐದ್ಹತ್ತು ಸಿನಿಮಾಗಳಲ್ಲಿ ನಟಿಸಿದ ಆ ನಟಿಗೆ ಅಥವಾ ನಟನಿಗೆ ಈ ಗೌರವ ಯಾಕೆ? ಎಂದು ಚರ್ಚೆ ಮಾಡಿದ್ದೂ ಇದೆ. ಮೊನ್ನೆಯಷ್ಟೇ ಅಶ್ಲೀಲ ಚಿತ್ರಗಳನ್ನು ನಿರ್ಮಾಣ ಮಾಡುವ ಮೂಲಕ ದೇಶಕ್ಕೆ ಮಾರಕವಾಗುತ್ತಿದ್ದಾರೆ ಎಂದು ಸ್ವತಃ ಕೋರ್ಟ್ ಹೇಳಿದ್ದ ವ್ಯಕ್ತಿಯೊಬ್ಬರಿಗೆ ಪದ್ಮ ಪ್ರಶಸ್ತಿ ಬಂದಿದೆ. ಆದರೆ, ಮೇರು ವ್ಯಕ್ತಿತ್ವದ, ದಂತಕಥೆಯಾಗಿರುವ ವಿಷ್ಣುವರ್ಧನ್ ಅವರಿಗೆ ಪದ್ಮ ಸಿಗಲೇ ಇಲ್ಲ. ಶಿಫಾರಸು ಮಾಡಬೇಕಾದವರು ಜಾಣಕುರುಡರಾದರು. ವಿಷ್ಣುವರ್ಧನ್ ಅವರು ತೀರಿಕೊಂಡಾಗ ಅವರಿಗೆ ಪದ್ಮಶ್ರೀ ಪ್ರಶಸ್ತಿ ಸಿಗಬೇಕಿತ್ತು ಅಂತ ಬಿ. ಸರೋಜಾದೇವಿ ಆಗ್ರಹಿಸಿದ್ದರು. ಅದಕ್ಕೆ ಉತ್ತರವಾಗಿ ಕರ್ನಾಟಕ ಚಲನಚಿತ್ರ ವಾಣಿಜ್ಯ ಮಂಡಳಿಯ ಅಧ್ಯಕ್ಷರಾಗಿದ್ದ ಜಯಮಾಲಾ ಅವರು ಹೇಳಿದ್ದೇನು ಗೊತ್ತಾ? "ವಿಷ್ಣು ಅವರು ಬಯೋಡಾಟಾ ಕೊಡಲಿಲ್ಲ". ಇದೊಂದು ಹೇಳಿಕೆ ಸಾಕಿತ್ತು ವಿಷ್ಣುವರ್ಧನ್ ಅವರನ್ನು ಚಿತ್ರರಂಗ ಹೇಗೆ ನಡೆಸಿಕೊಂಡಿತು ಎಂಬುದನ್ನು ಸಾಕ್ಷೀಕರಿಸಲು. ಪ್ರಶಸ್ತಿಗೆ ಶಿಫಾರಸ್ಸು ಮಾಡಲು ಡಾ. ವಿಷ್ಣು ಅವರಂತಹ ಮೇರು ನಟನ ಬಯೋಡಟಾ ಕೇಳುತ್ತಾರೆ ಎಂದರೆ ಅವರಿಗೆ ಇದ್ದಂತಹ ಪೂರ್ವಾಗ್ರಹಗಳು ಎಂತಹವು ಎಂಬುದನ್ನು ಯಾರಾದರೂ ಅಂದಾಜಿಸಬಹುದು.

ಹಾಗಾದರೆ ವಿಷ್ಣುವರ್ಧನ್ ಅವರು ಪದ್ಮ ಪ್ರಶಸ್ತಿಗೆ ಅರ್ಹರು ಆಗಿರಲಿಲ್ಲವಾ? ಇಂಥದ್ದೊಂದು ಪ್ರಶಸ್ತಿ ಪಡೆಯಲು ಅವರು ಇನ್ನೇನು ಮಾಡಬೇಕಿತ್ತು? ಇನ್ನೂರು ಚಿತ್ರ ಸಿನಿಮಾಗಳು. ಅವು ಕೇವಲ ಮನರಂಜನೆಯನ್ನಷ್ಟೇ ನೀಡುವ ಚಿತ್ರಗಳಾಗಿರಲಿಲ್ಲ-ರಾಷ್ಟ್ರ ಪ್ರೇಮ, ಭಾಷಾಭಿಮಾನ, ಯುವಕರಿಗೆ ಮಾರ್ಗದರ್ಶನ, ಹೆಣ್ಣುಮಕ್ಕಳಿಗೆ ಆತ್ಮಸ್ಥೈರ್ಯ ನೀಡುವಂತಹ ಸಂದೇಶಗಳನ್ನು ಹೊಂದಿದ್ದವು. ಸೈನಿಕರು, ವೈದ್ಯರು, ಶಿಕ್ಷಕರು, ಕಾರ್ಮಿಕರು ಹೀಗೆ ಎಲ್ಲ ವರ್ಗವನ್ನು ಪ್ರತಿನಿಧಿಸುವಂತಹ ಪಾತ್ರಗಳನ್ನು ಅವರು ಮಾಡಿದ್ದರು. ಸಿನಿಮಾ ನಟನೆಯ ಜೊತೆ ಜೊತೆಗೆ ಸಾಕಷ್ಟು ಸಮಾಜಮುಖಿ ಕೆಲಸಗಳಿಗೆ ಕೈ ಜೋಡಿಸಿದ್ದರು. ಜೀವಪರ ಕೆಲಸಗಳನ್ನು ಮಾಡುತ್ತಾ, ಬಡವರ, ನಿರ್ಗತಿಕರ ನೋವಿಗೆ ಸ್ಪಂದಿಸಿದ್ದರು. ಇವು ಯಾವವೂ ಪದ್ಮ ಪ್ರಶಸ್ತಿಗೆ ಪರಿಗಣನೆ ಆಗಲೇ ಇಲ್ಲವಾ? ಅಥವಾ ಇವರಿಗೆ ಪ್ರಶಸ್ತಿ ಬಾರದೇ ಇರುವಂತೆ ಯಾವುದಾದರೂ ಶಕ್ತಿ ತಡೆಯಿತಾ? ಅರ್ಹರಿದ್ದರೂ ಪದ್ಮ ಪ್ರಶಸ್ತಿ ಸಿಗಲಿಲ್ಲವಾದ್ದರಿಂದ ಯಾವುದೇ ಶಕ್ತಿಯು ಇವರಿಗೆ ಪ್ರಶಸ್ತಿ ಬಾರದಂತೆ ತಡೆದಿದೆ ಎಂದು ನಿರ್ಧರಿಸಬೇಕಾಗುತ್ತದೆ.

ಅಷ್ಟಕ್ಕೂ ಪ್ರಶಸ್ತಿ, ಪುರಸ್ಕಾರಗಳ ವಿಚಾರದಲ್ಲಿ ವಿಷ್ಣುವರ್ಧನ್ ಅವರಿಗೆ ಯಾವುದೇ ಆಸಕ್ತಿ ಇರಲಿಲ್ಲ. ಕಾರಣ, ಇಂಥದ್ದೊಂದು ನಿರಾಸಕ್ತಿ ಬರುವುದಕ್ಕೆ ಕಾರಣ ಗುರುತಿಸಬೇಕಾದ ವೇಳೆಯಲ್ಲಿ ಅವರನ್ನು ಗುರುತಿಸಲಿಲ್ಲ ಎನ್ನುವುದೇ ಆಗಿತ್ತು. ಅದರಲ್ಲೂ ಯಾರಾದರೂ ಪ್ರಭಾವ ಬಳಸಿ, ಅಥವಾ ಯಾರೋ ಹೇಳಿದ್ದರಿಂದ ತಮಗೆ ಪ್ರಶಸ್ತಿ ಬಂದಿದೆ ಎಂದು ಗೊತ್ತಾದರೆ, ಆ ಸಮಾರಂಭಕ್ಕೂ ಅವರು ಹೋಗುತ್ತಿರಲಿಲ್ಲ. ಪ್ರಶಸ್ತಿಯನ್ನು ಸ್ವೀಕರಿಸುತ್ತಲೂ ಇರಲಿಲ್ಲ. ಇಂಥದ್ದೊಂದು ಪ್ರಸಂಗವನ್ನು ಕನ್ನಡದ ಖ್ಯಾತ ಬರಹಗಾರ, ಪತ್ರಕರ್ತರು ಹಾಗೂ ವಿಷ್ಣುವರ್ಧನ್ ಅವರನ್ನು ಹತ್ತಿರದಿಂದ ಬಲ್ಲ ಜೋಗಿ ಅವರು ನೆನಪಿಸಿಕೊಳ್ಳುವುದು ಹೀಗೆ–

ಸುಮಾರು ಹದಿನೈದು ವರ್ಷದ ಹಿಂದಿನ ಮಾತು. ಚೆನ್ನೈಯ ಸಿನಿಮಾ ಎಕ್ಸ್‌ಪ್ರೆಸ್ ಪತ್ರಿಕೆ ನಾಲ್ಕು ಭಾಷೆಗಳ ಸಿನಿಮಾಗಳಿಗೆ ಪ್ರಶಸ್ತಿ ಕೊಡುತ್ತಿತ್ತು. ಒಂದು ವರ್ಷ ಆ ಪ್ರಶಸ್ತಿ ವಿಷ್ಣುವರ್ಧನ್ ಅವರಿಗೆ ಬಂದಿತ್ತು. ನಾನಾಗ ಕನ್ನಡಪ್ರಭದಲ್ಲಿದ್ದೆ. ಸಿನಿಮಾ ಎಕ್ಸ್‌ಪ್ರೆಸ್ ಸಂಪಾದಕರಾದ ರಾಮಮೂರ್ತಿಯವರು ಕನ್ನಡ ಚಿತ್ರೋದ್ಯಮದ ಪ್ರಶಸ್ತಿ ವಿಜೇತರನ್ನು ಚೆನ್ನೈಗೆ ಕರೆದು ತರುವ ಹೊಣೆಯನ್ನು ನನಗೆ ವಹಿಸಿದ್ದರು.

ನಾನು ವಿಷ್ಣುವರ್ಧನ್ ಅವರನ್ನು ಆಹ್ವಾನಿಸಲು ಅವರ ಮನೆಗೆ ಹೋಗಿ, ಅವರಿಗೆ ಪ್ರಶಸ್ತಿ ಬಂದ ವಿಷಯ ಹೇಳಿದೆ. ವಿಷ್ಣುವರ್ಧನ್ ಸಂತೋಷದಿಂದ ಬರಲು ಒಪ್ಪಿಕೊಂಡರು. ಅವರ ಪ್ರಯಾಣಕ್ಕೆ ವ್ಯವಸ್ಥೆ ಮಾಡಿ, ಚೆನ್ನೈಗೆ

ಹೊರಡಬೇಕಾಗಿದ್ದ ದಿನ ಅವರಿಗೆ ಫೋನ್ ಮಾಡಿದೆ. ಆಗ ಅವರು ನಾನು ಪ್ರಶಸ್ತಿ ಸ್ವೀಕರಿಸಲು ಬರುವುದಿಲ್ಲ ಅಂತ ಖಡಾಖಂಡಿತವಾಗಿ ಹೇಳಿದರು. ನಾನೆಷ್ಟೇ ಒತ್ತಾಯಿಸಿದರೂ ಪ್ರಶಸ್ತಿ ಸ್ವೀಕರಿಸಲು ಬರಲು ಒಪ್ಪಲಿಲ್ಲ.

ಇದ್ದಕ್ಕಿದ್ದಂತೆ ನಿರ್ಧಾರ ಬದಲಾಗಿದ್ದು ಯಾಕೆಂದು ಒತ್ತಾಯಿಸಿ ಕೇಳಿದಾಗ ಅವರು ಹೇಳಿದರು, 'ನೀವೇನೋ ನನಗೆ ಪ್ರಶಸ್ತಿ ಕೊಟ್ಟಿರಿ. ನೀವು ನನಗೆ ಪ್ರಶಸ್ತಿ ಬಂದಿದೆ ಅಂತ ಹೇಳಿಹೋದ ಎರಡೇ ದಿನಕ್ಕೆ ಮತ್ತೊಬ್ಬ ಪತ್ರಕರ್ತರು

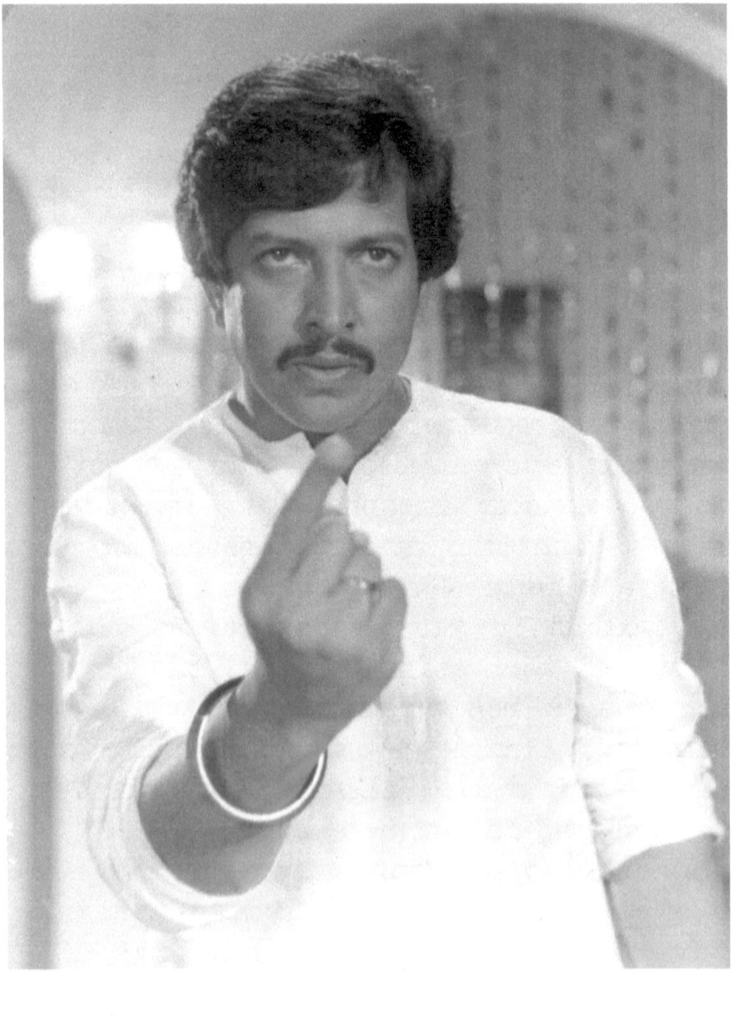

ಫೋನ್ ಮಾಡಿದ್ದರು... ವಿಷ್ಣು, ನಿಂಗೆ ಲೈಫ್ ಟೈಮ್ ಅಚೀವ್‌ಮೆಂಟ್ ಅವಾರ್ಡ್ ಕೊಡಿಸಿದ್ದೀನಯ್ಯ ಅಂದರು. ಅವರು ನನಗೆ ತುಂಬ ಆತ್ಮೀಯರೂ ಹೌದು. ತುಂಬ ಸಂತೋಷ ಅಂತ ನಾನು ಹೇಳಿ ಫೋನಿಟ್ಟೆ.

ನನಗೆ ಪ್ರಶಸ್ತಿ ಬಂದಿದೆ ಅನ್ನುವ ಸಂತೋಷವನ್ನೆಲ್ಲ ಅವರು ಹಾಳುಮಾಡಿಬಿಟ್ಟರು. ನಾನು ಕೊಡಿಸಿದೆ ಅಂದರೆ ಏನರ್ಥ? ಪ್ರಶಸ್ತಿಗಳು ಅರ್ಹತೆಗೆ ತಕ್ಕಂತೆ ಬರಬೇಕು. ಅದಕ್ಕೊಂದು ಸಮಿತಿ ಇರಬೇಕು. ಅವರು ನನ್ನ ಸಿನಿಮಾಗಳನ್ನು ನೋಡಿರಬೇಕು. ಆಮೇಲೆ ಪ್ರಶಸ್ತಿ ಕೊಡಬೇಕು. ಅದು ಬಿಟ್ಟು ನಾನು ಕೊಡಿಸಿದೆ ಅಂದಾಗ ಆ ಪ್ರಶಸ್ತಿಯ ಬಗ್ಗೆ ಇರುವ ಪ್ರೀತಿ ಹೊರಟು ಹೋಗುತ್ತದೆ. ಅದೊಂದು ವ್ಯಾಪಾರದಂತೆಯೋ ಯಾರೋ ಕೊಡಿಸಿದ ಭಿಕ್ಷೆಯಂತೆಯೋ ಕಾಣಿಸುತ್ತದೆ. ಈಗ ಆ ಪ್ರಶಸ್ತಿ ಮೇಲೆ ನನಗೆ ಯಾವ ಆಸಕ್ತಿಯೂ ಉಳಿದಿಲ್ಲ ಅಂದರು.

ಮುಂದೆ 1998–99ರ ರಾಜ್ಯಪ್ರಶಸ್ತಿಯನ್ನು 'ವೀರಪ್ಪ ನಾಯಕ' ಚಿತ್ರಕ್ಕೆ ವಿಷ್ಣುವರ್ಧನ್ ಅವರಿಗೂ 'ಹೂಮಳೆ' ಚಿತ್ರಕ್ಕೆ ರಮೇಶ್ ಅರವಿಂದ್ ಅವರಿಗೂ ಹಂಚಲಾಯಿತು. ಆ ವರ್ಷ ವಿಷ್ಣುವರ್ಧನ್ ಪ್ರಶಸ್ತಿ ನಿರಾಕರಿಸಿದರು. ರಮೇಶ್ ಅವರೊಬ್ಬರಿಗೇ ಕೊಡಿ. ಹಂಚುವುದಕ್ಕೆ ಹೋಗಬೇಡಿ ಅಂದರು.

ಆದಾದ ನಂತರ ಖಾಸಗಿ ವಾಹಿನಿಯೊಂದು ವಿಷ್ಣುವರ್ಧನ್ ಅವರಿಗೆ ಜೀವಮಾನದ ಸಾಧನೆಗೆ ಪ್ರಶಸ್ತಿ ಕೊಡಲು ತೀರ್ಮಾನಿಸಿತು. ರಾತ್ರಿ ಎಂಟು ಗಂಟೆಗೆ ಪ್ರಶಸ್ತಿ ಎಂದು ಸೂಚಿಸಿತು. ಏಳೂವರೆಗೆ ವಾಹಿನಿಗೆ ಸಂಬಂಧಿಸಿದ ಯಾರೋ ಫೋನ್ ಮಾಡಿ, ಸಾರ್, ಬೇಗ ಬನ್ನಿ ಸಾರ್, ಪ್ರಶಸ್ತಿ ತಗೊಂಡು ಹೋಗಿ, ಕಾಯ್ತಿದ್ದೇವೆ ಅಂತ ಹೇಳಿದರಂತೆ. ವಿಷ್ಣುವರ್ಧನ್ ಆ ಪ್ರಶಸ್ತಿಗೂ ಬರಲಿಲ್ಲ.

ಜೋಗಿ ಅವರು ಬರೆದ ಈ ಬರಹವನ್ನು ನೋಡಿದಾಗ, ಡಾ. ವಿಷ್ಣುವರ್ಧನ್ ಅವರು ಯಾವತ್ತೂ ಪ್ರಶಸ್ತಿ, ಪುರಸ್ಕಾರಗಳ ಹಿಂದೆ ಹೋದವರು ಅಲ್ಲ ಎನ್ನುವುದು ಸ್ಪಷ್ಟವಾಗುತ್ತದೆ. ಅಭಿಮಾನಿಗಳು ಕೊಡುವ ಪ್ರೀತಿಯೇ ತಮಗೆ ಸಿಗುವ ದೊಡ್ಡ ಪ್ರಶಸ್ತಿ ಎಂದು ಅವರೇ ಸ್ವತಃ ಹಲವು ಬಾರಿ ಹೇಳಿಕೊಂಡಿದ್ದಾರೆ. ಅಲ್ಲದೇ, ತಮಗೆ ಪ್ರಶಸ್ತಿಗಳೆಂದರೆ ಅಲರ್ಜಿ ಎಂದು ಬಹಿರಂಗವಾಗಿಯೇ ಹೇಳಿದ್ದೂ ಉಂಟು. ಆದರೂ, ಅವರನ್ನು ನೂರಾರು ಪ್ರಶಸ್ತಿಗಳು ಹುಡುಕಿಕೊಂಡು ಬಂದಿವೆ. ಪ್ರತಿಷ್ಠಿತ ಪ್ರಶಸ್ತಿಗಳ ಜತೆಗೆ ಸಂಘ, ಸಂಸ್ಥೆಗಳು ಕೂಡ ಅವರನ್ನು ಗೌರವಿಸಿವೆ.

ನಾಗರಹಾವು (1972–73), ಹೊಂಬಿಸಿಲು (1977–78), ಬಂಧನ (1984–85), ಸುಪ್ರಭಾತ (1988–89), ಲಯನ್ ಜಗಪತಿರಾವ್ (1990–91), ಲಾಲಿ (1997–98), ವೀರಪ್ಪ ನಾಯಕ (1998–99) ಚಿತ್ರಗಳಿಗಾಗಿ

ಅವರು ಏಳು ಬಾರಿ ಕರ್ನಾಟಕ ಸರ್ಕಾರದ ಶ್ರೇಷ್ಠ ನಟ ರಾಜ್ಯ ಪ್ರಶಸ್ತಿ ಪಡೆದಿದ್ದಾರೆ. ಸುಪ್ರಭಾತ ಚಿತ್ರದ ಅಭಿನಯಕ್ಕಾಗಿ 1989ನೇ ಸಾಲಿನ ಪ್ರತಿಷ್ಠಿತ ಆರೆನ್ನಾರ್ ಪ್ರಶಸ್ತಿ, ಮದ್ರಾಸ್ ಚಿತ್ರ ರಸಿಕರ ಪ್ರಶಸ್ತಿ, ಕೇರಳೀಯರ ಕಲಾವೇದಿಕೆ ಪ್ರಶಸ್ತಿ, ಜೀವಮಾನದ ಸಾಧನೆಗಾಗಿ 1990ರಲ್ಲಿ ರಾಜ್ಯ ಸರ್ಕಾರದ ಕರ್ನಾಟಕ ರಾಜ್ಯೋತ್ಸವ ಪ್ರಶಸ್ತಿ, 2004ರಲ್ಲಿ ಫಿಲಂಫೇರ್ ಜೀವಮಾನ ಸಾಧನೆ ಪ್ರಶಸ್ತಿ ಸಂದಿವೆ. 2005ರಲ್ಲಿ ಬೆಂಗಳೂರು ವಿಶ್ವವಿದ್ಯಾನಿಲಯದ ಗೌರವ ಡಾಕ್ಟರೇಟ್ ಪದವಿ ನೀಡಿ ಗೌರವಿಸಿದೆ. ಭಾರತೀಯ ಚಿತ್ರರಂಗಕ್ಕೆ ಸುದೀರ್ಘ ಸಲ್ಲಿಸಿದ

ಸೇವೆಯನ್ನು ಪರಿಗಣಿಸಿ ಕರ್ನಾಟಕ ರಾಜ್ಯ ಸರಕಾರವು 'ಜೀವಮಾನದ ಸಾಧನೆ ಪ್ರಶಸ್ತಿ'ಯನ್ನು ಡಾ. ವಿಷ್ಣುವರ್ಧನ್ ಅವರ ಹೆಸರಿನಲ್ಲಿ ಕೊಡಲಾಗುತ್ತಿದೆ. ಹೃದಯವಂತ, ಸಾಹಸಸಿಂಹ, ಮೈಸೂರಿನ ರತ್ನ, ಕರ್ನಾಟಕ ಸುಪುತ್ರ, ಸಾಮ್ರಾಟ್, ಅಭಿನವ ಭಾರ್ಗವ ಇವು ವಿಷ್ಣುದಾದನಿಗೆ ಸಿಕ್ಕ ಬಿರುದುಗಳು. ಆದರೂ, ಎಲ್ಲಾ ಅರ್ಹತೆಗಳು ಇದ್ದರೂ, ಅವರಿಗೆ ಭಾರತ ಸರಕಾರ 'ಪದ್ಮ' ಪ್ರಶಸ್ತಿಗಳನ್ನು ನೀಡಲಿಲ್ಲ. ಡಾ. ವಿಷ್ಣುವರ್ಧನ್ ಅವರಿಗೆ ಪದ್ಮ ಪ್ರಶಸ್ತಿಗಳನ್ನು ಯಾಕೆ ಕೊಡುತ್ತಿಲ್ಲ ಎಂದು ಅಧಿಕಾರದಲ್ಲಿ ಇದ್ದವರು ಯಾರೂ ಗಟ್ಟಿಯಾಗಿ ಸರಕಾರವನ್ನು ಕೇಳಲಿಲ್ಲ.

ಸರಕಾರಗಳು ಯಾವವೇ ಇರಲಿ, ಮುಖ್ಯಮಂತ್ರಿಗಳು ಯಾರೇ ಆಗಲಿ ಪ್ರತಿ ಸರಕಾರ ಬಂದಾಗಲೂ ವಿಷ್ಣುವರ್ಧನ್ ಅವರನ್ನು ನಿರ್ಲಕ್ಷಿಸುತ್ತಲೇ ಬಂದಿವೆ. ರಾಜರು ಬಂದರೂ ಸಚಿವರು ಹೋದರೂ ಬೆಳಕೇ ಇಲ್ಲ ಬದುಕಿಗೆ ಎನ್ನುವ ಕವಿವಾಣಿಯ ಸಾಲುಗಳಂತೆ ಯಾರೇ ಅಧಿಕಾರ ಹಿಡಿದರೂ, ವಿಷ್ಣುವರ್ಧನ್ ಅವರಿಗೆ ಮಾತ್ರ ಅನ್ಯಾಯವಾಗುವುದು ತಪ್ಪಿಲ್ಲ.

ಈ ಹಿಂದೆ ಹಲವಾರು ಬಾರಿ ವಿಷ್ಣುವರ್ಧನ್ ಹೆಸರಿನಲ್ಲಿ ಸಾಕಷ್ಟು ಕೆಲಸಗಳನ್ನು ಮಾಡುವುದಾಗಿ ಅನೇಕ ಸರಕಾರಗಳು ಹೇಳಿದ್ದವು. ವಿಷ್ಣುವರ್ಧನ್ ಹೆಸರಿನಲ್ಲಿ ಪ್ರಶಸ್ತಿ ಮತ್ತು ರಸ್ತೆಗೆ ಅವರ ಹೆಸರನ್ನು ನಾಮಕರಣ ಮಾಡಿದ್ದು ಬಿಟ್ಟರೆ ಮತ್ತೇನು ಮಾಡಿವೆ? ಮಾಡಿದ ಘೋಷಣೆಗಳು ಪತ್ರಿಕೆಯಲ್ಲಿ ಸುದ್ದಿಯಾಗಿದ್ದು ಬಿಟ್ಟರೆ, ಅವು ಜಾರಿಯಾಗಲೇ ಇಲ್ಲ.

ಕರ್ನಾಟಕ ಸರಕಾರ ಡಾ. ವಿಷ್ಣುವರ್ಧನ್ ಹಾಗೂ ಡಾ. ರಾಜಕುಮಾರ್ ಹೆಸರಿನಲ್ಲಿ ಚಿತ್ರನಗರ ಮಾಡುವುದಾಗಿ ಘೋಷಿಸಿತು. ಆಗ ಮುಖ್ಯಮಂತ್ರಿ ಆಗಿದ್ದವರು ಬಿ.ಎಸ್. ಯಡಿಯೂರಪ್ಪ. ಮೈಸೂರು ಜಿಲ್ಲಾಮಂತ್ರಿ ಆಗಿದ್ದವರು ಎಸ್.ಎ. ರಾಮದಾಸ. ಇಬ್ಬರೂ ಸೇರಿ ಈ ಯೋಜನೆಗೆ ಆದಷ್ಟು ಬೇಗ ಚಾಲನೆ ನೀಡುವುದಾಗಿ ಮಾತನಾಡಿದ್ದರು. ಘೋಷಿಸಿದ ಯೋಜನೆ ಇನ್ನೂ ಕಾರ್ಯಗತವಾಗಿಲ್ಲ. ಆಗುವ ಲಕ್ಷಣವೂ ಕಾಣುತ್ತಿಲ್ಲ.

ಬೆಂಗಳೂರಿನ ಬಡಾವಣೆಯೊಂದಕ್ಕೆ ವಿಷ್ಣುವರ್ಧನ್ ಹೆಸರು ಇಡಿ ಎಂದು ಕೇಳಿಕೊಳ್ಳಲಾಗಿತ್ತು. ಅದು ಆಗಲಿಲ್ಲ. ಪಠ್ಯದಲ್ಲಿ ವಿಷ್ಣುವರ್ಧನ್ ಜೀವನ ಸೇರಿಸಿ ಎಂದು ಹಲವಾರು ಬಾರಿ ಅಭಿಮಾನಿಗಳು ಆಯಾ ಸರಕಾರಕ್ಕೆ ಮನವಿ ಮಾಡುತ್ತಲೇ ಬಂದಿದ್ದಾರೆ. ಅದು ಆಗಿಲ್ಲ. ಬೆಂಗಳೂರಿನ ಅಭಿಮಾನಿ ಸ್ಟುಡಿಯೋದಲ್ಲಿರುವ ವಿಷ್ಣು ಸಮಾಧಿಯನ್ನು ಸ್ಮಾರಕ ಮಾಡಿ ಎಂದು ಸತತ ಹೋರಾಟ ಮಾಡುತ್ತಾ ಬರಲಾಗಿದೆ. ಅದರ ಬಗ್ಗೆ ಕಣ್ಣೆತ್ತಿಯೂ ಮುಖ್ಯಮಂತ್ರಿಗಳು ನೋಡಲಿಲ್ಲ. ಭರವಸೆ ಸಿಕ್ಕಿದ್ದು ಬಿಟ್ಟರೆ, ಎಲ್ಲ ಕೆಲಸಗಳು ಭರವಸೆಯಾಗಿಯೇ ಉಳಿದು ಬಿಟ್ಟವು.

ಸರಕಾರ ಬಿಡಿ, ಅವರಿಗೆ ಲಾಭ ಬರುತ್ತದೆ ಅಂದರೆ ಏನು ಬೇಕಾದರೂ ಮಾಡಬಲ್ಲರು. ಒಟ್ಟಿನಲ್ಲಿ ಮಾಡಿದ ಕೆಲಸಗಳು ಅವರಿಗೆ ಲಾಭವಾಗಿ ಬದಲಾಗಬೇಕು ಅಷ್ಟೆ. ಆದರೆ, ಚಿತ್ರೋದ್ಯಮಕ್ಕೆ ಇಡೀ ಜೀವನವನ್ನೇ ಮುಡುಪಾಗಿಟ್ಟಿದ್ದ ವಿಷ್ಣುವರ್ಧನ್ ಅವರು ಕರ್ನಾಟಕ ಚಲನಚಿತ್ರ ವಾಣಿಜ್ಯ ಮಂಡಳಿಗೆ ಮತ್ತು ಕಲಾವಿದರ ಸಂಘಕ್ಕೆ ಮಾಡಿದ ಅನ್ಯಾಯವೇನು? ಅವುಗಳು ಏಕೆ ಥೇಟ್ ಸರಕಾರದಂತೆ ನಡೆದುಕೊಂಡವು. ವಿಷ್ಣುವರ್ಧನ್ ಒಬ್ಬ ಕಲಾವಿದನೇ ಅಲ್ಲ ಅನ್ನುವಂತೆ ದಿವ್ಯನಿರ್ಲಕ್ಷ್ಯ ಏಕೆ ತಾಳಿದವು. ವಿಷ್ಣುವರ್ಧನ್ ಅಂದರೆ ಅವರಿಗೇಕೆ ಅಷ್ಟೊಂದು ತಾತ್ಸಾರ?

ಕರ್ನಾಟಕ ಚಲನಚಿತ್ರ ವಾಣಿಜ್ಯ ಮಂಡಳಿಯಲ್ಲೊಂದು ವಿಷ್ಣುವರ್ಧನ್ ಪುತ್ಥಳಿ ಇಡಬೇಕು ಎನ್ನುವುದು ಅಭಿಮಾನಿಗಳ ಆಗ್ರಹವಾಗಿತ್ತು. ಅದು

ಆಗ್ರಹವಾಗಬಾರದಿತ್ತು. ಅಭಿಮಾನಿಗಳು ಕೇಳುವುದಕ್ಕಿಂತ ಮುಂಚೆಯೇ ಪುತ್ಥಳಿ ಇಡುವಂತಹ ಕೆಲಸವನ್ನು ವಾಣಿಜ್ಯ ಮಂಡಳಿಯೇ ಮಾಡಬೇಕಿತ್ತು. ಇನ್ನೂರಕ್ಕೂ ಹೆಚ್ಚು ಸಿನಿಮಾಗಳನ್ನು ನೀಡಿರುವ, ಚಿತ್ರೋದ್ಯಮದ ಆಧಾರಸ್ತಂಭವಾಗಿದ್ದ, ಕೋಟ್ಯಂತರ ಅಭಿಮಾನಿಗಳ ಆರಾಧ್ಯದೈವ, ದಂತಕಥೆಯಾಗಿದ್ದ ಒಬ್ಬ ಮಹಾನ್ ಕಲಾವಿದನಿಗೆ ಅಲ್ಲೊಂದು ಗೌರವ ಸೂಚಿಸಬೇಕಿತ್ತು. ಆ ಕೆಲಸ ಮಾಡಲೇ ಇಲ್ಲ ವಾಣಿಜ್ಯ ಮಂಡಳಿ. ಅಭಿಮಾನಿಗಳು ಹೋಗಿ ಕೇಳಿಕೊಂಡಾಗ ಅಲ್ಲಿಂದ ಬಂದ ಉತ್ತರವೇನು ಗೊತ್ತಾ? 'ವಿಷ್ಣು ಪುತ್ಥಳಿ ಇಟ್ಟರೆ ಎಲ್ಲರ ಪುತ್ಥಳಿಯನ್ನೂ ಇಡಬೇಕಾಗುತ್ತೆ' ಎನ್ನುವ ಉಡಾಫೆ ಮಾತು. ಅಷ್ಟೇ ಅಲ್ಲ, ವಾಣಿಜ್ಯ ಮಂಡಳಿಯಲ್ಲಿದ್ದ ವಿಷ್ಣುವರ್ಧನ್ ಫೋಟೋವನ್ನೂ ಕಿತ್ತು ಹಾಕಲಾಯಿತು. ಇದು ಮಾತೃಸಂಸ್ಥೆ ನಡೆದುಕೊಂಡ ರೀತಿ.

ವಿಷ್ಣುವರ್ಧನ್ ಮನಸ್ಸು ಮಾಡಿದ್ದರೆ, ಅವರು ಒಪ್ಪಿಕೊಂಡಿದ್ದರೆ ಡಾ. ರಾಜಕುಮಾರ್ ಕಾಲಾನಂತರ ಅಥವಾ ಅವರು ಇರುವಾಗಲೇ ವಿಷ್ಣುವರ್ಧನ್ ಅವರು ಕಲಾವಿದರ ಸಂಘದ ಅಧ್ಯಕ್ಷರಾಗಬಹುದಿತ್ತು. ಅಧ್ಯಕ್ಷರಾಗಲು ಅವರನ್ನು ಕೇಳಿಕೊಳ್ಳಲಾಗಿತ್ತು. ಕೇವಲ ಕಲಾವಿದರ ಸಂಘಕ್ಕೆ ಮಾತ್ರವಲ್ಲ, ಇಡೀ ಚಿತ್ರೋದ್ಯಮದ ಮುಂದಾಳತ್ವ ವಹಿಸಿಕೊಳ್ಳುವಂತೆ ಅನೇಕರು ಮನವಿ ಕೂಡ ಮಾಡಿದ್ದರು. ಆದರೆ, ವಿಷ್ಣುವರ್ಧನ್ ಎಲ್ಲ ಬೇಡಿಕೆಯನ್ನು ನಯವಾಗಿಯೇ ತಿರಸ್ಕರಿಸಿದರು. ಹಾಗಂತ ಚಿತ್ರೋದ್ಯಮದ ಕೆಲಸಗಳಿಂದ ಅವರು ಯಾವತ್ತೂ ದೂರ ಇರಲಿಲ್ಲ. ಸಿನಿ ರಂಗದ ಕಷ್ಟ ಸುಖಗಳಿಗೆ ಸ್ಪಂದಿಸುತ್ತಲೇ ಬಂದರು. ಚಿತ್ರೋದ್ಯಮದಿಂದ ಆಗುತ್ತಿದ್ದ ಹೋರಾಟಗಳಿಗೆ ಜೊತೆಯಾದರು. ಅದರಲ್ಲೂ ಅನೇಕ ಕಲಾವಿದರ ಕಷ್ಟಗಳಿಗೆ ಮಿಡಿದರು. ಆದರೆ, ಕಲಾವಿದರ ಸಂಘದಿಂದಲೂ ಅವರಿಗೆ ಗೌರವ ಸಿಗಲಿಲ್ಲ. ಡಾ. ರಾಜಕುಮಾರ್, ಡಾ. ಅಂಬರೀಶ್ ಅವರ ಹೆಸರಿನೊಂದಿಗೆ ಡಾ. ವಿಷ್ಣುವರ್ಧನ್ ಹೆಸರು ಇದ್ದಿದ್ದರೆ ಅಷ್ಟು ದೊಡ್ಡ ಕಟ್ಟಡಕ್ಕೆ ಯಾವ ಭಾರವೂ ಆಗುತ್ತಿರಲಿಲ್ಲ. ಆದರೆ, ಆಗಲಿಲ್ಲವಷ್ಟೇ. ಕೊನೆಯವರೆಗೂ ಅವರು ನಿರ್ಲಕ್ಷ್ಯಕ್ಕೆ ಒಳಗಾಗಿಯೇ ಉಳಿದು ಹೋದರು.

ಇಂತಹ ಅಪ್ರತಿಮ ಕಲಾವಿದನಿಗೆ ಸರಕಾರದಿಂದ ಸಂದಬೇಕಿದ್ದ ಅನೇಕ ಮಾನ ಸಮ್ಮಾನಗಳು ಸಿಗದಿರುವುದು ನೋವಿನ ಸಂಗತಿ. ಮೇರುನಟ ಎನಿಸಿದ್ದ ವಿಷ್ಣುವರ್ಧನ್ ಅವರಿಗೆ ರಾಜ್ಯ ಮತ್ತು ಕೇಂದ್ರ ಸರಕಾರಗಳು ಕಡೆಗಣಿಸಿದವು ಎನ್ನುವುದು ಸತ್ಯ. ಇದು ವಿಷ್ಣುವರ್ಧನ್ ಅವರನ್ನು ಕಡೆಗಣಿಸಿದಂತಲ್ಲ, ಕನ್ನಡ ಚಿತ್ರರಂಗವನ್ನು, ಕನ್ನಡ ಭಾಷೆಯನ್ನು ಕಡೆಗಣಿಸಿದಂತೆ ಅಲ್ಲವೆ?

ಹೇಳಿದ್ದು ಹಸಿಸುಳ್ಳು, ಮಾಡಿದ್ದು ಮಹಾಮೋಸ...

ಬದುಕಿದ್ದಾಗ ಮಾತ್ರವಲ್ಲ ಅವರ ಅಗಲಿಕೆಯ ನಂತರವೂ ಅವರನ್ನು ಕೆಟ್ಟದಾಗಿ ನಡೆಸಿಕೊಂಡುಬಿಟ್ಟರು...

ಹೌದು... ಡಾ. ವಿಷ್ಣುವರ್ಧನ್ ಅವರ ನೋವು, ದುರಂತಗಳ ಸರಮಾಲೆ ಅವರ ಸಾವಿನೊಂದಿಗೆ ಕೊನೆಯಾಗಲಿಲ್ಲ. ಬದಲಾಗಿ ಅಲ್ಲಿಂದ ಇನ್ನೊಂದು ರೀತಿಯಲ್ಲಿ ಶುರುವಾದವು. ಇಂದಿಗೂ ಅವು ಮುಂದುವರಿದಿವೆ ಎಂದರೆ ನೀವು ನಂಬಲೇಬೇಕು. ಅವರ ಸಾವಿನ ನಂತರ ಏನಾಯಿತೆಂದರೆ...

2009 ಡಿಸೆಂಬರ್ 30 ವಿಷ್ಣುವರ್ಧನ್ ಅಭಿಮಾನಿಗಳ ಪಾಲಿಗೆ ಕರಾಳ ದಿನ. ನಾಡಿಗೆ ಸೂರ್ಯೋದಯವಾಗಿದ್ದರೂ ಕರುನಾಡ ತುಂಬಾ ಕತ್ತಲು ಕತ್ತಲು. ಮೈಸೂರಿನಲ್ಲಿದ್ದ ವಿಷ್ಣುವರ್ಧನ್ ಯಾವುದೇ ನೋವಿಲ್ಲದೇ, ಆಸ್ಪತ್ರೆ ಪಾಲಾಗದೇ ಇಹಲೋಕ ತ್ಯಜಿಸಿದ್ದರು. 'ವಿಷ್ಣು ಇನ್ನಿಲ್ಲ' ಎನ್ನುವ ಸುದ್ದಿ ಕಾಡ್ಗಿಚ್ಚಿನಂತೆ ದೇಶಾದ್ಯಂತ ಪಸರಿಸಿದರೂ, ಯಾರೂ ನಂಬರು. ಇದ್ದಕ್ಕಿದ್ದಂತೆ ವಿಷ್ಣು ಹೊರಟು ನಿಂತ ಪರಿ ಅಭಿಮಾನಿಗಳಿಗೆ ಮಾತ್ರವಲ್ಲ, ಅವರನ್ನು ಪ್ರೀತಿಸುತ್ತಿದ್ದವರಿಗೆ ಮತ್ತು ಕನ್ನಡ ಸಿನಿಮಾ ರಂಗವನ್ನು ಬಲ್ಲವರಿಗೆ ಅಪಾರ ದುಃಖವನ್ನು ತರಿಸಿತ್ತು.

ಆಗ ಇದ್ದದ್ದು ಯಡಿಯೂರಪ್ಪನವರ ನೇತೃತ್ವದ ಸರಕಾರ. ಅವರೇ ಮುಖ್ಯಮಂತ್ರಿಯಾಗಿದ್ದರು. ವಿಷ್ಣುವರ್ಧನ್ ಅವರ ಪಾರ್ಥಿವ ಶರೀರವನ್ನು ಅಂಬ್ಯುಲೆನ್ಸ್ ಮೂಲಕ ಬೆಂಗಳೂರಿಗೆ ತರುವ ವ್ಯವಸ್ಥೆಯೂ ಆಯಿತು. ವಿಷ್ಣುವರ್ಧನ್ ಕಲಿತಿದ್ದ ಶಾಲಾ ಆವರಣದಲ್ಲೇ ಅವರ ಅಂತಿಮ ದರ್ಶನಕ್ಕೆ ವ್ಯವಸ್ಥೆ ಮಾಡಿಕೊಳ್ಳಲಾಗಿತ್ತು. ಇತ್ತ ಅಭಿಮಾನಿಗಳು ಸಾಗರೋಪಾದಿಯಲ್ಲಿ ಬೆಂಗಳೂರಿನ ಬಸವನಗುಡಿ ನ್ಯಾಷನಲ್ ಕಾಲೇಜು ಮೈದಾನಕ್ಕೆ ಬಂದರೆ, ಅತ್ತ ವಿಷ್ಣುವರ್ಧನ್ ಅವರನ್ನು ಎಲ್ಲಿ ಅಂತ್ಯಸಂಸ್ಕಾರ ಮಾಡಬೇಕು ಎನ್ನುವ ಚರ್ಚೆ ಸರಕಾರದ ಮಟ್ಟದಲ್ಲಿ ನಡೆದಿತ್ತು. ಮುಖ್ಯಮಂತ್ರಿಗಳು, ಅಧಿಕಾರಿಗಳು ಮತ್ತು ವಿಷ್ಣುವರ್ಧನ್ ಅವರ ಕೆಲವೇ ಕೆಲವು ಆಪ್ತರು ಆ ಸಭೆಯಲ್ಲಿ ಇದ್ದರು.

ಅಂತ್ಯಸಂಸ್ಕಾರ ಅಂದಾಗ ಮೊದಲು ನೆನಪಾಗಿದ್ದೇ ಬೆಂಗಳೂರಿನ ಕಂಠೀರವ ಸ್ಟುಡಿಯೋ. ಆಗಲೇ ಡಾ. ರಾಜಕುಮಾರ್ ಅವರನ್ನು ಅದೇ ಜಾಗದಲ್ಲೇ ಮಣ್ಣು ಮಾಡಲಾಗಿತ್ತು. ಹಾಗಾಗಿ ಕಂಠೀರವ ಸ್ಟುಡಿಯೋ ಹೆಸರು ಬಂದಿದ್ದು ಸುಳ್ಳಲ್ಲ. ಆದರೆ, ಕೆಲವರು ಅದಕ್ಕೆ ಆಕ್ಷೇಪ ವ್ಯಕ್ತಪಡಿಸಿದರು. ಡಾ. ರಾಜಕುಮಾರ್ ಮತ್ತು ಡಾ. ವಿಷ್ಣುವರ್ಧನ್ ಬಗೆಗಿನ ಗಾಸಿಪ್‌ಗಳು ಇಬ್ಬರೂ ಮಹಾನ್ ವ್ಯಕ್ತಿಗಳನ್ನು ಒಂದೇ ಕಡೆ ಸಮಾಧಿ ಮಾಡಲು ಒಪ್ಪದಂತೆ ಮಾಡಿದವು. ಈ ಸಮಯದಲ್ಲಿ ಮತ್ತೊಂದು ಆಘಾತಕಾರಿ ಸ್ಥಳವನ್ನು ಗುರುತು ಮಾಡಲಾಯಿತು. ಅದೇ ಬೆಂಗಳೂರಿನ ಬನಶಂಕರಿ ಚಿತಾಗಾರ.

ಹೌದು, ಮಹಾನ್ ಚೇತನ, ಕನ್ನಡ ಚಿತ್ರರಂಗವನ್ನು 37 ವರ್ಷಗಳ ಕಾಲ ಸುದೀರ್ಘವಾಗಿ ಆಳಿದ್ದ ಮೇರುನಟನನ್ನು ಬನಶಂಕರಿ ಚಿತಾಗಾರಕ್ಕೆ ಹಾಕುವ ಹುನ್ನಾರ ಕೂಡ ನಡೆಯಿತು. ಇನ್ನೂರಕ್ಕೂ ಹೆಚ್ಚು ಚಿತ್ರಗಳಲ್ಲಿ ನಟಿಸಿದ ಖ್ಯಾತ ನಟ, ಅತ್ಯುತ್ತಮ ನಟ ಎಂದು ಏಳು ಬಾರಿ ರಾಜ್ಯ ಸರ್ಕಾರದಿಂದ ಪ್ರಶಸ್ತಿ ಪುರಸ್ಕೃತನನ್ನು ಬನಶಂಕರಿ ಚಿತಾಗಾರಕ್ಕೆ ಕಳುಹಿಸುತ್ತಾರೆ ಎಂದಾಗ ಯಾರಿಗೆ ತಾನೆ ನೋವಾಗುವುದಿಲ್ಲ ಹೇಳಿ, ತಕ್ಷಣವೇ ಮಧ್ಯಸ್ಥಿಕೆ ವಹಿಸಿದ್ದು ಎಚ್.ಡಿ. ಕುಮಾರಸ್ವಾಮಿ ಮತ್ತು ಅಂಬರೀಶ್ ಅವರು. ಸರಕಾರಕ್ಕೆ ಮನವೊಲಿಸಿ,

ಅಗಲಿದ ಚೇತನ ಚಿರಂತನವಾಗಿರಬೇಕು ಎನ್ನುವ ಕಾರಣಕೊಟ್ಟು ಅಭಿಮಾನ್ ಸ್ಟುಡಿಯೋದಲ್ಲಿ ಜಾಗವನ್ನು ಹೊಂದಿಸಲಾಯಿತು.

ಡಾ. ರಾಜಕುಮಾರ್ ಅವರ ಅಂತ್ಯ ಸಂಸ್ಕಾರದಲ್ಲಿ ಏನೆಲ್ಲ ಅನಾಹುತಗಳು ಆದವು ಎನ್ನುವುದನ್ನು ಅರಿತಿದ್ದ ಪೊಲೀಸ್ ಇಲಾಖೆಯು ಸೂಕ್ತ ಬಂದೊಬಸ್ತು ಮಾಡಿಕೊಂಡಿತ್ತು. ಮೇರುನಟನನ್ನು ಶಾಂತಯುತವಾಗಿ ಕಳುಹಿಸಿಕೊಡಬೇಕು ಎಂದು ಸಿದ್ಧತೆಯನ್ನೂ ಮಾಡಿಕೊಂಡಿತ್ತು. ಆದರೂ, ಅಹಿತಕರ ಘಟನೆಗಳು ನಡೆದುಬಿಟ್ಟವು. ವಿಷ್ಣುವರ್ಧನ್ ಅವರ ಅಂತಿಮ ದರ್ಶನ ಪಡೆಯಲೆಂದು ಕಾರಿನಲ್ಲಿ ಹೊರಟಿದ್ದ ನಿರ್ದೇಶಕ ಉಮೇಶ್ ಅವರ ಕಾರಿನ ಮೇಲೆ ಕಲ್ಲು ತೂರಲಾಯಿತು. 'ವಿಷ್ಣುವರ್ಧನ್ ಅವರ ಸಿನಿಮಾ ಮಾಡಿದ ನಿರ್ದೇಶಕ ಬಂದ, ಕಲ್ಲು ಹೊಡೆಯಿರಿ' ಎನ್ನುವ ಮಾತಿನ ಹಿಂದೆಯೇ ಕಲ್ಲುಗಳು ಬಿದ್ದವು. ಗಾಜುಗಳು ಪುಡಿಪುಡಿ ಆದವು. ಸಾವಿನ ದವಡೆಯಿಂದ ತಪ್ಪಿಸಿಕೊಂಡರೆ ಸಾಕು ಎಂದು ಉಮೇಶ್ ಕಾರು ತಿರುಗಿಸಿಕೊಂಡು ತಮ್ಮ ಮನೆಯತ್ತ ಹೊರಟರು. ಅಲ್ಲಲ್ಲಿ ಬೈಕ್ ಮತ್ತು ಕಾರುಗಳಿಗೆ ಬೆಂಕಿ ಹಚ್ಚಲಾಯಿತು. ಕೊನೆಗೂ ಪರಿಸ್ಥಿತಿಯನ್ನು ನಿಯಂತ್ರಣಕ್ಕೆ ತಂದು ಭಾರದ ಮನಸ್ಸಿನಿಂದ ನೆಚ್ಚಿನ ನಟನನ್ನು ಬೀಳ್ಕೊಡಬೇಕಾಯಿತು.

ವಿಷ್ಣುವರ್ಧನ್ ಅವರ ಅಂತ್ಯಕ್ರಿಯೆಯನ್ನು ಅಭಿಮಾನ್ ಸ್ಟುಡಿಯೋದಲ್ಲಿ ನಡೆಸುವುದಕ್ಕೆ ಅನುಮತಿ ನೀಡಿದ್ದ ಬಿ.ಎಸ್. ಯಡಿಯೂರಪ್ಪ ಸರಕಾರವೇ ಅಲ್ಲಿಯೇ ಸ್ಮಾರಕ ನಿರ್ಮಾಣ ಮಾಡುವುದಾಗಿ ಭರವಸೆಯನ್ನೂ ಕೊಟ್ಟಿತ್ತು. ಸ್ಮಾರಕಕ್ಕಾಗಿ ಎರಡು ಎಕರೆ ಜಾಗ ಹಾಗೂ 10 ಕೋಟಿ ರೂಪಾಯಿ ಘೋಷಣೆ ಕೂಡ ಮಾಡಿತು. ಅದಕ್ಕೆ ಬೇಕಾದ ಸಿದ್ಧತೆಗಳು ನಡೆದವು. ಆದರೆ, ಅಲ್ಲೊಂದು ವಿಘ್ನ ಎದುರಾಯಿತು.

ಸ್ಮಾರಕಕ್ಕೆ ಶಂಕುಸ್ಥಾಪನೆ ಹಾಗೂ ಕೆಲಸಗಳನ್ನು ಶುರು ಮಾಡಬೇಕು ಎನ್ನುವ ಹೊತ್ತಲ್ಲಿ ಸ್ಟುಡಿಯೋ ಜಾಗಕ್ಕೆ ಸಂಬಂಧಿಸಿದ ಪ್ರಕರಣ ಕೋರ್ಟಿನಲ್ಲಿ ಇರುವುದು ಗೊತ್ತಾಯಿತು. ಪ್ರಕರಣ 2004ರಿಂದಲೇ ಕೋರ್ಟಿನಲ್ಲಿ ಇತ್ತು. ಈ ವಿಚಾರ ಗೊತ್ತಾಗುತ್ತಿದ್ದಂತೆಯೇ ಮತ್ತೊಂದು ಆಘಾತದ ಹೊಡೆತ. ಕೋರ್ಟ್ ಕೇಸ್ ಇತ್ಯರ್ಥವಾಗದೇ ಯಾವ ಕೆಲಸವನ್ನೂ ಆರಂಭಿಸಬಾರದು ಎಂದು ಅಭಿಮಾನ್ ಸ್ಟುಡಿಯೋ ಮಾಲೀಕ ಬಾಲಣ್ಣನವರ ಪುತ್ರಿ ತಡೆಗೋಡೆಯಾಗಿ ನಿಂತರು. ಸರಕಾರವೂ ಮೌನವಹಿಸಿತು. ಎಲ್ಲರೂ ಕೈಚೆಲ್ಲಿ ಕೂತರು. ವಿಷ್ಣುವರ್ಧನ್ ಸ್ಮಾರಕ ಅನಾಥವಾಯಿತು. ತಕ್ಷಣಕ್ಕೆ ಸ್ಮಾರಕ ಆಗುವಂತೆ ಕಾಣುತ್ತಿಲ್ಲ ಎಂದು ಗೊತ್ತಾದಾಗ ಅಂತಿಮ ವಿಧಿ ವಿಧಾನ ನಡೆದ ಜಾಗದಲ್ಲಿ ಮಂಟಪವೊಂದನ್ನು ನಿರ್ಮಾಣ ಮಾಡಲಾಯಿತು.

ಸರಕಾರವು ಅಭಿಮಾನಿಗಳ ಮತ್ತು ವಿಷ್ಣು ಕುಟುಂಬದವರ ಒತ್ತಾಯಕ್ಕೆ

ಮಣಿದು ಡಾ. ವಿಷ್ಣುವರ್ಧನ್ ಸ್ಮಾರಕ ಟ್ರಸ್ಟ್‌ಗೆ ಚಾಲನೆ ನೀಡಿತು. ಹನ್ನೊಂದು ಕೋಟಿ ರೂಪಾಯಿಯನ್ನು ಟ್ರಸ್ಟ್ ಹೆಸರಿನಲ್ಲಿ ಇಡಲಾಯಿತು. ರಾಜ್ಯದ ಮುಖ್ಯಮಂತ್ರಿಗಳು ಟ್ರಸ್ಟ್ ಅಧ್ಯಕ್ಷರಾದರೆ, ಭಾರತಿ ವಿಷ್ಣುವರ್ಧನ್ ಸೇರಿದಂತೆ ಹಲವರನ್ನು ಟ್ರಸ್ಟಿಗಳನ್ನಾಗಿ ನೇಮಕ ಮಾಡಲಾಯಿತು. ಅಲ್ಲಿಂದ ನಡೆದದ್ದು ನಿಜವಾದ ಹೋರಾಟ.

ಸರ್ಕಾರ ಹಿರಿಯ ನಟ ಬಾಲಕೃಷ್ಣ ಅವರಿಗೆ ಸ್ಟುಡಿಯೋ ನಿರ್ಮಾಣಕ್ಕೆಂದು ಇಪ್ಪತ್ತು ಎಕರೆ ಜಾಗವನ್ನು ನೀಡಿತ್ತು. ಬಾಲಕೃಷ್ಣ ಅವರ ಮಗ ಅದರಲ್ಲಿ ಹತ್ತು ಎಕರೆ ಜಾಗ ಮಾರಿ ಆ ದುಡ್ಡಿನಲ್ಲಿ ಸ್ಟುಡಿಯೋ ಅಭಿವೃದ್ಧಿ ಮಾಡುತ್ತೇನೆ ಎಂದಿದ್ದರು. ಅದರಂತೆ ಜಾಗ ಮಾರಾಟ ಮಾಡಲಾಯಿತು. ಸರ್ಕಾರ ಅವರಿಗೆ ನೋಟಿಸ್ ಒಂದನ್ನು ಕಳಿಸಿ ಈ ಹಣದಲ್ಲಿ ಸ್ಟುಡಿಯೋ ಅಭಿವೃದ್ಧಿ ಮಾಡದಿದ್ದಲ್ಲಿ ಜಾಗ ವಶಕ್ಕೆ ಪಡೆಯಬಹುದು ಎಂಬ ಎಚ್ಚರಿಕೆಯನ್ನು ನೀಡಿತ್ತು. ಈ ನಡುವೆ ಬಾಲಕೃಷ್ಣ ಅವರ ಮಗಳು ಗೀತಾ ಬಾಲಿ ಜಾಗದಲ್ಲಿ ತನ್ನದು ಪಾಲಿದೆ ಎಂದು ಕೋರ್ಟ್ ಮೊರೆ ಹೋದರು. ಈ ಪ್ರಕರಣವನ್ನು ಒಂದು ಅಂತ್ಯಕ್ಕೆ ತರಬೇಕು ಎಂದು ಪ್ರಯತ್ನಿಸಿದ ಮುಖ್ಯ ಕಾರ್ಯದರ್ಶಿಯವರನ್ನು ದಿಢೀರ್ ಎಂದು ವರ್ಗಾವಣೆ ಮಾಡಲಾಯಿತು.

ಅಭಿಮಾನಿಗಳು ಮತ್ತು ಕುಟುಂಬದವರು ಸ್ಮಾರಕ ನಿರ್ಮಾಣಕ್ಕೆಂದು ಎರಡು ಎಕರೆ ಜಾಗ ಬಿಟ್ಟು ಕೊಡಿ ಎಂದು ಬಾಲಣ್ಣನವರ ಮಕ್ಕಳನ್ನು ಕೇಳಿಕೊಂಡರು. ಇದಕ್ಕೆ ಗೀತಾ ಬಾಲಿ(ಬಾಲಕೃಷ್ಣ ಮಗಳು)ಯವರು ಒಪ್ಪಲಿಲ್ಲ. ಒಂದು ವೇಳೆ ಎರಡು ಎಕರೆ ಪ್ರತ್ಯೇಕ ಮಾಡಬೇಕು ಎಂದರೆ ಕೇಸ್ ಹಿಂದಕ್ಕೆ

ಪಡೆಯಬೇಕಾಗುತ್ತದೆ. ಹಾಗಾಗಿ ಇಲ್ಲಿಯೂ ಗೊಂದಲ ಮುಂದುವರಿಯಿತು. ಸರಕಾರಕ್ಕೆ ಆ ಜಾಗವನ್ನು ವಶಪಡಿಸಿಕೊಳ್ಳುವ ಅಧಿಕಾರವಿದ್ದರೂ, ಅದನ್ನು ಮಾಡಲೇ ಇಲ್ಲ. ಅತ್ತ ಪ್ರಕರಣವನ್ನು ಬಾಲಣ್ಣ ಕುಟುಂಬ ವಾಪಸ್ಸೂ ಪಡೆಯಲಿಲ್ಲ.

ಅಭಿಮಾನ್ ಸ್ಟುಡಿಯೋ ಕುರಿತಾಗಿ ಕಾನೂನು ತೊಡಕುಗಳು ಇರುವುದರಿಂದ ಆ ಜಾಗವನ್ನು ಕೊಡುವುದಕ್ಕೆ ಸಾಧ್ಯವೇ ಇಲ್ಲ ಎಂದು ಆವರೆಗೂ ಬಂದ ಅಷ್ಟೂ ಸರಕಾರಗಳು ಸ್ಮಾರಕಕ್ಕೆ ಸಂಬಂಧಿಸಿದ ಫೈಲ್‌ಗಳನ್ನು ವಾಪಸ್ಸು ಮಾಡಿದವು. ಎಷ್ಟೇ ಸಭೆಗಳು ನಡೆದರೂ, ಸಂಧಾನಕ್ಕೆ ಕೂತರೂ ಬಾಲಣ್ಣನ ಮಕ್ಕಳು ಒಪ್ಪಲಿಲ್ಲ, ಅವರನ್ನು ಮನವೊಲಿಸಲೂ ಸಾಧ್ಯವಾಗಲಿಲ್ಲ. ಹಾಗಂತ ಅಭಿಮಾನಿಗಳು ಆಗಲಿ, ವಿಷ್ಣು ಕುಟುಂಬಸ್ಥರಾಗಲಿ ಸುಮ್ಮನೆ ಕೂರಲಿಲ್ಲ. ಸತತವಾಗಿ ಸರಕಾರಗಳ ಮೇಲೆ ಒತ್ತಡ ಹಾಕುತ್ತಲೇ ಬಂದರು. ಪರಿಣಾಮ ಅಭಿಮಾನ್ ಸ್ಟುಡಿಯೋ ಪಕ್ಕದಲ್ಲಿಯೇ ಇದ್ದ ಬಿ.ಜಿ.ಎಸ್. ಕಾಲೇಜು ಸಮೀಪದ ಜಾಗ ತೋರಿಸಲಾಯಿತು. ಆದರೆ ಅದು ಅರಣ್ಯ ಇಲಾಖೆಯ ಸಂರಕ್ಷಿತ ಪ್ರದೇಶದಲ್ಲಿ ಬರುತ್ತದೆ ಎಂಬ ಮಾತು ಬಂತು. ಮೈಲಸಂದ್ರದ ಬಳಿ ಎರಡು ಎಕರೆ ಜಮೀನು ನೀಡುವ ಆದೇಶ ಹೊರಡಿಸಿತ್ತಲ್ಲ, ಆ ಜಮೀನು ಅರಣ್ಯ ಪ್ರದೇಶಕ್ಕೆ ಹೊಂದಿಕೊಂಡ ಬಫರ್ ವಲಯದ ವ್ಯಾಪ್ತಿಗೆ ಬರುತ್ತದೆ ಎಂದು ಹೈಕೋರ್ಟ್ ಸರ್ಕಾರಿ ಆದೇಶವನ್ನು ರದ್ದುಗೊಳಿಸಿತ್ತು. ಈ ಹೋರಾಟದಲ್ಲೇ ಎರಡೂವರೆ ವರ್ಷ ಕಳೆದವು. ಹೊಸ ನೀಲ ನಕ್ಷೆ ಸಿದ್ಧ ಮಾಡಲಾಯಿತು. ಇನ್ನೇನು ಸ್ಮಾರಕದ ಕೆಲಸ ಆರಂಭಿಸಬೇಕು ಎಂದಾಗ ಪರಿಸರದ ಹೋರಾಟಗಾರರು ತಡೆಯಾಜ್ಞೆ ತಂದರು. ನಂತರ ತೆಂಗಿನ ತೋಟದಲ್ಲೊಂದು ಜಾಗ ತೋರಿಸಿದರು. ಜನರೇ ಹೋಗಲು ಸಾಧ್ಯವಿರದ ಬೆಟ್ಟದ ಮೇಲಿನ ಜಾಗ ಅದಾಗಿತ್ತು. ಹಾಗಾಗಿ ವಿಷ್ಣು ಸ್ಮಾರಕಕ್ಕೆ ಯಾವ ಜಾಗವೂ ಸರಿ ಹೊಂದಲಿಲ್ಲ.

ಸರಕಾರಿ ಕಚೇರಿಯನ್ನು ಅಲೆದು ಅಲೆದು ಸುಸ್ತಾಗಿದ್ದ ಭಾರತಿ ವಿಷ್ಣುವರ್ಧನ್ ಅವರು 'ತಾವೆಂದೂ ಇನ್ಮುಂದೆ ಅಭಿಮಾನ್ ಸ್ಟುಡಿಯೋ ಒಳಗೆ ಕಾಲಿಡುವುದಿಲ್ಲ' ಎಂದು ಶಪಥ ಮಾಡಿದರು. ಅಲ್ಲಿಂದ ಈವರೆಗೂ ಅವರು ಅಭಿಮಾನ್ ಸ್ಟುಡಿಯೋ ಒಳಗೆ ಕಾಲಿಡಲೇ ಇಲ್ಲ. ಭಾರತಿ ವಿಷ್ಣುವರ್ಧನ್ ಬಾಲಣ್ಣ ಸ್ಟುಡಿಯೋಗೆ ಬಾರದೇ ಇದ್ದರೂ, ಈ ಹೋರಾಟವನ್ನು ಅಭಿಮಾನಿಗಳು ಕೈಗೆತ್ತಿಕೊಂಡರು. ಆಗ ಶುರುವಾಗಿದ್ದು ಸಮಾಧಿಯನ್ನು ಮೈಸೂರಿಗೆ ಶಿಫ್ಟ್ ಮಾಡುವ ವಿಚಾರ.

ಸ್ಮಾರಕ ಆಗುತ್ತಿಲ್ಲ ಎನ್ನುವ ನೋವಿಗೆ ಭಾರತಿ ವಿಷ್ಣುವರ್ಧನ್ ಮತ್ತು ಅಳಿಯ ಅನಿರುದ್ಧ ಸರಕಾರಕ್ಕೆ ಮನವಿ ಮಾಡಿಕೊಂಡು ಸ್ಮಾರಕವನ್ನು

ಮೈಸೂರಿನಲ್ಲಿ ಮಾಡುತ್ತೇವೆ ಎಂದು ಮನವಿ ಸಲ್ಲಿಸಿದರು. ಸರಕಾರ ಅದಕ್ಕೆ ಅಸ್ತು ಅಂದಿತು. ಆದರೆ, ಕೆಲ ಅಭಿಮಾನಿಗಳಿಗೆ ಸ್ಮಾರಕ ಮೈಸೂರಿಗೆ ಹೋಗುವುದು ಇಷ್ಟವಾಗಲಿಲ್ಲ. ವಿಷ್ಣುವರ್ಧನ್ ಮಣ್ಣಾದ ನೆಲದಲ್ಲೇ ಸ್ಮಾರಕ ಮಾಡಬೇಕು ಎನ್ನುವುದು ಅವರ ಸಂಕಲ್ಪವಾಯಿತು. ಹಾಗಾಗಿ ಸಹಜವಾಗಿಯೇ ಕೆಲ ಅಭಿಮಾನಿಗಳು ಮತ್ತು ವಿಷ್ಣುವರ್ಧನ್ ಅಭಿಮಾನಿ ಸಂಘಟನೆಗಳು ಭಾರತಿ ವಿಷ್ಣುವರ್ಧನ್ ವಿರುದ್ಧವೇ ತಿರುಗಿ ಬಿದ್ದರು. ಸ್ಮಾರಕವಾದರೆ ಇಲ್ಲಿಯೇ ಆಗಬೇಕು ಎಂದು ಪಟ್ಟು ಹಿಡಿದರು. ಈ ಹೋರಾಟಕ್ಕೆ ಕನ್ನಡದ ಹೆಸರಾಂತ ನಟ ಸುದೀಪ್ ಕೂಡ ಮಧ್ಯ ಪ್ರವೇಶ ಮಾಡಿದರು. 2017ರಲ್ಲಿ ಆಗಿನ ಮುಖ್ಯಮಂತ್ರಿ ಸಿದ್ದರಾಮಯ್ಯನವರನ್ನು ಸುದೀಪ್ ಅವರು ಭೇಟಿ ಮಾಡಿ, ವಿಷ್ಣು ಸಮಾಧಿ ಸ್ಥಳವನ್ನು ಪುಣ್ಯಭೂಮಿ ಮಾಡುವಂತೆ ಮನವಿ ಮಾಡಿದರು. ವಿಷ್ಣುಸೇನಾ ಸಮಿತಿಯು ಕೂಡ ಹಲವಾರು ಬಾರಿ ಮನವಿ ಪತ್ರಗಳನ್ನು ನೀಡಿತ್ತು. ಭೂಮಿಯನ್ನು ಉಚಿತವಾಗಿ ಕೊಡುವುದು ಬೇಡ, ಆ ಸ್ಥಳವನ್ನು ನಾವೇ ಖರೀದಿಸುತ್ತೇವೆ ಎಂದು ಕೆಲ ಅಭಿಮಾನಿಗಳು ಕೂಡ ಮುಂದೆ ಬಂದರು. ಆದರೂ, ಪುಣ್ಯಭೂಮಿಗಾಗಿ ಅಲ್ಲಿ ತುಂಡು ಭೂಮಿಯೂ ಸಿಗಲಿಲ್ಲ.

ಇತ್ತ ಬೆಂಗಳೂರಿನಲ್ಲಿ ವಿಷ್ಣು ಸ್ಮಾರಕವಾಗಲಿ, ಪುಣ್ಯಭೂಮಿ ಇಲ್ಲಿಯೇ ಇರಲಿ ಎಂದು ಅಭಿಮಾನಿಗಳು ನಿರಂತರ ಹೋರಾಟ ಮಾಡುತ್ತಲೇ ಬಂದರು. ಉಪವಾಸ ಸತ್ಯಾಗ್ರಹವನ್ನೂ ಮಾಡಿದರು. ಅಭಿಮಾನಿಗಳು ಸತ್ಯಾಗ್ರಹಕ್ಕೆ

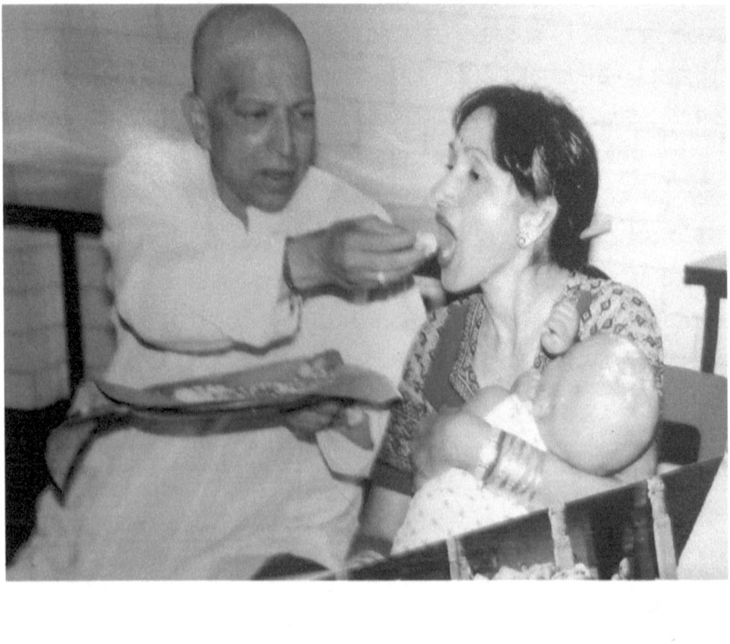

ಕೂತಾಗ 14ನೇ ದಿನಕ್ಕೆ ಆ ಸ್ಥಳಕ್ಕೆ ಬಂದಿದ್ದ ಆಗಿನ ಜಿಲ್ಲಾಧಿಕಾರಿ ವಿ. ಶಂಕರ್ ಅವರು ಸಮಸ್ಯೆಯನ್ನು ಇತ್ಯರ್ಥ ಪಡಿಸುವುದಾಗಿ ಭರವಸೆ ನೀಡಿದರು. ಅವರ ಮಾತು ಕೇಳಿಕೊಂಡು ಅಭಿಮಾನಿಗಳು ಸತ್ಯಾಗ್ರಹ ಕೊನೆಗೊಳಿಸಿದರು. ಆದರೆ, ಆ ಮಾತೂ ಹುಸಿ ಆಯಿತು.

ಅತ್ತ ಭಾರತಿ ವಿಷ್ಣುವರ್ಧನ್ ಅವರು ಮೈಸೂರಿನಲ್ಲೇ ಸ್ಮಾರಕ ಮಾಡುವ ಹಠತೊಟ್ಟು ಮೈಸೂರಿನ ಎಚ್.ಡಿ. ಕೋಟೆ ರಸ್ತೆಯಲ್ಲಿರುವ ಹಾಲಾಳುವಿನ ಉದ್ಬೂರು ಕ್ರಾಸ್ ಬಳಿ ಸರಕಾರದಿಂದ ಜಮೀನು ಪಡೆದರು. 2016ರ ಡಿಸೆಂಬರ್ 6ರಂದು ಆಗಿನ ಮುಖ್ಯಮಂತ್ರಿ ಸಿದ್ದರಾಮಯ್ಯ ಅವರು ವಿಷ್ಣುವರ್ಧನ್ ಸ್ಮಾರಕಕ್ಕೆ ಶಂಕುಸ್ಥಾಪನೆ ಮಾಡಬೇಕಿತ್ತು. ಮುನ್ನಾದಿನ ಜಯಲಲಿತಾ ನಿಧನರಾದರು. ಸರ್ಕಾರಿ ಕಾರ್ಯಕ್ರಮ ರದ್ದಾಯಿತು. ಆದರೆ ವಿಷ್ಣುವರ್ಧನ್ ಕುಟುಂಬಸ್ಥರು ಆ ಜಾಗದಲ್ಲಿ ಭೂಮಿಪೂಜೆ ನಡೆಸಿದ್ದರು. ಅದಾಗಿ ಕೆಲವೇ ದಿನಕ್ಕೆ ಆ ಜಮೀನಿಗೆ ಸಂಬಂಧಿಸಿದಂತೆ ವಿವಾದ ನ್ಯಾಯಾಲಯದ ಮೆಟ್ಟಿಲೇರಿತ್ತು. ಸ್ಮಾರಕದ ಜಾಗದ ವಿಚಾರವಾಗಿ ಕೆಲ ರೈತರು ನ್ಯಾಯಾಲಯಕ್ಕೆ ದೂರು ಸಲ್ಲಿಸಿದರು. ಮೈಸೂರು ಜಾಗವೂ ವಿವಾದಕ್ಕೆ ಕಾರಣವಾಯಿತು.

ಮೈಸೂರಿಗೆ ತೆರಳಿ ಅಲ್ಲಿ ಜಾಗ ನೋಡಿದಾಗ ಅಲ್ಲಿಯೂ ಎರಡು ಕಡೆ ಸಮಸ್ಯೆಗಳು ಬಂದವು. ಈಗ ಸ್ಮಾರಕ ನಡೆಯುತ್ತಿರುವ ಜಾಗದ ಬಗ್ಗೆಯೂ ತಕರಾರುಗಳು ಬಂದವು. ರೈತರ ಹೆಸರಿನಲ್ಲಿ ಅರ್ಜಿಗಳು ದಾಖಲಾದವು. ಆದರೆ ನ್ಯಾಯಾಲಯದ ವಿಚಾರಣೆಗೆ ಯಾರೂ ಬರಲೇ ಇಲ್ಲ.

ಹೀಗೆ ಬದುಕಿದ್ದಾಗ ಮಾತ್ರವಲ್ಲ ಅಗಲಿಕೆಯ ನಂತರವೂ ಕನ್ನಡದ ಮೇರುನಟನನ್ನು ಈ ವ್ಯವಸ್ಥೆ, ಜನ ಕೆಟ್ಟದಾಗಿಯೇ ನಡೆಸಿಕೊಂಡಿತು.

ರಾಜಧಾನಿಯಲ್ಲಿ ಮೇರುನಟನಿಗಿಲ್ಲ ಅಂಗೈಯಗಲ ಜಾಗ

ಶ್ರೀರಾಮಚಂದ್ರನ ವನವಾಸಕ್ಕೂ ಒಂದು ಅಂತ್ಯವಿತ್ತು. ಡಾ. ವಿಷ್ಣುವರ್ಧನ್ ಅವರ ಅಭಿಮಾನಿಗಳ ನೋವಿಗೆ ಅಂತ್ಯವಿಲ್ಲವಾ? ಇಂಥದ್ದೊಂದು ಪ್ರಶ್ನೆ ಮಾಡಿದ್ದು ಡಾ. ವಿಷ್ಣು ಸೇನಾ ಸಮಿತಿಯ ರಾಜ್ಯಾಧ್ಯಕ್ಷ ವೀರಕಪುತ್ರ ಶ್ರೀನಿವಾಸ್ ಅವರು. ಈ ಕುರಿತಂತೆ ಕನ್ನಡಪರ ಸಂಘಟನೆಗಳು ಮತ್ತು ಹಲವಾರು

ಸಂಘಟನೆಗಳ ಜೊತೆಗೂಡಿ ಒಂದು ದಿನ ಬೃಹತ್ ಹೋರಾಟವನ್ನು ಮಾಡಿದರು. ಅವರು ಎತ್ತಿರುವ ಪ್ರಶ್ನೆ ಇಲ್ಲಿದೆ.

ಭಾರತೀಯ ಸಿನಿಮಾ ರಂಗದ ಹೆಸರಾಂತ ನಟ, ಮೇರು ವ್ಯಕ್ತಿತ್ವದ ಕಲಾವಿದರಾಗಿದ್ದ ಡಾ. ವಿಷ್ಣುವರ್ಧನ್ ಅವರು ನಮ್ಮನ್ನಗಲಿ ಭರ್ತಿ ಹದಿನಾಲ್ಕು ವರ್ಷಗಳು. ಬದುಕಿನುದ್ದಕ್ಕೂ ಕಲಾರಸಿಕರನ್ನು ಮನರಂಜಿಸುತ್ತಾ, ನಾಡು ನುಡಿ ರಕ್ಷಣೆಗಾಗಿ ಸದಾ ಸಿದ್ಧರಾಗಿದ್ದ ಡಾ. ವಿಷ್ಣುವರ್ಧನ್ ಅವರು ಅಗಲಿ ಡಿಸೆಂಬರ್ 30ಕ್ಕೆ ಒಂದೂವರೆ ದಶಕ ಕಳೆದರೂ, ಇಂದಿಗೂ ಅವರು ನೋವಿನಿಂದ ಮುಕ್ತವಾಗಿಲ್ಲ ಎನ್ನುವುದು ನಾಡಿಗೆ ನಾಡೇ ತಲೆತಗ್ಗಿಸಬೇಕಾದ ಸಂಗತಿ. ಶ್ರೀರಾಮಚಂದ್ರನ ವನವಾಸಕ್ಕೂ ಒಂದು ಅಂತ್ಯವಿತ್ತು. ಆದರೆ ಡಾ. ವಿಷ್ಣುವರ್ಧನ್ ಅವರ ಪುಣ್ಯಭೂಮಿ (ಸಮಾಧಿ) ವಿವಾದಕ್ಕೆ ಇದುವರೆಗೂ ಅಂತ್ಯ ಕಾಣಲಿಲ್ಲ ಎನ್ನುವುದು ಅತ್ಯಂತ ನೋವಿನ ಸಂಗತಿ. ಏನಾಯಿತು ಪುಣ್ಯಭೂಮಿಗೆ? ಎಲ್ಲರದ್ದೂ ಬಿಲಿಯನ್ ಡಾಲರ್ ಪ್ರಶ್ನೆ. ಉತ್ತರ ಸಿಂಪಲ್.

ಹಿರಿಯ ಕಲಾವಿದ ಬಾಲಕೃಷ್ಣ ಅವರಿಗೆ ಸರ್ಕಾರ ಅನುದಾನವಾಗಿ ನೀಡಿರುವ ಜಾಗವೇ ಅಭಿಮಾನ್ ಸ್ಟುಡಿಯೋ. ಕನ್ನಡ ಸಿನಿಮಾಗಳ ನಿರ್ಮಾಣಕ್ಕೆ ಕನ್ನಡಿಗರು ಮದರಾಸಿಗೆ ಹೋಗುವ ಅನಿವಾರ್ಯತೆಯ ದಿನಗಳವು. ಇದನ್ನು ತಪ್ಪಿಸಬೇಕು ಎಂದು ಬಾಲಣ್ಣನವರು ಸರ್ಕಾರದ ಬಳಿ ಇಪ್ಪತ್ತು ಎಕರೆ ಜಾಗವನ್ನು ಅನುದಾನವಾಗಿ ಪಡೆದು ಅಭಿಮಾನ್ ಸ್ಟುಡಿಯೋ ನಿರ್ಮಿಸಿದ್ದರು. ತಕ್ಕ ಮಟ್ಟಿಗೆ ಬಾಲಕೃಷ್ಣ ಅವರ ಕನಸು ಈಡೇರಿತ್ತು. ಆದರೆ ಅವರ ಅಗಲಿಕೆಯ ನಂತರ 2004ರಲ್ಲಿ ಅವರ ಮಕ್ಕಳು ಅಪ್ಪನ ಆಸೆಯನ್ನೇ ಮುಂದುವರೆಸಿಕೊಂಡು ಹೋದರಾ? ಅಭಿಮಾನ ಸ್ಟುಡಿಯೋವನ್ನು ಒಂದು ಸಲ ಪರಿಶೀಲಿಸಿದರೆ ಬೇರೆಯದ್ದೇ ಉತ್ತರ ಸಿಗುತ್ತದೆ.

ಸರಕಾರ ನೀಡಿದ್ದ 20 ಎಕರೆಯಲ್ಲಿ ಹತ್ತು ಎಕರೆ ಜಾಗವನ್ನು ಈಗಾಗಲೇ ಬಾಲಣ್ಣನವರ ಮಕ್ಕಳು ಮಾರಾಟ ಮಾಡಿ ಜೇಬು ತುಂಬಿಸಿಕೊಂಡಿದ್ದಾರೆ. ಅಭಿಮಾನ್ ಸ್ಟುಡಿಯೋ ಪಕ್ಕದಲ್ಲಿಯೇ ಇರುವ ಬಡಾವಣೆ ಸರ್ಕಾರದ ಅನುದಾನಿತ ಜಾಗ. ದಿ. ಬಾಲಕೃಷ್ಣ ಅವರ ಮಗಳು, ಮಹಿಳಾ ಉತ್ತರಾಧಿಕಾರಿ ಕಾಯ್ದೆ ಅನ್ವಯ ಬಡಾವಣೆ ನಿರ್ಮಾಣಕ್ಕಾಗಿ ಮಾರಾಟವಾದ ಭೂಮಿಯ ಹಣದಲ್ಲಿ ನನಗೂ ಪಾಲು ಬೇಕು ಅಥವಾ ಉಳಿದ ಹತ್ತು ಎಕರೆಗೆ ನನ್ನನ್ನೂ ಉತ್ತರಾಧಿಕಾರಿಯನ್ನಾಗಿಸಬೇಕು ಎಂದು ಕೋರಿ 2004ರಲ್ಲಿ ಕೋರ್ಟಿನಲ್ಲಿ ಮೊಕದ್ದಮೆಯನ್ನು ಹೂಡಿದ್ದರು. ಈ ಕೌಟುಂಬಿಕ ಮೊಕದ್ದಮೆ ಕೋರ್ಟಿನಲ್ಲಿರುವಾಗಲೇ ಅಂದರೆ 2009ರಲ್ಲಿ ಡಾ. ವಿಷ್ಣುವರ್ಧನ್ ಅವರು

ನಮ್ಮನ್ನಗಲಿದರು. ಅವರ ಅಂತ್ಯಸಂಸ್ಕಾರ ಎಲ್ಲಿ ಮಾಡಬೇಕು ಎಂಬ ಚರ್ಚೆಗಳು ನಡೆಯುತ್ತಿದ್ದಾಗ ದಿ. ಬಾಲಕೃಷ್ಣ ಅವರ ಮಗ ಗಣೇಶ್ ಅವರೇ ಮುಂದೆ ಬಂದು ಅಭಿಮಾನ್ ಸ್ಟುಡಿಯೋದಲ್ಲಿಯೇ ಅಂತ್ಯಸಂಸ್ಕಾರ ಮಾಡಿ ಎಂದು ಒಪ್ಪಿಗೆಯನ್ನು ಸೂಚಿಸಿದರು. ನಂತರ ಸರ್ಕಾರ ಆ ಜಾಗದ ಪೂರ್ವಾಪರ ವಿಚಾರಿಸದೆಯೇ ಅಂತ್ಯಸಂಸ್ಕಾರ ನೆರವೇರಿಸಿಬಿಟ್ಟಿತು. ಅಲ್ಲಿಂದಾಚೆಗಷ್ಟೇ ಆ ಅಭಿಮಾನ್ ಸ್ಟುಡಿಯೋ ಸುತ್ತ ಇರುವ ವಿವಾದಗಳು, ಅವರು ಭೂಮಿಯನ್ನು ಮಾರಾಟ ಮಾಡಿಕೊಂಡಿರುವುದು, ನ್ಯಾಯಾಲಯದ ಮೊಕದ್ದಮೆ ದಾಖಲಿಸಿರುವ ಸಂಗತಿಗಳು ನಾಡಿನ ಜನರಿಗೆ ಅರಿವಾದದ್ದು. ದಿ. ಬಾಲಣ್ಣನವರ ಕುಟುಂಬದವರ ಜೊತೆ ದಿ. ಅಂಬರೀಷ್ ಅವರು, ಚಿತ್ರರಂಗದವರು, ಡಾ. ವಿಷ್ಣು ಕುಟುಂಬದವರು, ಜಿಲ್ಲಾಧಿಕಾರಿ ಸೇರಿದಂತೆ ಹತ್ತಾರು ಸಂಧಾನ ಸಭೆಗಳು ಆದರೂ ಅವರು ಯಾವ ಸಂಧಾನಕ್ಕೂ ಬಾರದೇ ಹೋದರು.

ಸರಕಾರದ ಜಾಗವನ್ನು ಅದು ಅನುದಾನ ಪಡೆದುಕೊಂಡ ನಂತರ ಹೀಗೆ ಜಾಗವನ್ನು ಮಾರಬಹುದಾ? ನಿಜ, ಸ್ಟುಡಿಯೋ ನಿರ್ಮಾಣಕ್ಕೆ ಸರ್ಕಾರ ನೀಡಿದ ಇಪ್ಪತ್ತು ಎಕರೆಯಲ್ಲಿ ಹತ್ತು ಎಕರೆಯನ್ನು ಬಡಾವಣೆ ನಿರ್ಮಾತೃಗಳಿಗೆ ಮಾರಾಟ ಮಾಡಲಾಗಿದೆ. ಹೀಗೆ ಮಾಡಿದ ದಿ. ಬಾಲಕೃಷ್ಣ ಅವರ ಕುಟುಂಬದವರ ನಡೆಯನ್ನು ಅಂದಿನ ಜಿಲ್ಲಾಧಿಕಾರಿಗಳಾದ ಶಂಕರ್ ಅವರು ಶೋಕಾಸ್ ನೋಟೀಸ್ ನೀಡಿ ಪ್ರಶ್ನಿಸಿದ್ದರು. ಅವರು ಸೂಕ್ತ ಉತ್ತರ ನೀಡದ ಹಿನ್ನಲೆಯಲ್ಲಿ ಉಳಿದ ಹತ್ತು ಎಕರೆ ಮುಟ್ಟುಗೋಲಿಗೂ ಆದೇಶಿಸಿದ್ದರು. ಆಗ ಆ ಕುಟುಂಬದವರು ಸಂಧಾನಕ್ಕೆ ಬಂದರಾದರೂ ನಂತರದಲ್ಲಿ ಕೋರ್ಟಿನ ಮೂಲಕ ತಡೆಯಾಜ್ಞೆಯನ್ನು ತಂದು ಮುಟ್ಟುಗೋಲು ಆದೇಶವನ್ನು ಪ್ರಶ್ನಿಸಿದ್ದರು.

ಹೀಗೆ, ಏಳು ವರ್ಷಗಳ ಕಾಲ ಕಾದರೂ ಬೆಂಗಳೂರಿನಲ್ಲಿ ಸ್ಮಾರಕ ನಿರ್ಮಾಣ ಸಾಧ್ಯವಾಗದ ಹಿನ್ನಲೆಯಲ್ಲಿ ಡಾ. ವಿಷ್ಣು ಕುಟುಂಬದವರು ಮೈಸೂರಿನಲ್ಲಿ ಸ್ಮಾರಕ ನಿರ್ಮಾಣಮಾಡುವ ನಿರ್ಧಾರ ತಾಳಿದರು. ಆದರೆ ಇತ್ತ ಅಭಿಮಾನಿಗಳು ಅಂತ್ಯಸಂಸ್ಕಾರಗೊಂಡ ಜಾಗದಲ್ಲಿಯೇ ಪುಣ್ಯಭೂಮಿಯಾಗಬೇಕು ಎಂದು ಹಠವಿಡಿದು ಕೂತುಬಿಟ್ಟರು. ಇಂದಿಗೂ ಅಭಿಮಾನಿಗಳೇ ಪ್ರತಿವರ್ಷ ಅವರ ಹುಟ್ಟುಹಬ್ಬ ಮತ್ತು ಪುಣ್ಯಸ್ಮರಣೆಯನ್ನು ಆಚರಿಸಿಕೊಂಡು ಬರುತ್ತಿದ್ದಾರೆ.

ಡಾ. ವಿಷ್ಣುವರ್ಧನ್ ಅವರ ಸ್ಮಾರಕ ಮೈಸೂರಿನಲ್ಲಿ ಲೋಕಾರ್ಪಣೆಗೊಂಡಿದ್ದರೂ ಇಂದಿಗೂ ನಾಡಿನ ಪ್ರತಿ ಅಭಿಮಾನಿಯೂ 'ಅಭಿಮಾನ್ ಸ್ಟುಡಿಯೋ'ದಲ್ಲಿಯೇ ಡಾ. ವಿಷ್ಣು ಇರುವಿಕೆಯನ್ನು ನಂಬಿದ್ದಾರೆ. ಅದಕ್ಕೆ ಸಾಕ್ಷಿ ಎನ್ನುವಂತೆ ಕಳೆದ ವರ್ಷ ಡಾ. ವಿಷ್ಣು ಕಟೌಟ್ ಜಾತ್ರೆಗೆ ಸುಮಾರು ಎರಡೂವರೆ ಲಕ್ಷ ಜನ ಅಭಿಮಾನ್ ಸ್ಟುಡಿಯೋಗೆ ಬಂದಿದ್ದರೆಂಬುದು ಇಂಟರ್ ನ್ಯಾಷನಲ್ ಬುಕ್ ಆಫ್ ರೆಕಾರ್ಡ್ಸ್ ನಲ್ಲಿ ದಾಖಲಾಗಿದೆ. ಅವರ ಪ್ರತಿ ಹುಟ್ಟುಹಬ್ಬ ಮತ್ತು ಪುಣ್ಯಸ್ಮರಣೆಯ ದಿನಗಳಂದು ಇಂದಿಗೂ ಐವತ್ತು ಸಾವಿರಕ್ಕೂ ಹೆಚ್ಚು ಜನ ಡಾ. ವಿಷ್ಣುವರ್ಧನ್ ಅವರ ಪುಣ್ಯಭೂಮಿಗೆ ಬಂದು ದರ್ಶನಮಾಡಿ ಹೋಗುತ್ತಿದ್ದಾರೆ. ಸ್ಮಾರಕ ಎಲ್ಲೇ ಇರಲಿ, ಪುಣ್ಯಭೂಮಿ ಮಾತ್ರ ಅಂತ್ಯಸಂಸ್ಕಾರಗೊಂಡ ಜಾಗದಲ್ಲಿಯೇ ಇರಲಿ ಎಂಬ ಮನೋಭಾವ ಪ್ರತಿ ಅಭಿಮಾನಿಯದು.

ತನ್ನ ನೆಚ್ಚಿನ ನಾಯಕನ ಪುಣ್ಯಭೂಮಿಯನ್ನು ಸ್ಪರ್ಶಿಸಲು ಅವಕಾಶ ನೀಡುತ್ತಿಲ್ಲ ದಿ. ಬಾಲಕೃಷ್ಣ ಅವರ ಕುಟುಂಬ. ಈವರೆಗೂ ಅಭಿಮಾನಿಗಳ ನಿತ್ಯದ ದರ್ಶನಕ್ಕೆ, ಹುಟ್ಟುಹಬ್ಬ, ಪುಣ್ಯಸ್ಮರಣೆಗೆ ಅವಕಾಶ ಮಾಡಿಕೊಡುತ್ತಿದ್ದ ದಿ. ಬಾಲಕೃಷ್ಣ ಅವರ ಕುಟುಂಬ ಇದೀಗ ಅನುಮಾನಾಸ್ಪದ ರೀತಿಯಲ್ಲಿ

ವರ್ತಿಸುತ್ತಿದೆ. ಪ್ರತಿನಿತ್ಯ ಐನೂರಕ್ಕೂ ಹೆಚ್ಚು ಜನ ದರ್ಶನಕ್ಕಾಗಿ ಬರುತ್ತಿದ್ದಾರೆ. ಆದರೆ ಅವರ ಪ್ರವೇಶವನ್ನು ನಿರ್ಬಂಧಿಸಲಾಗಿದೆ. ಕಳೆದ ಪುಣ್ಯಸ್ಮರಣೆ ದಿನದಂದು ಹೂವಿನ ಅಲಂಕಾರ ಮಾಡಲೂ ಅವಕಾಶ ನೀಡಿರಲಿಲ್ಲ. ತಿಂಗಳ ಹಿಂದೆಯಷ್ಟೇ ಡಾ. ವಿಷ್ಣುವರ್ಧನ್ ಅವರ ತಲೆಭಾಗದಲ್ಲಿ ಇಟ್ಟಿದ್ದ ಅವರ ಫೋಟೋವನ್ನು ಮಟಮಟ ಮಧ್ಯಾಹ್ನವೇ ಎತ್ತಿ ಆಚೆಗಿಟ್ಟುಬಿಟ್ಟಿದ್ದರು. ಈ ಎಲ್ಲಾ ಹಿನ್ನೆಲೆಯಲ್ಲಿ ದಿ. ಬಾಲಕೃಷ್ಣ ಅವರ ಮಕ್ಕಳ ನಡೆಯನ್ನು ನಾವು ಅನುಮಾನಿಸುವಂತಾಗಿದೆ. ಅವರು ಈ ಅಭಿಮಾನ್ ಸ್ಟುಡಿಯೋವನ್ನು ವಾಣಿಜ್ಯಾತ್ಮಕ ಉದ್ದೇಶಗಳಿಗೆ ಬಳಸುವ ಹುನ್ನಾರ ನಡೆಸುತ್ತಿದ್ದಾರೆಂದು ಅಭಿಮಾನಿ ವಲಯದಲ್ಲಿ ಚರ್ಚೆಗಳಾಗುತ್ತಿವೆ. ಡಾ. ವಿಷ್ಣುವರ್ಧನ್ ಅವರ ಪುಣ್ಯಭೂಮಿಯನ್ನು ನೆಲಸಮ ಮಾಡುವ ಉದ್ದೇಶದಿಂದ ದಿನಕ್ಕೊಂದು ಕ್ಯಾತೆ ತಗೆಯುತ್ತಿದ್ದಾರೆ ಬಾಲಣ್ಣ ಕುಟುಂಬ. ಸರಕಾರಕ್ಕೆ ಈ ಎಲ್ಲ ವಿಷಯ ಗೊತ್ತಿದ್ದರೂ, ಅಭಿಮಾನಿಗಳು ಈಗಾಗಲೇ ಗಮನಕ್ಕೆ ತಂದಿದ್ದರೂ, ಸರ್ಕಾರ ಇನ್ನೂ ಸುಮ್ಮನಿರುವುದು ನಿಜಕ್ಕೂ ಆತಂಕದ ವಿಷಯ.

ರಾಜಧಾನಿಯಲ್ಲಿ ಪರಭಾಷಿಕರ ಭವನಗಳಿಗೆ, ಕೈಗಾರಿಕೆಗಳಿಗೆ, ವಿವಿಧೋದ್ದೇಶಗಳಿಗೆ ಎಕರೆಗಟ್ಟಲೆ ಜಮೀನನ್ನು ಧಾರೆಯೆರೆಯುತ್ತಿರುವ ಸರ್ಕಾರಗಳು ಕನ್ನಡದ ಮೇರುನಟನ ಸಮಾಧಿಗೆ ಬೇಕಾದ ಅಂಗೈಯಗಲ ಜಾಗ ನೀಡಲು ಸೋತಿರುವುದು ನಿಜಕ್ಕೂ ನೋವಿನ ವಿಷಯ. ಒಂದು ವೇಳೆ ಒಬ್ಬ ನಟನಿಗೆ ಬೆಂಗಳೂರು, ಮೈಸೂರು ಎರಡೆರಡು ಕಡೆ ಭೂಮಿ ಕೊಡುವುದು ಕಷ್ಟವೆನ್ನುವುದಾದರೆ, ಬೆಂಗಳೂರಿನಲ್ಲಿರುವ ಡಾ. ವಿಷ್ಣುವರ್ಧನ್

ಅವರ ಸಮಾಧಿ ಇರುವ ಭೂಮಿಯ ವೆಚ್ಚವನ್ನು ಅಭಿಮಾನಿಗಳಾದ ನಾವೇ ಸರ್ಕಾರದ ಖಜಾನೆಗೆ ಅಥವಾ ದಿ. ಬಾಲಕೃಷ್ಣ ಅವರ ಕುಟುಂಬದ ಖಾತೆಗೆ ನೀಡಲು ಸಿದ್ಧರಿದ್ದೇವೆ. ಹೇಳಿ ಕೇಳಿ ಅಭಿಮಾನಿಗಳು ಭಾವುಕರು. ಒಂದು ವೇಳೆ ದಿ. ಬಾಲಕೃಷ್ಣ ಅವರ ಕುಟುಂಬದವರು ದುರುದ್ದೇಶದಿಂದ ಸಮಾಧಿ ಸ್ಥಳವನ್ನು ತೆರವುಗೊಳಿಸಿದರೆ ಮುಂದೆ ಆಗುವ ಜೀವಹಾನಿಗೆ ಸರ್ಕಾರವೇ ಹೊಣೆ ಆಗಬೇಕಾಗುತ್ತದೆಯಲ್ಲವೇ? ಅದಕ್ಕೂ ಮುಖ್ಯವಾಗಿ ಕಲಾವಿದರ ರಕ್ಷಣೆ ಸರ್ಕಾರದ ಆದ್ಯತೆಯಲ್ಲವೇ? ಒಂದು ಸಮಾಧಿ ಉಳಿಸಿಕೊಳ್ಳುವುದಕ್ಕಾಗಿ ಈ ನಾಡಿನಲ್ಲಿ ಹೋರಾಟಗಳು ಆಗಬೇಕೆ? ಅಷ್ಟು ಅಂತಃಕರಣಹೀನ ವ್ಯವಸ್ಥೆಯಲ್ಲಿ ನಾವಿದ್ದೇವೆಯೇ?

ಶ್ರೀರಾಮಚಂದ್ರನ ವನವಾಸದ ಅವಧಿ ಹದಿನಾಲ್ಕು ವರ್ಷ. ಡಾ. ವಿಷ್ಣುವರ್ಧನ್ ಅವರು ನಮ್ಮನ್ನಗಲಿಯೂ ಹದಿನಾಲ್ಕು ವರ್ಷ. ಇನ್ನಾದರೂ ಶ್ರೀರಾಮನಿಗೆ ರಾಜ್ಯ ದಕ್ಕಿದಂತೆ, ಡಾ. ವಿಷ್ಣುವರ್ಧನ್ ಅವರಿಗೆ ಸಮಾಧಿಯ ನ್ಯಾಯ ದಕ್ಕಲಿ.

ಪ್ರಮಾಣಿಕರಿಸುತ್ತೇವೆ...

ಇತಿಹಾಸವನ್ನು ಕೆದುಕುವುದು ಮತ್ತು ಕೆಣಕುವುದು ಯಾವತ್ತಿಗೂ ಅಪಾಯಕಾರಿ. ಈ ಉತ್ಖನನದಲ್ಲಿ ಬಂಗಾರವೂ ಸಿಗಬಹುದು, ಬೂದಿಯೂ ಇರಬಹುದು. ಆದರೆ, ನಡೆದ ಘಟನೆಗಳನ್ನು ಎಚ್ಚರಿಸದೇ ಹೋದರೆ, ಪದೇ ಪದೇ ಅಪಾಯಗಳು ಎದುರಾಗುತ್ತಲೇ ಇರುತ್ತವೆ. ಸತ್ಯಸಂಗತಿಯನ್ನು ಬಿಚ್ಚಿಟ್ಟು, 'ಹುಷಾರಾಗಿರಪ್ಪ' ಅಂತ ಹೇಳಬೇಕಾಗಿದ್ದು ಪ್ರಜ್ಞಾವಂತರ ಜವಾಬ್ದಾರಿ ಕೂಡ ಆಗಿದೆ. ಈ ನಿಟ್ಟಿನಲ್ಲಿ 'ಮೇರುನಟ' ಕೃತಿ ಸಹಾಯವಾದೀತು ಅನ್ನುವ ನಂಬಿಕೆ ನಮ್ಮದು.

ಡಾ. ವಿಷ್ಣುವರ್ಧನ್ ಅವರಿಗೆ ತೊಂದರೆ ಮಾಡಿದರು ಅಂದಾಕ್ಷಣ ಆ ತೊಂದರೆ ಮಾಡಿದ್ದು ಯಾರು? ಎನ್ನುವ ಪ್ರಶ್ನೆಯನ್ನೇ ಕೇಳಬೇಕಿಲ್ಲ. ಆಗಲೇ ನಮ್ಮೊಳಗೊಂದು ಸಿದ್ಧ ಉತ್ತರವಿದೆ. ಇಂತಹ ಸಿದ್ಧ ಉತ್ತರಗಳೇ ವಿಷ್ಣುವರ್ಧನ್ ಅವರನ್ನು ಮತ್ತೆ ಮತ್ತೆ ನೋವಾಗುವಂತೆ ಮಾಡಿದ್ದವು ಎನ್ನುವುದಕ್ಕೆ ಈ ಪುಸ್ತಕದೊಳಗಿನ ಅಷ್ಟೂ ಘಟನೆಗಳು ಸಾಕ್ಷಿ.

ಕನ್ನಡ ಸಿನಿಮಾರಂಗದ ಇಬ್ಬರು ಮೇರುಪರ್ವತಗಳಾದ ಡಾ. ರಾಜಕುಮಾರ್ ಮತ್ತು ಡಾ. ವಿಷ್ಣುವರ್ಧನ್ ಇಬ್ಬರೂ ನಮ್ಮ ನಡುವೆ ಇಲ್ಲ. ಆದರೂ, ಆ ಗೌರ್‍ವಾನಿತರು ಕೊಟ್ಟು ಹೋದ ಕೊಡುಗೆಗಳ ನಮ್ಮೊಂದಿಗೆ ಇವೆ. ಯಾವಾಗಲೂ ಅವು ಜೀವಂತವಾಗಿರುತ್ತವೆ. ಆ ಪರಿಶುದ್ಧ ಜೀವಗಳ ಆತ್ಮಕ್ಕೆ ಶಾಂತಿ ಸಿಗಬೇಕು ಎಂದರೆ, ಅಂಟಿಸಿರುವ ಕೊಳೆಗಳು ತೊಳೆದು ಹೋಗಬೇಕು. ಈ ಕಾರಣಕ್ಕಾಗಿಯೇ 'ಮೇರುನಟ' ಕೃತಿ ರೂಪಗೊಳ್ಳಬೇಕಾಯಿತು. ಇದು ಯಾರ ಮೇಲಿನ ದ್ವೇಷಕ್ಕಾಗಲಿ, ಅಪಮಾನ ಮಾಡುವುದಕ್ಕಾಗಲಿ,

ತಂದಿಡುವುದಕ್ಕಾಗಲಿ, ಇವರು ಸರಿಯಿಲ್ಲ ಎಂದು ಹೇಳುವುದಕ್ಕಾಗಿ ಮಾಡಿದ್ದಲ್ಲ. ಮೇರುನಟರಿಬ್ಬರ ವ್ಯಕ್ತಿತ್ವವನ್ನು ಅವಕಾಶವಾದಿಗಳು ಹೇಗೆ ಬಳಸಿಕೊಂಡರು ಎಂದು ಹೇಳುವುದಕ್ಕಾಗಿ ಈ ಪುಸ್ತಕ ನಿಮ್ಮುಂದಿದೆ. ಈ ಉದ್ದೇಶ ಬಿಟ್ಟರೆ ಬೇರೇನೂ ಇಲ್ಲ.

ಈ ಪುಸ್ತಕ ಬಿಡುಗಡೆ ಆಗುವ ಹೊತ್ತಿನಲ್ಲಿ ಮತ್ತೆ ಇಂಥದ್ದೇ ವಿದ್ಯಮಾನಗಳು ಕನ್ನಡ ಚಿತ್ರೋದ್ಯಮದಲ್ಲಿ ನಡೆಯುತ್ತಿವೆ. ಕೆಲ ಅಭಿಮಾನಿಗಳ ನಡುವೆ ಕಂದಕ ಏರ್ಪಟ್ಟು ಅಸಹ್ಯ ಎನ್ನುವಂತೆ ಸಾಮಾಜಿಕ ಜಾಲತಾಣದಲ್ಲಿ ಬಡಿದಾಡಿಕೊಳ್ಳಲಾಗುತ್ತಿದೆ. ಈ ಎಲ್ಲ ಬೆಳವಣಿಗೆಗಳು ಕಲಾವಿದರ ನಡುವಿನ ಜಗಳವಾ? ಅಥವಾ ಅಭಿಮಾನಿಗಳ ನಡುವಿನ ಕಿತ್ತಾಟವಾ? ಎರಡೂ ಕಡೆಯ ಅವಕಾಶವಾದಿಗಳು ಇದನ್ನು ಬಳಸಿಕೊಂಡು, ಉರಿವ ಮನೆಯಲ್ಲಿ 'ಗಳ' ಕಿತ್ತುಕೊಳ್ಳುವ ಹುನ್ನಾರ ನಡೆಸಿದ್ದಾರಾ? ಇದನ್ನು ಸೂಕ್ಷ್ಮವಾಗಿ ನೋಡಬೇಕಾಗಿದೆ. ಇದಕ್ಕಾಗಿ ನಡೆದು ಹೋದ ಇತಿಹಾಸವನ್ನು ನೆನಪಿಸಬೇಕಿದೆ.

ಡಾ. ವಿಷ್ಣುವರ್ಧನ್ ಅವರಿಗೆ ಇವರಷ್ಟೇ ತೊಂದರೆ ಕೊಟ್ಟರು ಎನ್ನುತ್ತಾ ತಪ್ಪು ಇತಿಹಾಸವನ್ನೇ ಅಭ್ಯಾಸ ಮಾಡಿಸುತ್ತಾ ಬರಲಾಗಿದೆ. ಆದರೆ, ನಿಜವಾಗಿಯೂ ತೊಂದರೆ ಆಗಿದ್ದು ಎಲ್ಲಿ, ಯಾರು ಎನ್ನುವುದನ್ನು ಬಿಡಿಸಿ ಹೇಳುತ್ತಾ, ಅವರೆಲ್ಲರನ್ನೂ ಕ್ಷಮಿಸಿ ವಿಷ್ಣು ಅವರು ದೊಡ್ಡವರಾದರಲ್ಲ ಆ ಗುಣಕ್ಕೆ ಒಂದು ನಮನ ಸಲ್ಲಿಸುವ ಪ್ರಯತ್ನವೂ ಇಲ್ಲಿ ಆಗಿದೆ. ಹಾಗಂತ,

ಇಲ್ಲಿ ಅವರನ್ನು ಹೊಗಳುವ, ಬೇರೆಯವರ ಕಡೆ ಬೆಟ್ಟು ಮಾಡಿ ತೋರಿಸುವ ಕೆಲಸ ಆಗಿಲ್ಲ. ವಿಷ್ಣು ಅವರ ನ್ಯೂನ್ಯತೆಗಳನ್ನೂ ಹೇಳಲಾಗಿದೆ. ಅಷ್ಟರ ಮಟ್ಟಿಗೆ ಕಂಡದ್ದು ಕಂಡ ಹಾಗೇ ಇಟ್ಟಿದ್ದೇವೆ.

ಅಷ್ಟಕ್ಕೂ ಡಾ. ವಿಷ್ಣುವರ್ಧನ್ ಮಾಡಿದ್ದ ತಪ್ಪಾದರು ಏನು? ಇನ್ನೂರು ಸಿನಿಮಾಗಳಲ್ಲಿ ನಟಿಸಿ ದಂತಕಥೆಯಾಗಿದ್ದ ಮಹಾನ್ ಕಲಾವಿದನಿಗೆ ನಿಜವಾಗಿಯೂ ಮೋಸ ಆಗಲಿಲ್ಲವಾ? ಅವಮಾನಿಸಲಿಲ್ಲವಾ? ಅವರಿಗೆ ತೊಂದರೆ ಕೊಡಲಿಲ್ಲವಾ? ಇದರ ಹಿಂದಿದ್ದ ಹುನ್ನಾರ ಗೊತ್ತಿದ್ದರೂ ಅದನ್ನು ಖಂಡಿಸುವಂತಹ ಕೆಲಸವನ್ನು ಚಿತ್ರೋದ್ಯಮ ಯಾಕೆ ಮಾಡಲಿಲ್ಲ? ಚಿತ್ರೋದ್ಯಮದ ಯಾವುದೇ ಅಂಗಸಂಸ್ಥೆಗಳೂ ವಿಷ್ಣು ಪರವಾಗಿ ನಿಲ್ಲದೇ ಇರುವುದಕ್ಕೆ ಕಾರಣ ಏನು? ಅವರನ್ನು ಯಾರು ನಿಯಂತ್ರಿಸುತ್ತಿದ್ದರು? ಎಲ್ಲದಕ್ಕೂ ಉತ್ತರ ಮರೀಚಿಕೆಯಾಗಿಯೇ ಉಳಿದಿತ್ತು. ಅವಕಾಶವಾದಿಗಳಿಗೆ ಇದೇ ವರವಾಗಿತ್ತು. ಈ ಅವಕಾಶವಾದಿಗಳು ಬೇರೆಯವರ ಹೆಗಲ ಮೇಲೆ ಬಂದೂಕು ಇಟ್ಟು ಮತ್ತೊಬ್ಬರನ್ನು ಬೇಟೆಯಾದರು.

ಅದು ಏನೇ ಇರಲಿ, ವಿಷ್ಣುವರ್ಧನ್ ಅವರಿಗೆ ಅಪಮಾನ ಮಾಡುವಂಥ ಕೆಲಸ ಇಂದಿಗೂ ನಿಂತಿಲ್ಲ. ಇದು ವಾಸ್ತವ ಕೂಡ. ಕಣ್ಮುಂದೆಯೇ ಅಷ್ಟೊಂದು ಅನ್ಯಾಯಗಳು ನಡೆಯುತ್ತಿದ್ದರೂ, ಒಬ್ಬರೂ ತುಟಿ ಪಿಟಿಕ್ ಅನ್ನುತ್ತಿಲ್ಲವಲ್ಲ ಎನ್ನುವುದು ಈ ಹೊತ್ತಿನ ಬೇಸರ. ಇನ್ಮುಂದಾದರೂ ಅವರಿಗೆ ಸಿಗಬೇಕಾದ ನ್ಯಾಯ ಸಿಗಲಿ. ಡಾ. ವಿಷ್ಣುವರ್ಧನ್ ಆತ್ಮಕ್ಕೆ ಶಾಂತಿ ಸಿಗಲಿ, ಮತ್ತೆ ಇಂತಹ ಮಹಾತ್ಮರು ಈ ನಾಡಿನಲ್ಲೇ ಹುಟ್ಟಿ ಬರಲಿ ಎನ್ನುವುದು ನಮ್ಮ ಪ್ರಾರ್ಥನೆ.

ಈ ಪುಸ್ತಕದೊಳಗಿನ ಘಟನೆಗಳನ್ನು ಹುಟ್ಟಿಸಿಕೊಂಡು, ಕಲ್ಪಿಸಿಕೊಂಡು ಬರೆದಿಲ್ಲ. ಈಗಾಗಲೇ ಪ್ರಕಟಿಸಿರುವ ಹಲವಾರು ಪುಸ್ತಕಗಳು, ಸೋಷಿಯಲ್ ಮೀಡಿಯಾದಲ್ಲಿ ನೋಡಬಹುದಾದ ವಿಡಿಯೋ ಸಂದರ್ಶನಗಳು, ವ್ಯಕ್ತಿಗಳೊಂದಿಗಿನ ಸಂದರ್ಶನ, ಪತ್ರಿಕೆಗಳಲ್ಲಿ ಪ್ರಕಟಿಸಿದ ಸುದ್ದಿಗಳು, ಟಿವಿಯಲ್ಲಿ ಪ್ರಸಾರವಾದ ವಿಡಿಯೋಗಳು ಹಾಗೂ ವೆಬ್‌ನಲ್ಲಿ ಪ್ರಕಟಿಸಿರುವ ಮಾಹಿತಿಯನ್ನು ಆಧಾರವಾಗಿಟ್ಟುಕೊಂಡು ಬರೆದವು. ಹಾಗಾಗಿ ಇಲ್ಲಿರುವ ಪ್ರತಿ ಬರಹಕ್ಕೂ ಸಾಕ್ಷಿಗಳು ಇವೆ. ಈ ಮಾಹಿತಿಗಳನ್ನು ಧೈರ್ಯವಾಗಿ ಹಂಚಿಕೊಂಡು ಇವರೆಲ್ಲರಿಗೂ ಧನ್ಯವಾದಗಳು.

ಮತ್ತೆ ಮತ್ತೆ ಹೇಳುತ್ತಿದ್ದೇವೆ. ಇದು ಯಾರ ಮೇಲೇಯೂ ಗೂಬೆ ಕೂರಿಸುವ ಕಾಯಕವಲ್ಲ. ಯಾರನ್ನೂ ಅಪಮಾನ ಮಾಡಲು ಹೊರಟಿಲ್ಲ. ಮತ್ತೊಬ್ಬ ವ್ಯಕ್ತಿಯ ಮೇಲೆ ಕಳಂಕದ ರಾಡಿ ಚೆಲ್ಲಲು ನಾವ್ಯಾರು?

ಕರ್ನಾಟಕ ಸುಪುತ್ರ ಡಾ. ವಿಷ್ಣು

ಕುಮಾರ್, ಸಂಪತ್ ಕುಮಾರ್..

ಈ ಹೆಸರೇ ಒಂದು ರೋಚಕ, ರೋಮಾಂಚಕ. 'ಹೆಸರಿನಲ್ಲೇನಿದೆ ಅಂದದ ಹೆಸರು..' ಅನ್ನುವ ನಿರಾಸಕ್ತ ಮನಸುಗಳಿಗೆ ಇದೊಂದು ಸ್ಫೂರ್ತಿಯ ಕಥೆಯೂ ಹೌದು. ಕುಮಾರ್ ಅಥವಾ ಸಂಪತ್ ಕುಮಾರ್ ಅನ್ನುವ ಇಂಥದ್ದೊಂದು ಹೆಸರು ಮುಂದೊಂದು ದಿನ ವಿಷ್ಣುವರ್ಧನ್ ಆಗಿ ಬದಲಾಗಿ, ನಾಡಿನ

ಸಂಸ್ಕೃತಿಯ ರಾಯಭಾರಿಯಾಗಿ, ನಟನಾಗಿ, ಅಸಂಖ್ಯಾತ ಹೃದಯಗಳನ್ನು ಗೆಲ್ಲುತ್ತಾರೆ ಎನ್ನುವುದು ಬಹುಶಃ ಆ ಕಲಾ ಬ್ರಹ್ಮನಿಗೆ ಮಾತ್ರ ಗೊತ್ತಿತ್ತು. ಕಲೆ ಮತ್ತು ವಾಸ್ತುಶಿಲ್ಪಗಳಿಗೆ ಪ್ರೋತ್ಸಾಹಿಸಿ, ತನ್ನ ರಾಜ್ಯದಲ್ಲಿ ಕಲೆಗಳಿಗೆ ಶ್ರೀಮಂತಿಕೆ ತಂದುಕೊಟ್ಟ ಹೊಯ್ಸಳ ಸಾಮ್ರಾಜ್ಯದ ಅತ್ಯಂತ ಪ್ರಸಿದ್ಧ ಅರಸು, ಸೋಲರಿಯದ ಮಹಾರಾಜ ವಿಷ್ಣುವರ್ಧನ್ ಅವರನ್ನು ಸಂಪತ್‌ಕುಮಾರ್‌ನಲ್ಲಿ ಕಂಡು, 'ವಿಷ್ಣುವರ್ಧನ್' ಎಂದು ಹೆಸರಿಟ್ಟವರು ಚಿತ್ರಬ್ರಹ್ಮ ಪುಟ್ಟಣ್ಣ ಕಣಗಾಲ್.

ವೀರ ವಿಷ್ಣುವರ್ಧನ್‌ನಂತೆಯೇ ನಟ ವಿಷ್ಣುವರ್ಧನ್ ಅವರಿಗೂ ಕೂಡ ಬದುಕಲ್ಲಿ ಅದೆಷ್ಟೇ ಕಷ್ಟಗಳು ಎದುರಾದರೂ ಎಂದೂ ಸೋಲು ಒಪ್ಪಿಕೊಳ್ಳಲಿಲ್ಲ. ಪ್ರವಾಹದ ವಿರುದ್ಧ ಸಮರ್ಥವಾಗಿ ಈಜುತ್ತಲೇ ತಮ್ಮದೇ ಆದ ಸಾಂಸ್ಕೃತಿಕ ಸಾಮ್ರಾಜ್ಯವನ್ನೇ ಕಟ್ಟಿದರು. ನಾಡಿನ ಸಾಕ್ಷಿ ಪ್ರಜ್ಞೆಯಾದರು. ಗುರು ಪುಟ್ಟಣ್ಣ ಅವರ ಕನಸಿನಂತೆ ಚಂದನವನದ ಚಿತ್ರರಸಿಕರ ಮನದ ಅನಭಿಷಿಕ್ತ ದೊರೆಯಾಗಿ ಮೆರೆದರು. 'ಮತ್ತೊಬ್ಬರ ಭಾವನೆಗೆ ಘಾಸಿಯಾಗದಂತೆ ಬದುಕುತ್ತೇನೆ' ಎಂದು ತಂದೆಗೆ ಕೊಟ್ಟ ಮಾತಿನಂತೆಯೇ ಕೊನೆವರೆಗೂ ಬದುಕಿದರು. ಸಿನಿಮಾ ರಂಗದ ನಿಜ ಯಜಮಾನನಾಗಿ ಇಂದಿಗೂ ಅಸಂಖ್ಯಾತ ಅಭಿಮಾನಿಗಳ ಹೃದಯ ಸಾಮ್ರಾಜ್ಯದಲ್ಲಿ ಈ ದೊರೆ ನೆಲೆಸಿದ್ದಾರೆ.

ರಾಜಾಶ್ರಯದ ಕುಟುಂಬದಲ್ಲಿ ಜನನ

ಸಾಹಿತ್ಯ, ಕಲೆ, ನಾಟಕ, ನೃತ್ಯ ಹೀಗೆ ಸದಾ ಸಾಂಸ್ಕೃತಿಕ ವಾತಾವರಣವೇ ತುಂಬಿದ್ದ ಕುಟುಂಬವದು. ಈ ಮನೆಯ ಮುಖ್ಯಸ್ಥನ ಹೆಸರು ಎಚ್.ಎಲ್. ನಾರಾಯಣರಾವ್. ಇವರ ಪತ್ನಿಯ ಹೆಸರು ಕಾಮಾಕ್ಷಮ್ಮ. ಮೈಸೂರ ದೊರೆ ಕೃಷ್ಣರಾಜ ಒಡೆಯರ್ ರಾಜ್ಯಭಾರ ಮಾಡುತ್ತಿದ್ದ ಕಾಲದಲ್ಲಿ ಸಿಐಡಿ ಅಧಿಕಾರಿಯಾಗಿದ್ದ ಲಕ್ಷ್ಮೀನರಸಿಂಹಯ್ಯನವರು, ನಾರಾಯಣರಾವ್ ತಂದೆ. ರಾಜಾಶ್ರಯದಲ್ಲೇ ನಾರಾಯಣರಾವ್ ಬೆಳೆದಿದ್ದರಿಂದ ಕಲೆಗಳ ಬಗ್ಗೆ ಈ ಕುಟುಂಬಕ್ಕೆ ವಿಶೇಷ ಆಸಕ್ತಿ. ಇಂತಹ ಸುಸಂಸ್ಕೃತ ಕುಟುಂಬದಲ್ಲಿ ಸಂಪತ್ ಕುಮಾರ್ ಅಲಿಯಾಸ್ ವಿಷ್ಣುವರ್ಧನ್ 18 ಸೆಪ್ಟೆಂಬರ್ 1950ರಲ್ಲಿ ಮೈಸೂರಿನ ವಾಣಿ ವಿಲಾಸ್ ಆಸ್ಪತ್ರೆಯಲ್ಲಿ ಜನಿಸಿದರು. ಈ ದಂಪತಿಗೆ ಒಟ್ಟು ಆರು ಜನ ಮಕ್ಕಳು. ಐದನೆಯ ಮಗುವೇ ಈ ಸಂಪತ್. ಐದೂ ಮಕ್ಕಳು ಒಂದು ರೀತಿಯಾಗಿದ್ದರೆ, ಈ ಮಗುವಿನ ಗುಣ ಮತ್ತೊಂದು ರೀತಿಯಲ್ಲಿ ಸೆಳೆಯುವಂತದ್ದಾಗಿತ್ತು. ಯಾರು ಏನೇ ಹೇಳಿದರೂ ಅದನ್ನು ತತ್‌ಕ್ಷಣವೇ ಒಪ್ಪುತ್ತಿರಲಿಲ್ಲ. ಸೋಸಿ, ಕಾಸಿಯೇ ನೋಡುತ್ತಿದ್ದ. ತದ್ವಿರುದ್ಧವಾದ ಉತ್ತರವನ್ನೇ ಕೊಡುತ್ತಿದ್ದ. ಹೀಗಾಗಿ 'ಎಲ್ಲರೂ ಬಲಗೈಯಾಗಿದ್ದರೆ, ಈ ಹುಡುಗ ಲೆಫ್ಟ್' ಎಂದೇ ಕುಟುಂಬದವರು ಛೇಡಿಸುತ್ತಿದ್ದರು.

ಬಾಲ್ಯವನ್ನು ಎಲ್ಲ ಮಕ್ಕಳಂತೆ ಆಡುತ್ತಾ, ಹಾಡುತ್ತಾ ಕಳೆದ. ಹುಡುಗ ಬಲು ಚೂಟಿಯಾಗಿದ್ದರಿಂದ ಆಟದೊಂದಿಗೆ ಪಾಠಕ್ಕಾಗಿ ಮೈಸೂರಿನ ಗೋಪಾಲ್ ಸ್ವಾಮಿ ಶಿಶು ವಿಹಾರಕ್ಕೆ ಕಳುಹಿಸಲಾಯಿತು. ತುಂಟಾಟಕ್ಕೆ ಶಿಶು ವಿಹಾರ ಹೇಳಿ ಮಾಡಿಸಿದ ಜಾಗವಾಗಿತ್ತು. ಹಾಗಂತ ಇತರರಿಗೆ ತೊಂದರೆ ಮಾಡುತ್ತಿರಲಿಲ್ಲ. ಅಮ್ಮ ಮನೆಯಲ್ಲಿ ಹೇಳಿಕೊಟ್ಟಿದ್ದ ದೇವರನಾಮ ಸ್ಮರಣೆ, ಭಕ್ತಿ ಗೀತೆಗಳನ್ನು ಹಾಡಿ ಎಲ್ಲರನ್ನೂ ರಂಜಿಸುತ್ತಿದ್ದ. ನಂತರ ಹಿರಿಯ ಪ್ರಾಥಮಿಕ ಶಿಕ್ಷಣವನ್ನು ಬೆಂಗಳೂರಿನ ಕನ್ನಡ ಮಾದರಿ ಶಾಲೆಯಲ್ಲಿ ಮುಗಿಸಿದರೆ, ಪದವಿ ಶಿಕ್ಷಣವನ್ನು ಬೆಂಗಳೂರಿನ ಬಸವನಗುಡಿಯಲ್ಲಿರುವ ನ್ಯಾಷನಲ್ ಕಾಲೇಜಿನಲ್ಲಿ ಪಡೆದುಕೊಂಡರು.

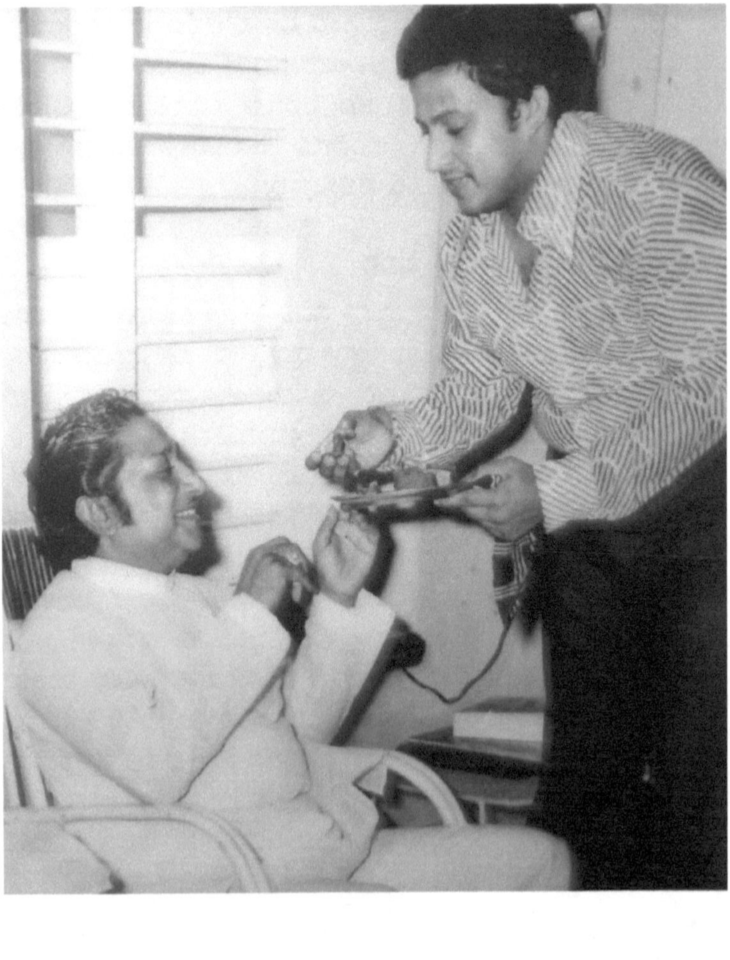

ಮನೆಯೇ ಕಲಾಶಾಲೆ

ನಾರಾಯಣರಾವ್ ಅವರು ಪತ್ರಕರ್ತರು ಮತ್ತು ಚಿತ್ರಸಾಹಿತಿಗಳೂ ಆಗಿದ್ದರು. ಮಂಗಳಸೂತ್ರ, ವರದಕ್ಷಿಣೆ ಮುಂತಾದ ಚಿತ್ರಗಳಿಗೆ ಕಥೆ, ಚಿತ್ರಕಥೆ, ಸಂಭಾಷಣೆ ಬರೆದಿದ್ದರು. ಸಂಗೀತ, ನಾಟಕ ಬರವಣಿಗೆಯಲ್ಲೂ ಪಳಗಿದ್ದರು. ತಾಯಿ ಕಾಮಾಕ್ಷಮ್ಮ ಆಕಾಶವಾಣಿ ಕಲಾವಿದೆ. ಈ ದಂಪತಿಯ ಮಕ್ಕಳಲ್ಲಿ ಮಗಳು ರಮ್ಯಾ ಒಳ್ಳೆಯ ನೃತ್ಯ ಕಲಾವಿದೆ. ಮಗ ರವಿಕುಮಾರ್ ಶಾಲಾ ದಿನಗಳಲ್ಲೇ 'ಮೊದಲ ತೇದಿ', 'ಶಿವಶರಣೆ ನಂಬಿಯಕ್ಕ' ಸೇರಿದಂತೆ ಹಲವು ಚಿತ್ರಗಳಲ್ಲಿ ನಟಿಸಿದ್ದರು. ಈ ಕಾರಣದಿಂದಾಗಿ ಸಹಜವಾಗಿಯೇ ಕಲೆಯು ಸಂಪತ್‌ಕುಮಾರ್‌ನಲ್ಲೂ ಹರಿದು ಬಂತು. ತಂದೆಯವರು ಚಿತ್ರರಂಗದಲ್ಲಿಯೇ ಇದ್ದ ಕಾರಣದಿಂದಾಗಿ 1955ರಲ್ಲಿ ಶಂಕರ್ ಸಿಂಗ್ ನಿರ್ಮಾಣದ 'ಶಿವಶರಣ ನಂಬಿಯಕ್ಕ' ಚಿತ್ರದ ಮೂಲಕ ಬಾಲನಟನಾಗಿ ಚಿತ್ರರಂಗ ಪ್ರವೇಶಿಸಿದರು. ನಂತರ 1956ರಲ್ಲಿ ಕೋಕಿಲವಾಣಿ ಎಂಬ ಮತ್ತೊಂದು ಚಿತ್ರಕ್ಕೂ ಬಣ್ಣ ಹಚ್ಚಿದರು. ಓದಿನ ಜತೆ ಜತೆಗೆ ಶಾಲಾ ದಿನಗಳಲ್ಲಿ ಕ್ರೀಡೆ ಮತ್ತು ಸಾಂಸ್ಕೃತಿಕ ಚಟುವಟಿಕೆಗಳಲ್ಲೂ ಭಾಗಿ ಆಗುತ್ತಿದ್ದರು. ಹಾಡು, ನಾಟಕಗಳ ಜತೆಗೆ ಹೈಸ್ಕೂಲ್ ದಿನಗಳಲ್ಲಿ ಉರ್ದು ಶಾಯರಿಗಳನ್ನು ಲಯಬದ್ಧವಾಗಿ ಹೇಳುತ್ತಿದ್ದರು. ಬೆಂಗಳೂರಿನ ನ್ಯಾಷನಲ್ ಕಾಲೇಜು ಸೇರಿಕೊಂಡ ನಂತರ ಕಾಲೇಜು ರಂಗ ನಾಟಕಗಳಲ್ಲೂ ಅಭಿನಯಿಸಲು ಮುಂದಾದರು.

ಗಾಂಧಿವಾದಿ ಎಚ್. ನರಸಿಂಹಯ್ಯನವರು ನ್ಯಾಷನಲ್ ಕಾಲೇಜಿನ ಪ್ರಿನ್ಸಿಪಾಲ್ ಆಗಿದ್ದ ದಿನಗಳವು. ಆಗ ಬೆಂಗಳೂರಿನಲ್ಲಿ ರಂಗ ಚಳವಳಿಯೇ ಶುರುವಾಗಿತ್ತು. ಕೇವಲ ಕಲಾಮಂದಿರಗಳಲ್ಲಿ ಮಾತ್ರವಲ್ಲ, ನಾನಾ ಕಾಲೇಜುಗಳಲ್ಲೂ ರಂಗಭೂಮಿಯ ಚಟುವಟಿಕೆಗಳು ನಡೆಯುತ್ತಿದ್ದವು. ಇಂತಿಪ್ಪ ನ್ಯಾಷನಲ್ ಕಾಲೇಜಿನಲ್ಲಿ ರಂಗ ತಂಡಗಳಿಗೆ ಹೆಚ್ಚಿನ ಪ್ರೋತ್ಸಾಹ

ಸಿಗುತ್ತಿದ್ದ ಕಾರಣಕ್ಕಾಗಿ, ಅನೇಕ ವಿದ್ಯಾರ್ಥಿಗಳು ರಂಗಭೂಮಿಯತ್ತ ಮುಖ ಮಾಡಿದರು. ಅವರಲ್ಲಿ ವಿಷ್ಣುವರ್ಧನ್ ಕೂಡ ಒಬ್ಬರು. ಇವರ ತಂಡದಲ್ಲಿ ಚಂದ್ರಶೇಖರ್, ಸುಂದರ್ ರಾಜ್ ಸೇರಿದಂತೆ ಈಗಿನ ಹೆಸರಾಂತ ನಟರು ಇದ್ದರು ಎನ್ನುವುದು ಉಲ್ಲೇಖಾರ್ಹ.

ಈ ಕಾಲೇಜಿನಲ್ಲಿ ಆಡಿಸುತ್ತಿದ್ದ ನಾಟಕಗಳಲ್ಲಿ ಒಂದು ಸಂಪ್ರದಾಯವಿತ್ತು. ಹುಡುಗಿಯರ ಪಾತ್ರವನ್ನು ಹುಡುಗರು ಮಾಡಬೇಕಿತ್ತು. ಯಾವ ಪಾತ್ರ ಕೊಟ್ಟರೂ ಅದನ್ನು ಸಮರ್ಥವಾಗಿ ನಿಭಾಯಿಸಬಲ್ಲೆ ಎಂಬ ಜಾಣ್ಮೆಯನ್ನು ವಿಷ್ಣುವರ್ಧನ್ ತೋರಿದ್ದರಿಂದ ಅತೀ ಕಠಿಣ ಅನಿಸುವ ಸ್ತ್ರೀ ಪಾತ್ರವನ್ನು ಇವರಿಗೆ ಕೊಡುತ್ತಿದ್ದರು. 'ಬಿಷಪ್ ಅಂಡ್ ದಿ ಕ್ಯಾಂಡಲ್' ನಾಟಕದ ಸಿಸ್ಟರ್ ಪಾತ್ರಕ್ಕಾಗಿ ಇವರಿಗೆ ಬಹುಮಾನ ಕೂಡ ಬಂದಿತ್ತು. 'ಒಥೆಲೋ',

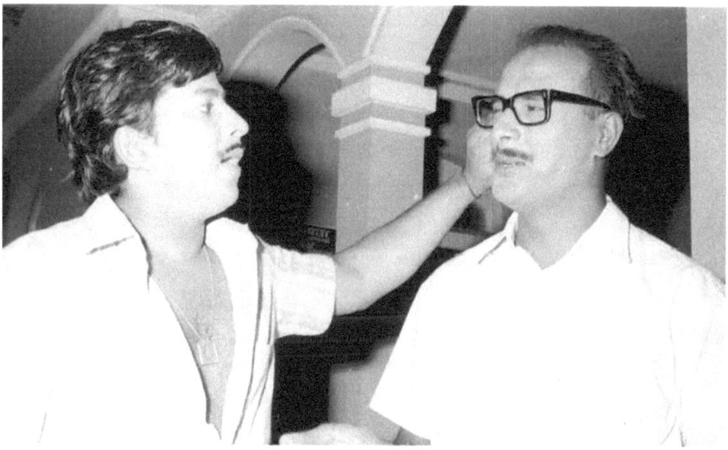

'ಡಾಕ್ಟರ್ ಬ್ರಹ್ಮಚಾರಿ' ಸೇರಿದಂತೆ ಹಲವು ನಾಟಕಗಳಲ್ಲಿ ಅಭಿನಯಿಸಿದರು. ವಿಷ್ಣುವರ್ಧನ್ ತಂಡದಲ್ಲಿ ಇದ್ದಾರೆ ಅಂದರೆ, ಪ್ರಶಸ್ತಿ ಗ್ಯಾರಂಟಿ ಅನ್ನುವಷ್ಟರ ಮಟ್ಟಿಗೆ ಕಾಲೇಜಿನಲ್ಲಿ ಹೆಸರು ಮಾಡಿದ್ದರು. ನಾಟಕ ಮುಗಿದ ನಂತರ ಸ್ವತಃ ಶಿಕ್ಷಕರೇ ಇವರೊಂದಿಗೆ ಫೋಟೋ ತಗೆಸಿಕೊಂಡು ಸಂಭ್ರಮ ಪಡುತ್ತಿದ್ದರು. ಕೇವಲ ಕಾಲೇಜಿನಲ್ಲಿ ಮಾತ್ರವಲ್ಲ, ರವೀಂದ್ರ ಕಲಾಕ್ಷೇತ್ರದಲ್ಲೂ ನಡೆಯುತ್ತಿದ್ದ ನಾಟಕಗಳಲ್ಲಿ ಭಾಗಿಯಾಗುತ್ತಿದ್ದರು. ಬಿಎಸ್ಸಿ ಪದವಿಯಲ್ಲಿ ಚೆನ್ನಾಗಿಯೇ ಅಂಕ ಗಳಿಸುತ್ತಿದ್ದ ಇವರು, ಪಠ್ಯೇತರ ಚಟುವಟಿಕೆಯಲ್ಲೂ ಅಷ್ಟೇ ಪ್ರಸಿದ್ಧಿ ಪಡೆದಿದ್ದು ಮುಂದೆ ಸಿನಿಮಾ ರಂಗಕ್ಕೂ ಹೋಗಲು ಪ್ರೇರಣೆ ಆಯಿತು.

ಹಿಂದಿಯಿಂದ ಮೊದಲ ಆಫರ್

ವಿಷ್ಣುವರ್ಧನ್ ಅವರು ಬಾಲ ಕಲಾವಿದನಾಗಿ ಸಿನಿಮಾವೊಂದರಲ್ಲಿ ನಟಿಸಿದ್ದರೂ, ಅದೇನು ಹೇಳಿಕೊಳ್ಳುವಂತಹ ಪಾತ್ರ ಆಗಿರಲಿಲ್ಲ. ಪುಟ್ಟ ಪಾತ್ರವಾಗಿದ್ದರಿಂದ ಅದು ಅನೇಕರಿಗೆ ನೆನಪೂ ಇರಲಿಲ್ಲ. ಹಾಗಾಗಿ 'ವಂಶವೃಕ್ಷ'ವೇ ಇವರ ಮೊದಲ ಸಿನಿಮಾವಾಯಿತು. ಆದರೆ, ಇದಕ್ಕಿಂತಲೂ ಮುಂಚೆ ಇವರಿಗೆ ಹಿಂದಿಯಿಂದ ಆಫರ್ ಬಂದಿತ್ತು. ಇನ್ನೂ ಇವರು ಬಿಎಸ್ಸಿ ಓದುತ್ತಿದ್ದರು. ಆಗ ಇವರಿಗೆ ಪರಿಚಯವಿದ್ದ ಪ್ರೇಮಾ ಛತ್ರೆ ಅವರ ಮೂಲಕ ನಿರ್ಮಾಪಕ ಬೊಕಾಡಿಯಾ ಪರಿಚಯವಾದರು. ಇವರ ಸಹ ನಿರ್ಮಾಣದಲ್ಲಿ ದಿಲೀಪ್ ಕುಮಾರ್ ಮತ್ತು ವಹೀದಾ ರೆಹಮಾನ್ ಮುಖ್ಯ ಭೂಮಿಕೆಯ 'ರಹಿಜಾ' ಸಿನಿಮಾ ಸೆಟ್ಟೇರುತ್ತಿತ್ತು. ಈ ಸಿನಿಮಾದಲ್ಲಿ ಸೆಕೆಂಡ್ ವಿಲನ್ ಪಾತ್ರ ಮಾಡಲು ವಿಷ್ಣುವರ್ಧನ್ ಅವರನ್ನು ಆಹ್ವಾನಿಸಲಾಗಿತ್ತು. ಈ ವಿಷಯ ಕಾಲೇಜಿನ ಗೆಳೆಯರಿಗೆ ಗೊತ್ತಾಗಿ ಕಾಲೇಜಿಗೆ ಕಾಲೇಜು ಸಂಭ್ರಮಿಸಿತ್ತು. ಡಿಗ್ರಿ ಮುಗಿಸಿದೇ ಸಿನಿಮಾ ರಂಗಕ್ಕೆ ಹೋಗಲು ಅಮ್ಮನಿಗೆ ಇಷ್ಟವಿಲ್ಲದಿದ್ದರೂ, ಅವರನ್ನು ಒಪ್ಪಿಸಿ ಸ್ಕ್ರೀನ್ ಟೆಸ್ಟ್‌ಗಾಗಿ ಮದ್ರಾಸ್‌ಗೂ ಹೋಗಿ ಬಂದರು. ಆದರೆ, ನಂತರದ ದಿನಗಳಲ್ಲಿ ಅದು ಸಾಧ್ಯವಾಗಲಿಲ್ಲ. ಮುಂದೆ, ತಮ್ಮ ಕಾಲೇಜಿನ ಹಿರಿಯ ವಿದ್ಯಾರ್ಥಿ ಕಾನಕಾನಹಳ್ಳಿ ಗೋಪಿ ಮೂಲಕ ಗಿರೀಶ್ ಕಾರ್ನಾಡ್ ಪರಿಚಯವಾಗಿ, ಹಿರಿಯ ಪತ್ರಕರ್ತರಾದ ವೈಎನ್‌ಕೆ ಅವರ

ಮನೆಯಲ್ಲಿ ನಡೆದ ಈ ಭೇಟಿಯಲ್ಲಿ 'ವಂಶವೃಕ್ಷ' ಸಿನಿಮಾದಲ್ಲಿ ನಟಿಸಲು ಅವಕಾಶ ಸಿಕ್ಕಿತು. ಅಂದುಕೊಂಡಂತೆ ಆಗಿದ್ದರೆ ಈ ಸಿನಿಮಾದಲ್ಲಿ ಅವರು ಚಿನ್ನಿ ಎಂಬ ದೊಡ್ಡ ಪಾತ್ರವೇ ಮಾಡಬೇಕಿತ್ತು. ತಲೆ ಬೋಳಿಸಲು ಒಪ್ಪದ ಕಾರಣಕ್ಕಾಗಿ ಈ ಪಾತ್ರವನ್ನು ಚಂದ್ರಶೇಖರ್ ನಿರ್ವಹಿಸಬೇಕಾಯಿತು. ಸದಾ ಚುಯಿಂಗ್ ಗಮ್ ತಿನ್ನುತ್ತಾ, ಒಂದೇ ಒಂದು ಡೈಲಾಗ್ ಹೇಳುವ ಪೃಥ್ವಿ ಹೆಸರಿನ ಪಾತ್ರಕ್ಕೆ ವಿಷ್ಣುವರ್ಧನ್ ಆಯ್ಕೆ ಆದರು. ಗಿರೀಶ್ ಕಾರ್ನಾಡ್ ಮತ್ತು ಬಿ.ವಿ.ಕಾರಂತ್ ಜೋಡಿಯ 'ವಂಶವೃಕ್ಷ' ಸಿನಿಮಾ, ಎಸ್.ಎಲ್.ಭೈರಪ್ಪ ಅವರ ಕಾದಂಬರಿಯನ್ನು ಆಧರಿಸಿದ ಚಿತ್ರ. ಅಲ್ಲದೇ, ಸಂಪತ್‌ಕುಮಾರ್ ಅಂತಿದ್ದ ವಿಷ್ಣುವರ್ಧನ್ ಅವರ ಹೆಸರನ್ನು ಈ ಸಿನಿಮಾದಲ್ಲಿ ಕುಮಾರ್ ಅಂದಷ್ಟೇ ಬಳಕೆ ಕೂಡ ಆಯಿತು.

ತಂದೆ ಸಿನಿಮಾ ರಂಗದಲ್ಲಿದ್ದರೂ, ಅಣ್ಣ ಬಾಲ ಕಲಾವಿದನಾಗಿ ನಟನೆ ಮಾಡಿದ್ದರೂ, ಸ್ವತಃ ತಾವು ಕಾಲೇಜು ರಂಗಭೂಮಿಯಲ್ಲಿ ಸಕ್ರೀಯರಾಗಿದ್ದರೂ ಸಿನಿಮಾ ನಟನಾಗಲು ಕನಸು ಕಂಡವರಲ್ಲ ವಿಷ್ಣುವರ್ಧನ್. ಸಿನಿಮಾ ನಟ ಆಗಲೇಬೇಕೆಂದು ಬಯಸಿದವರೂ ಅಲ್ಲ. ಪದವಿ ಶಿಕ್ಷಣ ಮುಗಿಯುತ್ತಿದ್ದಂತೆಯೇ ಮೆಡಿಕಲ್ ರೆಪ್ರೆಸೆಂಟೇಟಿವ್ ಆಗುವ ಕನಸು ಹೊತ್ತವರು. ಊರೂರು ಸುತ್ತುವುದು ಮತ್ತು ಒಳ್ಳೊಳ್ಳೆ ಡ್ರೆಸ್ ಹಾಕಬಹುದು ಅನ್ನುವ ಕಾರಣಕ್ಕಾಗಿ ಇಂಥದ್ದೊಂದು ಆಸೆ ಅವರಲ್ಲಿ ಮೂಡಿತ್ತು. ಈ ಕನಸಿನ ಈಡೇರಿಕೆಗಾಗಿ ಸಾರಾಭಾಯಿ ಕಂಪೆನಿಗೂ ಅರ್ಜಿ ಸಲ್ಲಿಸಿದ್ದರು. ಬೆಂಗಳೂರು

ಮತ್ತು ಮುಂಬಯಿಗೆ ಸಂದರ್ಶನಕ್ಕೂ ಹೋಗಿ ಬಂದಿದ್ದರು. ಕಂಪೆನಿ ಕೇಳಿದ ಎಲ್ಲ ಅರ್ಹತೆಗಳು ಇದ್ದರೂ, ಆ ಸಂಸ್ಥೆಯಲ್ಲಿ ಕೆಲಸ ಮಾಡಲು ಅವರಿಗೆ ಸಾಧ್ಯವಾಗಲಿಲ್ಲ. ಕಾರಣ, ಇವರು ಕನಸು ಕಾಣದೇ ಇದ್ದರೂ, ವಿಷ್ಣುವರ್ಧನ್ ಅವರು ನಟನಾಗಬೇಕು ಎಂಬ ಬಯಕೆ ಆ ಸಂಸ್ಥೆಗಿತ್ತು. ಸಂದರ್ಶನಕ್ಕೆ ಹೋದಾಗ ಸಂಸ್ಥೆಯ ಪ್ರತಿನಿಧಿಯೇ ಆ ಭಾವನೆಯನ್ನು ವ್ಯಕ್ತಪಡಿಸಿದ್ದರು. ವಿಷ್ಣು ಅವರ ಸುಂದರವಾದ ಮುಖ, ಭಾವನೆತುಂಬಿದ ಕಂಗಳು, ಆಕರ್ಷಕ ಮೈಬಣ್ಣ, ನಕ್ಕಾಗ ಕಣ್ಣುಮುಚ್ಚಾಲೆ ಆಡುವಂತಹ ಸಣ್ಣನೆ ಗುಳಿಕೆನ್ನೆ, ಸಂಪಿಗೆಯಂತಹ ಮೂಗು ಎಲ್ಲರನ್ನೂ ಸೆಳೆಯುತ್ತಿತ್ತು. ಹಾಗಾಗಿ ಕಂಡವರೆಲ್ಲರೂ 'ನೀವು ನಟನಾಗಬೇಕು' ಎಂದೇ ಒತ್ತಾಯಿಸುತ್ತಿದ್ದರು.

ತಾರಾ ಮೆರಗಿನ ದಂಪತಿ

ನಾಗರಹಾವು ಚಿತ್ರವು ವಿಷ್ಣುವರ್ಧನ್ ಅವರಿಗೆ ಬಹುದೊಡ್ಡ ತಾರಾ ವರ್ಚಸ್ಸು ತಂದುಕೊಟ್ಟಿತ್ತು. ಕನ್ನಡ ಸಿನಿಮಾ ರಂಗದಲ್ಲಿ ಮಾತ್ರವಲ್ಲ, ತೆಲುಗು, ತಮಿಳು, ಮಲೆಯಾಳಂ ಚಿತ್ರರಂಗ ದಾಟಿಕೊಂಡು ಹಿಂದಿ ಚಿತ್ರ ರಂಗದಲ್ಲೂ ವಿಷ್ಣುವರ್ಧನ್ ಕುರಿತಾಗಿ ಮೆಚ್ಚುಗೆಯ ಮಾತುಗಳು ಕೇಳಿ ಬಂದವು. 22ರ ವಯಸ್ಸಿನ ತರುಣನ ಸಾಧನೆ ಕುರಿತು ಪತ್ರಿಕೆಗಳು ಪುಟಗಟ್ಟಲೆ ಬರೆದವು. 'ಕನ್ನಡಕ್ಕೆ ಮತ್ತೊಬ್ಬ ಸೂಪರ್‌ಸ್ಟಾರ್' ಎಂಬ ಶೀರ್ಷಿಕೆ ನೀಡಿದ್ದವು. ಅಸಂಖ್ಯಾತ ಮಹಿಳಾ ಅಭಿಮಾನಿಗಳು ಹುಟ್ಟಿಕೊಂಡರು. ಇಂತಹ ನಟನು ತಮ್ಮ ಬಾಳಸಂಗಾತಿಯಾಗಿ ಬರಬೇಕು ಎನ್ನುವ ಬಯಕೆ ಸಹಜವಾಗಿ ಹಲವರಲ್ಲಿ

ಮೂಡಿತ್ತು. ಅವರಲ್ಲಿ ನಟಿಯರು ಕೂಡ ಇದ್ದರು. ಇಂತಹ ವೇಳೆಯಲ್ಲೇ ಪರಿಚಯ ಆಗಿದ್ದು ಆಗಲೇ ಹಲವು ಚಿತ್ರಗಳಲ್ಲಿ ನಟಿಸಿ ಪ್ರಸಿದ್ಧಿಯಾಗಿದ್ದ ಭಾರತಿ ಅವರು. ಆಕಸ್ಮಿಕ ಭೇಟಿ ಪರಿಚಯ, ಗೆಳೆತನದ ನಂತರ ಪ್ರೇಮಕ್ಕೆ ತಿರುಗಿತು. ಖುದ್ದು ಭಾರತಿ ಅವರ ಮನೆಯವರೇ ವಿಷ್ಣುವರ್ಧನ್ ಅವರ ಕುಟುಂಬದ ಜತೆ ಮಾತನಾಡಿ ಮದುವೆ ಮಾಡಿದರು. 1974ರಲ್ಲಿ ವಿಷ್ಣುವರ್ಧನ್ ಅವರು ಹೊಸ ಜೀವನಕ್ಕೆ ಕಾಲಿಟ್ಟಾಗ ಅವರಿಗೆ ಕೇವಲ 24 ವರ್ಷ.

ತಾರಾ ಜೋಡಿಯೊಂದು ಹಸೆಮಣೆಗೆ ಕಾಲಿಡುತ್ತಿದೆ ಎಂದಾಗ ಅಲ್ಲೊಂದು ಸಂಭ್ರಮವಿರುತ್ತದೆ. ನೆಚ್ಚಿನ ನಟ ನಟಿಯ ಮದುವೆಗೆ ತಾವೂ ಸಾಕ್ಷಿ ಆಗಬೇಕು ಎನ್ನುವ ಆಸೆ ಇರುತ್ತದೆ. ಈ ಆಸೆ ನದಿಯಂತೆ ಇರಲಿಲ್ಲ ಪ್ರವಾಹದಂತೆ ಬಂದಿತ್ತು. ಹಾಗಾಗಿ ಜನರನ್ನು ನಿಯಂತ್ರಿಸಲು 200ಕ್ಕೂ ಹೆಚ್ಚು ಪೊಲೀಸ್ ಸಿಬ್ಬಂದಿಯನ್ನು ನಿಯೋಜಿಸಬೇಕಾಯಿತು. ಸ್ವತಃ ವಿಷ್ಣುವರ್ಧನ್ ಅವರ ಕುಟುಂಬದ ಸದಸ್ಯರಿಗೂ ಕಲ್ಯಾಣ ಮಂಟಪದ ಒಳಗೆ ಹೋಗಲು ಆಸ್ಪದ ಸಿಗದಷ್ಟು ಜನಜಂಗುಳಿ ನೆರೆದಿತ್ತು. ಒಂದು ರೀತಿಯಲ್ಲಿ ಗಲಾಟೆಯೇ

ನಡೆದು ಹೋಯಿತು. ವಧುವರರನ್ನು ಆಶೀರ್ವದಿಸಲು ಸಿನಿಮಾ ರಂಗದ ದಿಗ್ಗಜರು, ವಿಷ್ಣುವರ್ಧನ್ ಅವರ ಗುರುಗಳಾದ ಎಚ್. ನರಸಿಂಹಯ್ಯ ಅವರು ಮತ್ತು ಆಗಿನ ಮುಖ್ಯಮಂತ್ರಿಗಳಾಗಿದ್ದ ದೇವರಾಜ ಅರಸ್ ಕೂಡ ಬಂದಿದ್ದರು. ವಿಷ್ಣುವರ್ಧನ್ ಮತ್ತು ಭಾರತಿ ಅವರು ಒಟ್ಟಾಗಿ ನಟಿಸಿದ ಮೊದಲ ಚಿತ್ರ 'ಮನೆ ಬೆಳಗಿದ ಸೊಸೆ'. ಈ ಸಿನಿಮಾದಲ್ಲಿ ಬೆಳ್ಳಿತೆರೆಯಲ್ಲಿ ಸೊಸೆಯಾಗಿದ್ದ ಭಾರತಿ ಅವರು, ಮುಂದೊಂದು ದಿನ ವಿಷ್ಣುವರ್ಧನ್ ಅವರ ಕುಟುಂಬಕ್ಕೆ ನಿಜವಾಗಿಯೂ ಸೊಸೆಯಾಗಿ ಬಂದರು. ಇದು ತಮ್ಮ ಭಾಗ್ಯ ಮತ್ತು ಅದೃಷ್ಟ ಅನ್ನುತ್ತಾರೆ ವಿಷ್ಣುವರ್ಧನ್. ಮತ್ತೊಂದು ಇಂಟ್ರೆಸ್ಟಿಂಗ್ ಸಂಗತಿ ಅಂದರೆ, ಈವರೆಗೂ ಅವರು ತಮ್ಮ ಹೆಂಡತಿಯನ್ನು ಭಾರತಿ ಎಂದು ಹೆಸರೆತ್ತಿ ಕರೆದಿಲ್ಲ. ಪ್ರೀತಿಯಿಂದ ಮಾಯೀ ಎಂದೇ ಕರೆಯುತ್ತಿದ್ದರು. ಈ ದಂಪತಿಗೆ ಕೀರ್ತಿ ಮತ್ತು ಚಂದನಾ ಇಬ್ಬರು ಹೆಣ್ಣು ಮಕ್ಕಳು. ನಟ ಅನಿರುದ್ಧ ಮತ್ತು ವೇಣು ಗೋಪಾಲ್ ಅಳಿಯಂದಿರು.

ನಡೆದಷ್ಟು ದಾರಿ, ಹತ್ತಿದಷ್ಟು ಬೆಟ್ಟ

ಸಿನಿಮಾ ರಂಗದಲ್ಲಿ ವಿಷ್ಣುವರ್ಧನ್ ಅವರದ್ದು ಸುದೀರ್ಘ 37 ವರ್ಷಗಳ ಪಯಣ. ಕನ್ನಡ, ಹಿಂದಿ, ತೆಲುಗು, ಮಲಯಾಳಂ ಮತ್ತು ತಮಿಳು ಸೇರಿದಂತೆ 220 ಚಿತ್ರಗಳಲ್ಲಿ ಅವರು ಅಭಿನಯಿಸಿದ್ದಾರೆ. ಮಾಡಿದ ಅಷ್ಟೂ ಪಾತ್ರಗಳು ವಿಭಿನ್ನ. ಸಿನಿಮಾದ ಸೋಲು ಗೆಲುವುಗಳ ಲೆಕ್ಕಾಚಾರ ಏನೇ ಇದ್ದರೂ

ಮಾಡಿದ ಪಾತ್ರಗಳಷ್ಟೂ ಜನರ ಮನಗೆದ್ದಿವೆ. ಕೌಟುಂಬಿಕ, ಹಾಸ್ಯ, ಪ್ರಣಯ, ಸಾಹಸ, ಸಂಗೀತ ಹೀಗೆ ನಾನಾ ಭಾವಗಳ ಬುತ್ತಿಯನ್ನೇ ತಮ್ಮ ಸಿನಿಮಾದ ಮೂಲಕ ಅವರು ಅಭಿಮಾನಿಗಳಿಗೆ ನೀಡಿದ್ದಾರೆ. ಅದರಲ್ಲೂ ಭಾವನಾತ್ಮಕ ಪಾತ್ರಗಳಿಂದಾಗಿ ಕನ್ನಡಿಗರ ಮನಸ್ಸುಗಳಲ್ಲಿ ನೆಲೆಯೂರಿದ್ದಾರೆ. 'ಸಾಹಸ ಸಿಂಹ' ಎನ್ನುವ ಬಿರುದಿನಿಂದ ಕನ್ನಡ ಚಿತ್ರರಂಗದಲ್ಲಿ ಐಡೆಂಟಿಟಿ ಸಿಕ್ಕರೂ ಅವರು ಭಾವನಾತ್ಮಕ ಪಾತ್ರಗಳಿಂದಲೇ ಕನ್ನಡ ರಸಿಕರಿಗೆ ಹತ್ತಿರವಾದರು.

ಹೊಂಬಿಸಿಲು, ಬಂಧನ, ಸುಪ್ರಭಾತ, ಲಾಲಿ ರೀತಿಯ ಸಿನಿಮಾಗಳೇ ಅವರ ಮನೋಜ್ಞ ಅಭಿನಯಕ್ಕೆ ಸಾಕ್ಷಿ. ನಾಗರ ಹೊಳೆ, ಭಾಗ್ಯಜ್ಯೋತಿ, ಬಂಗಾರದ ಗುಡಿ, ಸಿರಿತನಕ್ಕೆ ಸವಾಲ್, ಬಂಧನ, ಮುತ್ತಿನಹಾರ, ಸಿರಿವಂತ, ವೀರಪ್ಪ ನಾಯ್ಕ, ಯಜಮಾನ, ಆಪ್ತಮಿತ್ರ, ಆಪ್ತ ರಕ್ಷಕ ರೀತಿಯ ಸಿನಿಮಾಗಳು ಕನ್ನಡದ ಸರ್ವಕಾಲಿಕ ಶ್ರೇಷ್ಠ ಸಿನಿಮಾಗಳು ಎನ್ನುವ ಗೌರವಕ್ಕೆ ಪಾತ್ರವಾಗಿವೆ.

ನಾಗರಹಾವಿನ ರಾಮಾಚಾರಿ, ಭೂತಯ್ಯನ ಮಗ ಅಯ್ಯುವಿನ ಗುಳ್ಳ, ಗಂಧದ ಗುಡಿಯ ಕುಮಾರ್, ಬಂಧನದ ಡಾ.ಹರೀಶ್, ಮಾತಾಡ್ ಮಾತಾಡ್ ಮಲ್ಲಿಗೆಯ ಹೂವಯ್ಯ, ವೀರಪ್ಪನಾಯಕನ ನಾಯಕ, ಪೊಲೀಸ್ ಮತ್ತು ದಾದಾದ ಇನ್ಸ್‌ಪೆಕ್ಟರ್ ಧನುಷ್, ಮುತ್ತಿನಹಾರದ ಸೈನಿಕ, ನಿಷ್ಕರ್ಷದ ಕಮಾಂಡರ್, ಕಳ್ಳಕುಳ್ಳದ ಕಳ್ಳ, ದಿಗ್ಗಜರುವಿನ ಕುಚುಕು ಗೆಳೆಯ, ಜಿಮ್ಮಿಗಲ್ಲಿನ ಖೈದಿ, ಹೊಂಬಿಸಿಲಿನ ವೈದ್ಯ, ಲಾಲಿಯ ಪ್ರೇಮಮಯಿ ತಂದೆ, ಸುಪ್ರಭಾತದ ಪೆಟ್ರೋಲ್ ಬಂಕ್ ಮಾಲೀಕ, ಸಾಹಸ ಸಿಂಹದ ಪೊಲೀಸ್ ಅಧಿಕಾರಿ, ಜಯಸಿಂಹದ ಅರಣ್ಯಾಧಿಕಾರಿ, ಕೋಟಿಗೊಬ್ಬದ ಅಂಡರ್ ವರ್ಲ್ಡ್ ಡಾನ್, ಗುರು ಶಿಷ್ಯರುವಿನ ಮಹಾರಾಜ, ಮಣಿಕಂಠನ ಮಹಿಮೆಯ ಮೂಗ, ವಿಷ್ಣು ಸೇನಾದ ಪ್ರೊಫೆಸರ್, ಹೃದಯಗೀತೆಯ ಅಮರ ಪ್ರೇಮಿ, ಕರ್ಣನ ತ್ಯಾಗಿ, ಮಲೆಯ ಮಾರುತದ ಸಂಗೀತ ವಿದ್ವಾಂಸ ಹೀಗೆ ಸಿಕ್ಕ ಪಾತ್ರಗಳಷ್ಟೂ ಅವರ ನಟನಾ ಸಾಮರ್ಥ್ಯಕ್ಕೆ ಸಾಕ್ಷಿ ಆಗಿವೆ. ಸ್ವಮೇಕ್ ಚಿತ್ರಗಳಲ್ಲಷ್ಟೇ ಅಲ್ಲ, ರೀಮೇಕ್ ಚಿತ್ರಗಳಲ್ಲೂ ತಮ್ಮದೇ ಆದ ಹೊಸತನದ ವಿಶಿಷ್ಟ ಅಭಿನಯ ನೀಡಿದ್ದಾರೆ ವಿಷ್ಣುವರ್ಧನ್. ಯಜಮಾನ ಮತ್ತು ಆಪ್ತಮಿತ್ರ ಚಿತ್ರಗಳು ಹತ್ತು ಹಲವು ದಾಖಲೆಗಳನ್ನು ಬರೆದಿವೆ.

ವಿಷ್ಣುವರ್ಧನ್ ಸಿನಿಮಾಗಳೆಂದರೆ ಯಾವುದೇ ಮುಜುಗರವಿಲ್ಲದೇ, ಕುಟುಂಬ ಸಮೇತ ನೋಡುವಂತಹ ಚಿತ್ರ ಎನ್ನುವ ಬ್ರ್ಯಾಂಡ್ ಸೃಷ್ಟಿಯಾಗಿತ್ತು. ಪ್ರೇಕ್ಷಕರ ಈ ನಂಬಿಕೆಯನ್ನು ಕೊನೆವರೆಗೂ ಅವರು ಉಳಿಸಿಕೊಂಡು ಬಂದರು. ಇವರ 10 ಚಿತ್ರಗಳು 25ವಾರ, 25ಚಿತ್ರಗಳು ನೂರುದಿನ, 5ಚಿತ್ರಗಳು ಒಂದು ವರ್ಷ ಪ್ರದರ್ಶನ ಕಂಡಿವೆ. ಈ ಸಂದರ್ಭದಲ್ಲಿ ಸ್ವತಃ ವಿಷ್ಣುವರ್ಧನ್ ಅವರೇ ಹೇಳಿದ ಮಾತು ನೆನಪಾಗುತ್ತಿದೆ. 'ನಟನೊಬ್ಬನ

ಎಂಟ್ರಿ ಮತ್ತು ಎಗ್ಸಿಟ್ ಅದ್ಭುತವಾಗಿರಬೇಕು. ಜನರ ಮನಸ್ಸಿನಲ್ಲಿ ಸದಾ ಅದು ನೆನಪಿನಲ್ಲಿಡುವಂತಿರಬೇಕು' ಎಂದು. ತಮ್ಮ ಮಾತಿನಂತೆ ಅವರು ನಡೆದುಕೊಂಡರು. ನಾಗರಹಾವು ಚಿತ್ರದಿಂದ ಅವರು ಪಡೆದ ಎಂಟ್ರಿ, ಆಪ್ತರಕ್ಷಕದಿಂದ ಎಗ್ಸಿಟ್ ಆಯಿತು. ಈ ಎರಡೂ ಚಿತ್ರಗಳು ಚತುಷ್ಕೋಟಿ ಕನ್ನಡಿಗರು ಮರೆಯಲಾಗದಂತಹ ಚಿತ್ರಗಳಾಗಿವೆ ಎಂಬುದು ಉಲ್ಲೇಖಾರ್ಹ.

ಇಮೇಜ್‌ಗೆ ಅಂಟಿಕೊಳ್ಳಲಿಲ್ಲ

ವಿಷ್ಣುವರ್ಧನ್ ಅವರ ವೃತ್ತಿ ಜೀವನದ ಗ್ರಾಫ್ ಅತ್ಯಂತ ರೋಚಕವಾಗಿದೆ. ಅದೊಂದು ಸಾರ್ಥಕ ಘಟ್ಟ ಕೂಡ. ನಾಯಕನಾಗಿ ನಟಿಸಿದ ಮೊದಲ ಸಿನಿಮಾ 'ನಾಗರಹಾವು' ಪಾತ್ರದಲ್ಲಿ ಹಲವು ಷೇಡ್‌ಗಳಿವೆ. ಅದನ್ನರಿತು ಸೂಕ್ಷ್ಮವಾಗಿಯೇ ಪಾತ್ರವನ್ನು ಜನರ ಮನಸ್ಸಿನಾಳಕ್ಕೆ ದಾಟಿಸುವ ಮೂಲಕ ತಾವೊಬ್ಬ ಬಾರ್ನ್ ಆಕ್ಟರ್ ಎನ್ನುವುದನ್ನು ಸಾಬೀತು ಪಡಿಸಿದರು. ಅದೊಂದು ಹುಂಬುತನದಿಂದ ಕೂಡಿದ ಪಾತ್ರವಾಗಿದ್ದರೂ ಆಂಗ್ರಿ ಯಂಗ್‌ಮ್ಯಾನ್ ಆಗಿ ಎಲ್ಲರ ಮನಸ್ಸು ಗೆದ್ದರು. ಹೀಗಾಗಿ ನಾಗರಹಾವಿನ ರಾಮಾಚಾರಿ ಇವತ್ತಿಗೂ ಕನ್ನಡ ಸಿನಿಮಾ ರಂಗದಲ್ಲಿ ಅಜರಾಮರನಾಗಿ ಉಳಿದದ್ದು.

ನಾಗರಹಾವು ಚಿತ್ರದಲ್ಲಿ ಸಿಡಿಲಮರಿಯಂತೆ ಆರ್ಭಟಿಸಿದವರು, ಸಡನ್ನಾಗಿ ಪ್ರೊಫೆಸರ್ ಹುಚ್ಚುರಾಯ ಸಿನಿಮಾದಲ್ಲಿ ಬೇರೆ ಮಗ್ಗಲಿಗೆ ಹೊರಳಿದರು. ಇಲ್ಲಿ ಅವರದ್ದು ರೋಮ್ಯಾಂಟಿಕ್ ಪಾತ್ರ. ಅಲ್ಲದೇ ಹಾಸ್ಯರಸ ಕೂಡ

ಬೆರೆತಿತ್ತು. ಈ ಪಾತ್ರವನ್ನು ಅಷ್ಟೇ ಸಮರ್ಥವಾಗಿ ನಿರ್ವಹಿಸುವ ಮೂಲಕ ತಮ್ಮೊಳಗಿನ ಕಲಾವಿದನ ವಿರಾಟ ಸ್ವರೂಪ ತೋರಿದರು. ಹಾಸ್ಯದಿಂದ ಆಚೆ ಜಿಗಿದು ಬಂಧನ ಚಿತ್ರದಲ್ಲಿ ತಮ್ಮ ಮೋಹಕ ಮತ್ತು ಭಾವನಾತ್ಮಕ ಪಾತ್ರದಿಂದ ಇಷ್ಟವಾದರು. ಅದಕ್ಕೂ ಅಂಟಿಕೊಳ್ಳದೇ ಸಾಹಸ ಸಿಂಹ ಸೇರಿದಂತೆ ಹಲವು ಚಿತ್ರಗಳ ಮೂಲಕ ಹೊಡೆದಾಟದ ಚಿತ್ರಗಳಿಗೂ ಸಾಕ್ಷಿಯಾದರು. ಸಾಹಸ ಸಿಂಹ ಸಿನಿಮಾ ಇವರಿಗೆ ರೆಬಲ್ ಇಮೇಜ್ ತಂದುಕೊಟ್ಟಿತು. ಕುಳ್ಳ ದ್ವಾರಕೀಶ್ ಅವರ ಕಣ್ಣಿಗೆ ಬಿದ್ದು, ಅವರೊಂದಿಗೆ ಭಿನ್ನ ವಿಭಿನ್ನ ಪಾತ್ರಗಳಲ್ಲಿ ಕಾಣಿಸಿಕೊಂಡರು. ಈ ಜೋಡಿಯ ಹಾಸ್ಯ ಮತ್ತು ಥ್ರಿಲ್ಲರ್ ಚಿತ್ರಗಳು ಹೊಸ ಹೊಸ ದಾಖಲೆಗಳನ್ನು ಬರೆದವು. ರಾಜೇಂದ್ರಸಿಂಗ್ ಬಾಬು ಅವರ 'ಮುತ್ತಿನ ಹಾರ' ಚಿತ್ರ ವಿಷ್ಣುವರ್ಧನ್ ಅವರಿಗೆ ಮತ್ತೊಂದು ತಾರಾ ಮೌಲ್ಯ ತಂದುಕೊಟ್ಟಿತು. ಸೊಸೆ ತಂದ ಸೌಭಾಗ್ಯ, ಶ್ರೀಮಂತನ ಮಗಳು, ಬಯಸದೇ ಬಂದ ಭಾಗ್ಯ ರೀತಿಯ ಸಿನಿಮಾಗಳ ಮೂಲಕ ಸಂಸಾರಿಕ ಕಥೆಗಳಿಗೂ ಸೈ ಅನಿಸಿದರು. ಮಲಯ ಮಾರುತ ಸಿನಿಮಾ ಅವರೊಳಗಿದ್ದ ಸಂಗೀತ ಪ್ರೇಮಿಗೆ ಸಾಕ್ಷಿ ಆಯಿತು. ವಿಷ್ಣುವರ್ಧನ್ ಅವರಿಗೆ ಸಂಗೀತದ ಬಗ್ಗೆ ವಿಶೇಷ ಆಸಕ್ತಿ. ಈ ಸಿನಿಮಾ ಕೂಡ ಸಂಗೀತ ಪ್ರಧಾನವೇ ಆಗಿತ್ತು. ಹಾಗಾಗಿ ಮೂರು ಶೇಡ್ ಹೊಂದಿದ್ದ ಪಾತ್ರವನ್ನು ಸಲೀಸಾಗಿ ನಿರ್ವಹಿಸಿದರು. ಬದಲಾದ ಕಾಲ ಅರಿವಿಗೆ ಬರುತ್ತಿದ್ದಂತೆಯೇ ತಾವೂ ಬದಲಾದರು. ತಮ್ಮ ಹಳೆಯ ಎಲ್ಲ ಪಾತ್ರಗಳನ್ನೂ ಮರೆತು, ಕಾಲಕ್ಕೆ ತಕ್ಕಂತಹ ಪಾತ್ರವನ್ನು ಆಯ್ಕೆ ಮಾಡಿಕೊಂಡರು. ಚಿಗುರು ಮೀಸೆಯ ಪ್ರೇಮಿಗೆ ಆಗ ಗಿರಿಜಾ ಮೀಸೆ ಬಂತು. ಆಗ ಅವರೊಳಗೆ ಯಜಮಾನ ಹುಟ್ಟಿಕೊಂಡ. ಸಿಂಹಾದ್ರಿಯ ಸಿಂಹ ಬಂತು. ಗಿರಿಜಾ ಮೀಸೆ ಅವರ ಲುಕ್ ಬದಲಿಸಿತು. ಮಾಡಿದ ಅಷ್ಟೂ ಸಿನಿಮಾಗಳು ಬಾಕ್ಸ್ ಆಫೀಸ್ ತುಂಬಿಸಿದವು. ಇದೇ ಲುಕ್‌ನಲ್ಲೇ ವಿಷ್ಣುವರ್ಧನ್ ಅವರು ಕಳೆದು ಹೋಗುತ್ತಾರೆ ಎನ್ನುವ ಹೊತ್ತಿಗೆ ಆಪ್ತಮಿತ್ರ ಸಿನಿಮಾ ಬಂತು. ಈ ಚಿತ್ರ ಮತ್ತೊಂದು ಮ್ಯಾಜಿಕ್ ಮಾಡಿತು.

ರಾಷ್ಟ್ರ ಪ್ರೇಮ ಬಿತ್ತಿದ ರಾಷ್ಟ್ರ ಪ್ರೇಮಿ

ವಿಷ್ಣುವರ್ಧನ್ ಅವರು ಕೇವಲ ನಟ ಮಾತ್ರ ಆಗಿರಲಿಲ್ಲ. ಅಪಾರ ದೇಶಪ್ರೇಮಿಯೂ ಆಗಿದ್ದರು. ಅದರಲ್ಲೂ ಸೈನಿಕರನ್ನು ಕಂಡರೆ ಅವರಿಗೆ ಎಲ್ಲಿಲ್ಲದ ಅಭಿಮಾನ. ಸೇನೆಯ ಶಿಸ್ತು, ಅವರಿಗಿರುವ ನೆಲೆದ ಬದ್ಧತೆ ಕುರಿತು ಹಲವಾರಿ ಬಾರಿ ಮಾತಾಡಿದ್ದೂ ಇದೆ. ನನಗೆ ಅವಕಾಶ ಸಿಕ್ಕಿದ್ದರೆ ಸೈನಿಕನಾಗುತ್ತಿದ್ದೆ ಎಂದು ಹೇಳಿದ್ದುಂಟು. ಹಾಗಾಗಿ ರಾಷ್ಟ್ರ ಪ್ರೇಮ ಸಾರುವ ಸಿನಿಮಾಗಳು ಬಂದಾಗ ಅವರು ಅಷ್ಟೇ ಶ್ರದ್ಧೆಯಿಂದ ಪಾತ್ರ ಮಾಡಿದ್ದಾರೆ.

ಅದಕ್ಕೆ ಉದಾಹರಣೆ ಮುತ್ತಿನ ಹಾರ ಮತ್ತು ವೀರಪ್ಪ ನಾಯ್ಕ ಚಿತ್ರಗಳು. ಈ ಚಿತ್ರಗಳ ಪಾತ್ರಗಳನ್ನು ನಿರ್ವಹಿಸಿದ ರೀತಿಯೇ ಇದಕ್ಕೆ ಸಾಕ್ಷಿ.

ದೇಶದ ಗಡಿಯಲ್ಲಿನ ಯುದ್ಧದ ಚಿತ್ರಣವಿದ್ದ 'ಮುತ್ತಿನ ಹಾರ' (1990) ಕನ್ನಡದ ಪ್ರಮುಖ ರಾಷ್ಟ್ರಪ್ರೇಮದ ಚಿತ್ರಗಳಲ್ಲೊಂದು. ಈ ಸಿನಿಮಾದಲ್ಲಿ ವಿಷ್ಣುವರ್ಧನ್ ಅವರು ಮಡಿಕೇರಿಯ ಸಿಪಾಯಿ ಮೇಜರ್ ಅಚ್ಚಪ್ಪನ ಪಾತ್ರದಲ್ಲಿ ಕಾಣಿಸಿಕೊಂಡಿದ್ದಾರೆ. ಮೇಲ್ನೋಟಕ್ಕೆ ಇದೊಂದು ಸೈನಿಕನ ಜೀವನ ಕುರಿತಾದ ಕಥೆ ಅನಿಸಿದರೂ, ದೇಶಕ್ಕಾಗಿ ಸೈನಿಕನ ತ್ಯಾಗವನ್ನು ಬಿಂಬಿಸುವ ಅಪ್ಪಟ ದೇಶಭಕ್ತಿ ಹೊಂದಿದ ಚಿತ್ರ. ಭಾರತೀಯರು ಹೆಮ್ಮೆ ಪಡಬಹುದಾದ ಅಪರೂಪದ ಸಿನಿಮಾ. ಅಪ್ಪಚ್ಚನ ಪಾತ್ರದಲ್ಲಿ ಜೀವಿಸುವ ಮೂಲಕ ವಿಷ್ಣುವರ್ಧನ್ ಅವರು ನಾಡಿನ ಯುವಕರನ್ನು ಪ್ರಭಾವಿಸಿದ್ದಲ್ಲದೇ, ಈ ಸಿನಿಮಾ ನೋಡಿದ ಅದೆಷ್ಟೋ ಯುವಕರು ಸೈನ್ಯ ಸೇರಿದ್ದಾರೆ ಎನ್ನುವುದು ಇತಿಹಾಸ. ಘನಘೋರ ಯುದ್ಧದಲ್ಲಿ ಗಾಯಗೊಂಡ ಮಡಿಕೇರಿಯ ಸಿಪಾಯಿ ಮೇಜರ್ ಅಚ್ಚಪ್ಪ, ತನ್ನ ವೈಯಕ್ತಿಕ ಬದುಕಿನಲ್ಲಿ ಅನೇಕ ಸಂಕಟಗಳು ಎದುರಾಗಿದ್ದರೂ, ಅದನ್ನು ಲೆಕ್ಕಿಸದೇ ದೇಶಕ್ಕಾಗಿ ಹೋರಾಟ ಮಾಡುವ ಪ್ರತಿ ಸನ್ನಿವೇಶಗಳಿಗೂ ಪ್ರೇಕ್ಷಕ ಥಿಯೇಟರ್‌ನಲ್ಲಿ ಎದ್ದು ನಿಂತು ಸೆಲ್ಯೂಟ್ ಮಾಡಿದ್ದಾನೆ.

ಗಾಂಧೀವಾದ ಮತ್ತು ನಕ್ಸಲಿಸಂನ ಸಂಘರ್ಷದ ಚಿತ್ರಣವಿದ್ದ 'ವೀರಪ್ಪ ನಾಯ್ಕ' ಸಿನಿಮಾದಲ್ಲೂ ವಿಷ್ಣುವರ್ಧನ್ ಅವರು ಅಪ್ಪಟ ದೇಶಭಕ್ತನಾಗಿ ಕಾಣಿಸಿಕೊಂಡಿದ್ದಾರೆ. ಅದರಲ್ಲೂ ಗಾಂಧಿವಾದಿಯಾಗಿ ಗಮನ ಸೆಳೆದಿದ್ದಾರೆ. ಬೆಳಗಾವಿ ಜಿಲ್ಲೆಯ ಹಳ್ಳಿಯೊಂದರ ದೇಶ ಪ್ರೇಮಿಯ ಕಥೆಯನ್ನು ಹೊಂದಿರುವ ಚಿತ್ರ ಇದಾಗಿದ್ದು, ಮಹಾತ್ಮ ಗಾಂಧೀಜಿ ತತ್ವವನ್ನು ಪಾಲಿಸುತ್ತಿದ್ದ ವೀರಪ್ಪ ನಾಯ್ಕ ದೇಶಪ್ರೇಮಕ್ಕಾಗಿ ಮಗನನ್ನೇ ಬಲಿಕೊಡುವ ಉತ್ಕಟ ದೇಶಭಕ್ತ. ನಾಡಿನ ಶಾಂತಿಗಾಗಿ ಎಂತಹ ತ್ಯಾಗಕ್ಕೂ ಸಿದ್ಧನಾಗಿದ್ದ ವೀರಪ್ಪ ನಾಯ್ಕನ ಪಾತ್ರವನ್ನು ವಿಷ್ಣುವರ್ಧನ್ ಅದೆಷ್ಟು ಮನೋಜ್ಞವಾಗಿ ನಟಿಸಿದ್ದಾರೆಂದರೆ ಉತ್ತರ ಕರ್ನಾಟಕದ ಅದೆಷ್ಟೋ ಹಳ್ಳಿಗಳಲ್ಲಿ ಇಂದಿಗೂ ವಿಷ್ಣುವರ್ಧನ್ ಅವರನ್ನು ಸ್ವಾತಂತ್ರ್ಯ ಹೋರಾಟಗಾರನಂತೆ ಆರಾಧಿಸುತ್ತಾರೆ. ಎಸ್.ಪಿ.ಬಾಲಸುಬ್ರಹ್ಮಣ್ಯಂ ಅವರ ಕಂಠಸಿರಿಯಲ್ಲಿ ಮೂಡಿಬಂದಿದ್ದ ಈ ಸಿನಿಮಾದ 'ಭಾರತಾಂಬೆ ನಿನ್ನ ಜನ್ಮ ದಿನ' ಗೀತೆ ಪ್ರತಿಯೊಬ್ಬರಲ್ಲೂ ಸ್ವಾತಂತ್ರ್ಯೋತ್ಸವದ ರೋಮಾಂಚನವನ್ನುಂಟು ಮಾಡುತ್ತದೆ.

ಕ್ರಿಕೆಟ್ ದಂತಕಥೆ ಜತೆ ಸಿನಿಮಾ ದಂತಕಥೆ

ಬಾಲ್ಯದಿಂದಲೂ ವಿಷ್ಣುವರ್ಧನ್ ಅವರಿಗೆ ಕ್ರಿಕೆಟ್ ಆಟದತ್ತ ಒಲವು ಅವರೊಬ್ಬ ಅತ್ಯುತ್ತಮ ಎಡಗೈ ಆಲ್‌ರೌಂಡರ್. ಕ್ರಿಕೆಟ್ ಆಡಲೆಂದೇ ತಮ್ಮ

ಒಡನಾಡಿಗಳೊಂದಿಗೆ 'ಸ್ನೇಹಲೋಕ ಕ್ರಿಕೆಟ್ ಕ್ಲಬ್' ಶುರು ಮಾಡಿದ್ದರು. ಬೆಂಗಳೂರಿನ ಬಸವನ ಗುಡಿಯ ನ್ಯಾಷನಲ್ ಕಾಲೇಜ್ ಕ್ರೀಡಾಂಗಣದಲ್ಲಿ ಗೆಳೆಯರೊಟ್ಟಿಗೆ ಸೇರಿಕೊಂಡು ಬಿಡುವು ಸಿಕ್ಕಾಗೆಲ್ಲ ಕ್ರಿಕೆಟ್ ಆಟವಾಡುತ್ತಿದ್ದರು. ಕಾಲೇಜು ದಿನಗಳಲ್ಲಿ ರಣಜಿ ಆಟಗಾರ ವಿಜಯ್ ಕೃಷ್ಣನ್ ಮತ್ತು ವಿಷ್ಣುವರ್ಧನ್ ಅವರು ಒಟ್ಟಾಗಿ ಕ್ರಿಕಟ್ ಆಡಿದ್ದಾರೆ. ಇಬ್ಬರೂ ಎಡಗೈ ಸ್ಪಿನ್ನರ್. ಅಂದುಕೊಂಡಂತೆ ಆಗಿದ್ದರೆ, ಕ್ರಿಕೆಟ್ ರಂಗದಲ್ಲೇ ವಿಷ್ಣುವರ್ಧನ್ ಅವರಿಗೆ ಮುಂದುವರೆಯುವ ಆಸೆಯಿತ್ತು. ಆದರೆ, ರಣಜಿ ತಂಡದಲ್ಲಿ ಒಬ್ಬರಿಗೇ ಎಡಗೈ ಸ್ಪಿನ್ನರ್‌ಗೆ ಅವಕಾಶವಿದ್ದರಿಂದ, ಅದು ವಿಜಯ್ ಕೃಷ್ಣನ್ ಪಾಲಾಯಿತು.

ಸಿನಿಮಾ ರಂಗಕ್ಕೆ ಬಂದ ಮೇಲೂ ಸಿನಿ ತಾರೆಯರೊಂದಿಗೆ ಸೇರಿ ಕ್ರಿಕೆಟ್ ಪಂದ್ಯ ಏರ್ಪಡಿಸುತ್ತಿದ್ದರು. ಹಲವು ವರ್ಷಗಳ ಕಾಲ ನಿರಂತರವಾಗಿ ಈ ಪಂದ್ಯವನ್ನು ಆಯೋಜಿಸಿದ ಹೆಗ್ಗಳಿಕೆ ಇವರದ್ದು. ಅಲ್ಲದೇ, ಉಪೇಂದ್ರ ನಟನೆಯ 'ನಾಗರಹಾವು' ಸಿನಿಮಾಗಾಗಿ ವಿಷ್ಣುವರ್ಧನ್ ಅವರು ಕ್ರಿಕೆಟ್ ಆಡಿದ್ದರು. ಇವರ ಜತೆ ಅಂತಾರಾಷ್ಟ್ರೀಯ ಕ್ರಿಕೆಟಿಗರಾದ ಕಪಿಲ್ ದೇವ್, ಶ್ರೀಲಂಕಾ ಕ್ರಿಕೆಟಿಗ ಅರ್ಜುನ್ ರಣತುಂಗ, ಸಯ್ಯದ್ ಕಿರ್ಮಾಣಿ ಮುಂತಾದ ನುರಿತ ಆಟಗಾರರು ಭಾಗಿ ಆಗಿದ್ದರು. ವಿಷ್ಣುವರ್ಧನ್ ಮತ್ತು ಅಭಿಮಾನಿಗಳಿಗಾಗಿ ಕಪಿಲ್ ದೇವ್ ಈ ಪಂದ್ಯದಲ್ಲಿ ಒಂದು ಓವರ್ ಬಾಲ್ ಮಾಡಿದ್ದರು.

ನೆಚ್ಚಿನ ನಟನ ಪರಂಪರೆಯನ್ನು ಅವರ ಅಭಿಮಾನಿಗಳು ಮುಂದುವರೆಸಿಕೊಂಡು ಹೋಗುತ್ತಿದ್ದಾರೆ. ನಾಡಿನಾದ್ಯಂತ ಡಾ. ವಿಷ್ಣುವರ್ಧನ್ ಅವರ ಹೆಸರಿನಲ್ಲಿ ಕ್ರಿಕೆಟ್ ಪಂದ್ಯಾವಳಿಯನ್ನು ಆಯೋಜಿಸಿ, ಸಂಭ್ರಮಿಸುತ್ತಾರೆ.

ಮತ್ತೆ ಹಾಡಿತು ಕೋಗಿಲೆ..

ಬಾಲ್ಯದಿಂದಲೂ ಕ್ರಿಕೆಟ್ ಮತ್ತು ಸಂಗೀತದ ಮೇಲೆ ವಿಷ್ಣುವರ್ಧನ್ ಅವರಿಗೆ ಅಪಾರ ಪ್ರೀತಿ. ಮನೆಯಲ್ಲೂ ಅಂಥದ್ದೊಂದು ವಾತಾವರಣ ಇದ್ದ ಕಾರಣ, ಹುಟ್ಟುತ್ತಲೇ ಸಂಗೀತವನ್ನು ಕೇಳಿಕೊಂಡೆ ಬೆಳೆದರು. ಶಾಸ್ತ್ರೀಯವಾಗಿ ಕಲೆಯದೇ ಇದ್ದರೂ ಲಯಬದ್ಧವಾಗಿ ಹಾಡುತ್ತಿದ್ದರು. ಶಾಲಾ ದಿನಗಳಲ್ಲಿ ಯಾವುದೇ ಕಾರ್ಯಕ್ರಮವಿರಲಿ, ಅಲ್ಲಿ ವಿಷ್ಣುವರ್ಧನ್ ಅವರ ಗಾಯನ ಇರಲೇಬೇಕಿತ್ತು ಎನ್ನುವಷ್ಟರ ಮಟ್ಟಿಗೆ ಪ್ರಸಿಧ್ದಿಯನ್ನೂ ಪಡೆದಿದ್ದರು. ನಂತರ ಸಿನಿಮಾ ರಂಗಕ್ಕೆ ಬಂದ ಮೇಲೆ ತಂಡದವರ ಒತ್ತಾಯಕ್ಕೆ ಹಿನ್ನೆಲೆ ಗಾಯಕರೂ ಆದರು. 1977ರಲ್ಲಿ ತೆರೆಕಂಡ ನಾಗರಹೊಳೆ ಚಿತ್ರದ 'ಈ ನೋಟಕೆ' ಸಿನಿಮಾದಿಂದ ಶುರುವಾದ ಹಿನ್ನೆಲೆ ಗಾಯನವು ಕಿಲಾಡಿ ಕಿಟ್ಟು, ನಾಗ ಕಾಳ ಭೈರವ, ಸಾಹಸಸಿಂಹ , ಜಿಮ್ಮಿಗಲ್ಲು, ಖೈದಿ, ಮೋಜುಗಾರ ಸೊಗಸುಗಾರ, ವಿಷ್ಣುಸೇನಾ ಸೇರಿದಂತೆ ಹಲವು ಚಿತ್ರಗಳಿಗಾಗಿ ಅವರು ಹಾಡಿದ್ದಾರೆ.

ಅಲ್ಲದೇ, ಜ್ಯೋತಿರೂಪ ಅಯ್ಯಪ್ಪ, ತಾಯಿ ಬನಶಂಕರಿ, ವಿಶ್ವಪ್ರೇಮಿ ಅಯ್ಯಪ್ಪ, ಧರ್ಮಸ್ಥಳ ದೇವರು ಮಂಜುನಾಥಸ್ವಾಮಿ, ಮಲೆಮಾದೇಶ್ವರ ಸೇರಿದಂತೆ ಹತ್ತಾರು ಭಕ್ತಿ ಗೀತೆಗಳಿಗೂ ದನಿಯಾಗಿದ್ದಾರೆ. ಹಾಡಿನ ಜತೆ ಜತೆಗೆ ತಬಲಾ ಮತ್ತು ಹಾರ್ಮೋನಿಯಂನಲ್ಲೂ ಆಸಕ್ತಿಯುಳ್ಳವರಾಗಿದ್ದರು. ಅಲ್ಲದೇ ತಮ್ಮದೇ ಕರೋಕೆ ಕ್ಲಬ್ ಮಾಡಿಕೊಂಡು ಅನೇಕ ಕಾರ್ಯಕ್ರಮಗಳನ್ನೂ ನೀಡಿದ್ದಾರೆ.

ಪ್ರಶಸ್ತಿ ಪುರಸ್ಕಾರ

ಡಾ. ವಿಷ್ಣುವರ್ಧನ್ ಅವರು ಯಾವತ್ತೂ ಪ್ರಶಸ್ತಿ, ಪುರಸ್ಕಾರಗಳ ಹಿಂದೆ ಹೋದವರು ಅಲ್ಲ. ತಾವಾಯಿತು, ತಮ್ಮ ಕೆಲಸವಾಯಿತು ಅಂದುಕೊಂಡು ಇದ್ದವರು. ಅಭಿಮಾನಿಗಳು ಕೊಡುವ ಪ್ರೀತಿಯೇ ತಮಗೆ ಸಿಗುವ ದೊಡ್ಡ ಪ್ರಶಸ್ತಿ ಎಂದು ಅವರೇ ಸ್ವತಃ ಹಲವು ಬಾರಿ ಹೇಳಿಕೊಂಡಿದ್ದಾರೆ. ಅಲ್ಲದೇ, ತಮಗೆ ಪ್ರಶಸ್ತಿಗಳೆಂದರೆ ಅಲರ್ಜಿ ಎಂದು ಬಹಿರಂಗವಾಗಿಯೇ ಹೇಳಿದ್ದು ಉಂಟು. ಆದರೂ, ಅವರನ್ನು ನೂರಾರು ಪ್ರಶಸ್ತಿಗಳು ಹುಡುಕಿಕೊಂಡು ಬಂದಿವೆ. ಪ್ರತಿಷ್ಠಿತ ಪ್ರಶಸ್ತಿಗಳ ಜತೆಗೆ ಸಂಘ, ಸಂಸ್ಥೆಗಳು ಕೂಡ ಅವರನ್ನು ಗೌರವಿಸಿವೆ.

ನಾಗರಹಾವು (1972–73), ಹೊಂಬಿಸಿಲು (1977–78), ಬಂಧನ (1984–85), ಸುಪ್ರಭಾತ (1988–89), ಲಯನ್ ಜಗಪತಿರಾವ್ (1990–91), ಲಾಲಿ (1997–98), ವೀರಪ್ಪ ನಾಯಕ (1998–99) ಚಿತ್ರಗಳಿಗಾಗಿ ಅವರು ಏಳು ಬಾರಿ ಕರ್ನಾಟಕ ಸರ್ಕಾರದ ಶ್ರೇಷ್ಠ ನಟ ರಾಜ್ಯ ಪ್ರಶಸ್ತಿ ಪಡೆದಿದ್ದಾರೆ. ಸುಪ್ರಭಾತ ಚಿತ್ರದ ಅಭಿನಯಕ್ಕಾಗಿ 1989ನೇ ಸಾಲಿನ ಪ್ರತಿಷ್ಠಿತ ಆರೆನ್ನಾರ್ ಪ್ರಶಸ್ತಿ, ಮದ್ರಾಸ್ ಚಿತ್ರ ರಸಿಕರ ಪ್ರಶಸ್ತಿ, ಕೇರಳಿಯರ ಕಲಾವೇದಿಕೆ ಪ್ರಶಸ್ತಿ, ಜೀವಮಾನದ ಸಾಧನೆಗಾಗಿ 1990ರಲ್ಲಿ ರಾಜ್ಯ ಸರ್ಕಾರದ ಕರ್ನಾಟಕ ರಾಜ್ಯೋತ್ಸವ ಪ್ರಶಸ್ತಿ, 2004ರಲ್ಲಿ ಫಿಲಂಫೇರ್ ಜೀವಮಾನ ಸಾಧನೆ ಪ್ರಶಸ್ತಿ ಸಂದಿವೆ. 2005ರಲ್ಲಿ ಬೆಂಗಳೂರು ವಿಶ್ವವಿದ್ಯಾನಿಲಯದ ಗೌರವ ಡಾಕ್ಟರೇಟ್ ಪದವಿ ನೀಡಿ ಗೌರವಿಸಿದೆ. ಭಾರತೀಯ ಚಿತ್ರರಂಗಕ್ಕೆ ಸುದೀರ್ಘ ಸಲ್ಲಿಸಿದ ಸೇವೆಯನ್ನು ಪರಿಗಣಿಸಿ ಕರ್ನಾಟಕ ರಾಜ್ಯ ಸರಕಾರವು 'ಜೀವಮಾನದ ಸಾಧನೆ ಪ್ರಶಸ್ತಿ'ಯನ್ನು ಡಾ. ವಿಷ್ಣುವರ್ಧನ್ ಅವರ ಹೆಸರಿನಲ್ಲಿ ಕೊಡಲಾಗುತ್ತಿದೆ.

ಹೃದಯವಂತ, ಸಾಹಸಸಿಂಹ, ಮೈಸೂರಿನರತ್ನ, ಕರ್ನಾಟಕ ಸುಪುತ್ರ, ಸಾಮ್ರಾಟ್, ಅಭಿನವ ಭಾರ್ಗವ ಇವು ವಿಷ್ಣುದಾದನಿಗೆ ಸಿಕ್ಕ ಬಿರುದುಗಳು.

ಧರೆಯಿಂದ ದೂರಾದ ಯಜಮಾನ

ಪತ್ರಕರ್ತರ ಮುಂದೆ ಅವತ್ತು ಅವರು ಅದ್ಯಾಕೆ ಹಾಗೆ ಹೇಳಿದರೋ ಗೊತ್ತಿಲ್ಲ. 'ಮುಂದಿನ ವರ್ಷಕ್ಕೆ ನಾನು ಚಿತ್ರೋದ್ಯಮಕ್ಕೆ ಬಂದು, ಮೂವತ್ತು ವರ್ಷಗಳಾಗುತ್ತವೆ. ನನ್ನ ಆತ್ಮ ಮತ್ತು ಈ ವೃತ್ತಿ ಸಾಕು' ಎನಿಸುತ್ತಿದೆ ಎಂದು ಹೇಳಿ ಅಚ್ಚರಿಗೊಳಿಸಿದ್ದರು ಡಾ. ವಿಷ್ಣುವರ್ಧನ್. ಜನಪ್ರಿಯತೆಯ ಉತ್ತುಂಗದಲ್ಲಿರುವಾಗ ಆಡಿದ ಅವರ ವೈರಾಗ್ಯದ ಮಾತುಗಳು ನಿಜಕ್ಕೂ ಆಘಾತ ಮೂಡಿಸಿದ್ದವು.

ಹಾಗೆ ಅನ್ನುವುದಕ್ಕೂ ಮುನ್ನ ಅವರು ಅಧ್ಯಾತ್ಮದ ತುತ್ತತುದಿಯಲ್ಲಿದ್ದರು. ಬನ್ನಂಜೆ ಗೋವಿಂದಾಚಾರ್ಯರನ್ನು ತಮ್ಮ ಅಧ್ಯಾತ್ಮಿಕ ಗುರುಗಳನ್ನಾಗಿ ಸ್ವೀಕರಿಸಿ, ಅವರ ಮಾರ್ಗದರ್ಶನದಲ್ಲಿ ನಡೆಯುತ್ತಿದ್ದರು. ಮನೆಯಲ್ಲೇ ಇರಲಿ, ಚಿತ್ರೀಕರಣಕ್ಕೆ ಹೋಗಲಿ, ಅದ್ಯಾವುದೋ ಕಾರ್ಯಕ್ರಮವೇ ಆಗಲಿ, ಅವರುಡುವ ವೇಷಭೂಷಣ ಅಧ್ಯಾತ್ಮದ ಕುರುಹು ಆಗಿರುತ್ತಿತ್ತು. ಮಾತಿನಲ್ಲೂ, ಹಾವ ಭಾವದಲ್ಲೂ ಚಿಂತನೆಗಳೇ ತುಂಬಿದ್ದವು.

ಇನ್ನೂರಕ್ಕೂ ಹೆಚ್ಚು ಸಿನಿಮಾಗಳ ಮಾಡಿ, ಕೋಟ್ಯಾಂತರ ಅಭಿಮಾನಿಗಳ ಹೃದಯದಲ್ಲಿ ನೆಲೆಸಿ, ತಾನು ಮಾಡಿದ್ದು ಏನೂ ಇಲ್ಲ, ಎಲ್ಲವೂ ಅವನಿಚ್ಛೆಯಂತೆ ನಡೆದಿದೆ. ಈಗ ಅವನ ಆಜ್ಞೆಯಂತೆಯೇ ಹೊರಡುತ್ತಿದ್ದೇನೆ ಎಂದು ಸಣ್ಣದೊಂದು ಸುಳಿವೂ ಕೊಡದೇ 30 ಡಿಸೆಂಬರ್ 2009ರಂದು ಅಪಾರ ಅಭಿಮಾನಿಗಳನ್ನು ಮತ್ತು ಕುಟುಂಬದ ಸದಸ್ಯರನ್ನು ಅಗಲಿದರು.

ವಿಷ್ಣುಸೇನಾನಿಗಳು..

ಸಾಮಾನ್ಯವಾಗಿ ಭಾರತೀಯ ಸಿನಿಮಾ ರಂಗದಲ್ಲಿ ಆಯಾ ನಟರ ಅಭಿಮಾನಿಗಳ ಸಂಘಗಳಿವೆ. ಆದರೆ, ವಿಷ್ಣುವರ್ಧನ್ ಅವರಿಗೆ ಮಾತ್ರ ಸೇನೆ

ಇದೆ. ಅಭಿಮಾನಿಗಳ ಸಂಘಕ್ಕೂ ಸೇನೆಗೂ ತುಂಬಾ ವ್ಯತ್ಯಾಸವಿದೆ ಎಂದು ಅರಿತಿದ್ದ ಅವರು ತಮ್ಮ ಅಭಿಮಾನಿಗಳಿಗೆ 'ವಿಷ್ಣುಸೇನೆ' ಎಂದು ಹೆಸರಿಡಲು ಸೂಚಿಸಿದರು. ಅಭಿಮಾನಿಗಳು ಆರಾಧನೆಗಿಂತ ಸೈನ್ಯದ ಶಿಸ್ತು, ಅದರ ಕಾರ್ಯವೈಖರಿ, ಬದ್ಧತೆ ಮತ್ತು ಸದಾ ಸಮಾಜಮುಖಿ ಚಿಂತನೆಗಾಗಿ ಸೇನೆ ಸಿದ್ಧವಿರಬೇಕು ಎಂದಿದ್ದರು.

ಅಭಿಮಾನಿಗಳ ಸಂಘದವರು ಅಂದರೆ, ಮುಖ ತಿರುಗಿಸಿಕೊಂಡು ಹೋಗುವ ಕಾಲದಲ್ಲಿ, ವಿಷ್ಣುಸೇನೆ ಸಾಕಷ್ಟು ಒಳ್ಳೆಯ ಕೆಲಸಗಳನ್ನು ಮಾಡಿದೆ. ಹಳ್ಳಿಗಳಿಗೆ ನೀರು ಪೂರೈಕೆ, ಆರೋಗ್ಯ ಶಿಬಿರ, ರಕ್ತದಾನ ಶಿಬಿರ, ಅನ್ನಸಂತರ್ಪಣೆ, ಗಿಡ ನೆಡುವ ಕಾರ್ಯಕ್ರಮ, ಕನ್ನಡ ಶಾಲೆಗಳನ್ನು ದತ್ತು ಪಡೆಯುವುದು, ಆರ್ಥಿಕ ತೊಂದರೆಯಲ್ಲಿರುವ ವಿದ್ಯಾರ್ಥಿಗಳಿಗೆ ಐಎಎಸ್. ಐಪಿಎಸ್, ಕೆಎಎಸ್ ಪರೀಕ್ಷೆಗೆ ಕೋಚಿಂಗ್ ಸೇರಿದಂತೆ ಈವರೆಗೂ ನೂರಾರು ಕೆಲಸಗಳನ್ನು ಮಾಡುವ ಮೂಲಕ ನೆಚ್ಚಿನ ನಟನ ಕನಸನ್ನು ಜೀವಂತವಾಗಿರಿಸಿದೆ.

ಮುಗಿಯದ ಮಾಣಿಕ್ಯ

* ವಿಷ್ಣು 1955ರಲ್ಲಿ 'ಶಿವಶರಣ ನಂಬೆಯಕ್ಕ' ಎಂಬ ಸಿನೆಮಾದಲ್ಲಿ ಬಾಲ ನಟನಾಗಿ ನಟಿಸಿದ್ದಾರೆ. 28 ದಿನದಲ್ಲಿ ಚಿತ್ರೀಕರಣಗೊಂಡ ಮೊದಲ ಕನ್ನಡ ಸಿನೆಮಾ ಎಂಬ ಹಿರಿಮೆ ಚಿತ್ರದ್ದು.
* 1980ರಲ್ಲಿ ಶಂಕರ್ ನಾಗ್ ಕನಸಿನ ಪ್ರಾಜೆಕ್ಟ್ ಆದ ಮಾಲ್ಗುಡಿ ಡೇಸ್ ಭಾಗವಾದ 'Rupees Forty-Five a Month' ಎಂಬ ಎಪಿಸೋಡ್‌ನಲ್ಲಿ ವಿಷ್ಣುವರ್ಧನ್ ಅವರು ನಟಿಸಿದ್ದಾರೆ.
* ವಿಷ್ಣುವರ್ಧನ್ ಅವರಿಗೆ ಶ್ವಾನಗಳೆಂದರೆ ಪಂಚಪ್ರಾಣ.
* ಬೆಂಗಳೂರಿನ ಬನಶಂಕರಿಯಿಂದ ಕೆಂಗೇರಿವರೆಗೂ ಇರುವ 14.5 ಕಿಮೀ ರಸ್ತೆಗೆ ವಿಷ್ಣುವರ್ಧನ್ ಹೆಸರು ಇಡಲಾಗಿದೆ. ಇದು ಏಷ್ಯಾಖಂಡದಲ್ಲೇ ಅತಿ ಹೆಚ್ಚು ಉದ್ದವಾದ ರಸ್ತೆ ಎನ್ನುವುದು ವಿಶೇಷ.
* ನಾಗರಹಾವು ಚಿತ್ರದಿಂದ ಆಪ್ತರಕ್ಷಕ ಚಿತ್ರದವರಿಗೂ ಎಸ್.ಪಿ. ಬಾಲಸುಬ್ರಮಣ್ಯಂ ಅವರು ವಿಷ್ಣುವರ್ಧನ್ ಅವರ ಚಿತ್ರದ ಹಾಡುಗಳಿಗೆ ಧ್ವನಿಯಾಗಿ ದಾಖಲೆ ಬರೆದಿದ್ದಾರೆ.
* CNN IBN 2008ರಲ್ಲಿ ಮೋಸ್ಟ್ ಪಾಪ್ಯೂಲರ್ ಕನ್ನಡ ನಟ ಎಂದು ಬಿರುದು ನೀಡಿ ವಿಷ್ಣುವರ್ಧನ್ ಅವರನ್ನು ಗೌರವಿಸಿದೆ.

* ಭಾರತ ಸರ್ಕಾರದ ಅಂಚೆ ಸ್ಟಾಂಪ್‌ಗಳಲ್ಲಿ ವಿಷ್ಣುವರ್ಧನ್ ಅವರ ಭಾವಚಿತ್ರವುಳ್ಳ ಸ್ಟಾಂಪ್ ಮತ್ತು ಕವರ್ ಅನ್ನು ಬಿಡುಗಡೆ ಮಾಡಲಾಗಿದೆ.
* 1980ರಲ್ಲಿ ಬೀದರ್‌ನ ಗುರುನಾನಕ್ ಭವನದಲ್ಲಿ ಸಿಖ್ ಸಂತರು ಪೂಜೆ ಮಾಡಿ ನೀಡಿದ ಕಡಗವನ್ನು ಕೊನೆವರೆಗೂ ಧರಿಸಿದ್ದಾರೆ.
* 'ಫಿನಿಕ್ಸ್ ಆಫ್ ಇಂಡಿಯನ್ ಸಿನಿಮಾ' ಈ ಪ್ರಶಸ್ತಿಯನ್ನು ಪಡೆದ ಭಾರತದ ಏಕೈಕ ನಟ ಎಂಬ ಹೆಗ್ಗಳಿಕೆಗೆ ಪಾತ್ರರಾಗಿದ್ದಾರೆ.

ಚಾಮುಂಡಿ ತಾಯಿಯಾಣೆ ನಾನೆಂದು ನಿಮ್ಮೋನೇ
ಇನ್ನೆಲ್ಲ ಜನ್ಮದಲ್ಲು ಹುಟ್ಟೋದು ಇಲ್ಲೇನೆ
ಪ್ರೀತ್ಸೋದು ಎಂದು ನಿಮ್ಮನ್ನೇ...

ವೀರಲೋಕದ ಪ್ರಕಟಣೆಗಳು

1. ಕೈ ಹಿಡಿದು ನೀ ನಡೆಸು ತಂದೆ–ವಿಶ್ವೇಶ್ವರ ಭಟ್ 250/–
2. ವಿಶ್ವಸುಂದರಿ–ಕುಂ. ವೀರಭದ್ರಪ್ಪ....................160/–
3. ನಿಮಗೆಷ್ಟು ಹಣ ಬೇಕು?–ಅನಂತ ಹುದೆಂಗಜೆ....................250/–
4. ಆರ್ಟ್ ಆಫ್ ಸಕ್ಸಸ್–ರಮೇಶ್ ಅರವಿಂದ್....................120/–
5. ಮನಿ ಮನಿ ಎಕಾನಮಿ–ರಂಗಸ್ವಾಮಿ ಮೂಕನಹಳ್ಳಿ....................160/–
6. ಇವರು ಅವರು ದೇವರು–ಜೋಗಿ....................200/–
7. ಲಾಸ್ಟ್ ಡೇಸ್ ಆಫ್ ಲೆಜೆಂಡ್ಸ್–ಗಣೇಶ್ ಕಾಸರಗೋಡು 225/–
8. ಒಳ್ಳೆಯ ಬದುಕಿನ ಸೂತ್ರಗಳು–ರವಿ ಕೃಷ್ಣಾರೆಡ್ಡಿ....................150/–
9. ಸೋಲೆಂಬ ಗೆಲುವು–ದೀಪಾ ಹಿರೇಗುತ್ತಿ....................150/–
10. ಬೆಳ್ಳಿತೆರೆಯ ಬಂಗಾರದ ಗೆರೆ–ಗಣೇಶ್ ಕಾಸರಗೋಡು 150/–
11. ನಟನ ಕಥೆ–ಮಂಡ್ಯ ರಮೇಶ್–ಎನ್. ಧನಂಜಯ 250/–
12. ತ್ಯಾಗಕ್ಕಿಲ್ಲ ನೂಕುನುಗ್ಗಲು–ಡಾ. ಗವಿಸ್ವಾಮಿ ಎನ್. 140/–
13. ಬದುಕೇ ಭಗವಂತ–ಡಾ. ಡಿ.ಎಸ್. ಶ್ರೀನಿವಾಸ ಪ್ರಸಾದ್ 170/–
14. ಮಾದಕ ದೊರೆ–ಸಂತೋಷಕುಮಾರ ಮೆಹೆಂದಳೆ....................375/–
15. ದ್ವೈತ–ರಾಘವ್ 140/–
16. ಹೃದಯದ ಮಾತು ಕೇಳಿ–ಮಂಜುನಾಥ್ ಚಾಂದ್....................150/–
17. ಹಿಂದಿನ ನಿಲ್ದಾಣ–ಶುಭಶ್ರೀ ಭಟ್ಟ....................120/–
18. ಪ್ರೀತ್‌ಸು–ರಾಜೀವ ನಾರಾಯಣ ನಾಯಕ 170/–
19. ಕೃಷಿ ಯಾಕೆ ಖುಷಿ?–ನರೇಂದ್ರ ರೈ ದೇರ್ಲ....................140/–
20. ಕ್ಷಯ–ಡಾ. ವಾಸುದೇವ ಶೆಟ್ಟಿ....................120/–
21. ಅರ್ಧ ಬಿಸಿಲು ಅರ್ಧ ಮಳೆ...–ಸದಾಶಿವ ಸೊರಟೂರು....................120/–
22. ಯಾರೂ ಹೇಳದ ಕಥೆಗಳು–(ಸಂ.) ಸುದರ್ಶನ ಚೆನ್ನಂಗಿಹಳ್ಳಿ....................150/–
23. ಕಥಾ ಸಾಗರಿ–ನಾಗವೇಣಿ ವೆಂ. ಹೆಗಡೆ ಹೆಗ್ಗರ್ಸಿಮನೆ....................120/–
24. ಮೆಮರೀಸ್ ಆಫ್ ಬಾರ್ಸಾ–ರಂಗಸ್ವಾಮಿ ಮೂಕನಹಳ್ಳಿ....................160/–
25. ಮೇರುನಟಿ–ಡಾ. ಶರಣು ಹುಲ್ಲೂರು....................240/–
26. ನಾ ಸೆರೆಹಿಡಿದ ಕನ್ಯಾಸ್ತ್ರೀ–ಶಶಿಧರ ಹಾಲಾಡಿ 200/–
27. ಟ್ರಾಯ್–ಗಾಯಿತ್ರಿ ರಾಜ್....................200/–
28. ಫಾರೆಸ್ಟರ್ ಪೊನ್ನಪ್ಪ–ನೌಶಾದ್ ಜನ್ನತ್ತ್....................300/–
29. ವಿಶ್ವಯಾನಕ್ಕೆ ಗಣಿತವಾಹನ–ಎಸ್.ವಿ. ಶ್ರೀನಿವಾಸಮೂರ್ತಿ 200/–
30. ಲೆಟ್ಸ್ ಮೇಕ್ ಎ ಶಾರ್ಟ್ ಫಿಲಂ–ಜಯರಾಮಾಚಾರಿ 120/–
31. ಕುಣಿಗಲ್ ಟು ಕಂದಹಾರ್–ಮಂಜುನಾಥ್ ಕುಣಿಗಲ್.................... 260/–
32. ಗದಾಯುದ್ಧಂ–ಡಾ. ಎಂ.ಎ. ಜಯರಾಮ್ ರಾವ್....................350/–
33. ಫೀನಿಕ್ಸ್–ದೀಪಾ ಹಿರೇಗುತ್ತಿ....................120/–
34. ಹಿಟ್ಲರ್ ಲವ್ ಪಾಲಿಟಿಕ್ಸ್–ಸತೀಶ ಬಳೆಗಾರ 170/–
35. ಭಾನುಮತಿಯ ಪರಿವಾರ–ಕುಮಾರಸ್ವಾಮಿ ತೆಕ್ಕುಂಜ....................140/–
36. ನೀ ದೂರ ಹೋದಾಗ–ಫೌಝಿಯ ಸಲೀಂ....................220/–
37. ವ್ಯಗ್ರ ಮತ್ತು ಇತರ ಕಾದಂಬರಿಗಳು–ಕುಮಾರ ಬೇಂದ್ರೆ....................180/–
38. ಸತ್ಯದ ಅನಾವರಣ–ಕೆ.ಎಸ್. ರಮಾಸುಂದರಿ 100/–
39. ಅಂತಾರಾಷ್ಟ್ರೀಯ ಕುಂಬಳಕಾಯಿ ಮತ್ತು ಇತರ ಕಥೆಗಳು–ಅಬ್ದುಲ್ ರಶೀದ್....................120/–
40. ಅನಾಥ ಪ್ರೀತಿಯ ಅನುಬಂಧ–ಬಿ. ಮಂಜುನಾಥ್ ಕಾಮತ್ ಹಾಲಾಡಿ....................140/–
41. ಹಕ್ಕಿ ಮತ್ತು ಹುಡುಗಿ (ಕವನ ಸಂಕಲನ)–(ಸಂ.) ಪ್ರಜಾವಾಣಿ ಬಳಗ....................150/–

42. ಹಾವಿನ ಮನೆ–ಅನು ಬೆಳ್ಳೆ (ರಾಘವೇಂದ್ರ ಬಿ. ರಾವ್)....................250/–
43. ಈಗಲ್ಸ್ ಲೈನ್–ರಾಜೇಶ್ ಕುಮಾರ್ ಕಲ್ಯಾ....................220/–
44. ನಂಬಿಕೆಯೆಂಬ ಗಾಳಿಕೊಡೆ–ಡಾ. ಪ್ರೇಮಲತ ಬಿ. 180/–
45. 10 ಕುಟುಂಬ 18 ಗೋತ್ರದ ಗೌಡ ಪರಂಪರೆ–ಪುತ್ತೂರು ಅನಂತರಾಜ ಗೌಡ......300/–
46. ಗಿಳಿಯು ಬಾರದೆ ಇರದು (ಕಥಾಸಂಕಲನ)–ಪಿ.ಎಸ್. ಶ್ರೀಧರನ್ ಪಿಳ್ಳೆ (ಅನುವಾದ: ಮೇರಿ ಜೋಸೆಫ್)....................85/–
47. ಒಂದು ಆದಿಮ ಪ್ರೇಮ (ಕವನ ಸಂಕಲನ)–ನಂದಿನಿ ಹೆದ್ದುರ್ಗ....................150/–
48. ಮಣ್ಣೇ ಮೊದಲು... (ಕವನ ಸಂಕಲನ)–ಪಾಪುಗುರು....................120/–
49. ಬಿಂಜೆಮುಳ್ಳು (ಕವನ ಸಂಕಲನ)–ಫಾಲ್ಗುಣ ಗೌಡ ಅಚವೆ....................120/–
50. ಅಮೋಘವರ್ಷ–ಡಾ. ಲಕ್ಷ್ಮಣ ಕೌಂಟೆ....................420/–
51. ಗಾಯಗೊಂಡ ಸಾಲುಗಳು (ಕವನ ಸಂಕಲನ)–ಸದಾಶಿವ ಸೊರಟೂರು....................110/–
52. ನಿನ್ನ ಧ್ಯಾನದ ನೂರೊಂದು ಹಣತೆ (ಕವನ ಸಂಕಲನ)–ವಾಸುದೇವ ನಾಡಿಗ್......170/–
53. ಕ್ರಿಕೆಟಾಯಣ–ಎಚ್. ಪ್ರೇಮಾನಂದ ಕಾಮತ್....................230/–
54. ಹೂವಿನಕೊಲ್ಲಿ–ಅಬ್ದುಲ್ ರಶೀದ್....................270/–
55. ಕನಸುಗಳ ಶ್ರಾದ್ಧ–(ಅನುವಾದ) ಡಾ. ಗೀತಾ ಸುನಿಲ್ ಕಶ್ಯಪ್....................200/–
56. ವೀರ ಸಿಂಧೂರ ಲಕ್ಷ್ಮಣ–ಕೌಂಡಿನ್ಯ....................190/–
57. ಸಹಭಾಷಿಕರ ಕನ್ನಡ ಪ್ರೇಮ–ಡಾ. ಡಿ.ಎಸ್. ಶ್ರೀನಿವಾಸ ಪ್ರಸಾದ್....................400/–
58. ಚಿತ್ರ–ವಿಚಿತ್ರ–ರವೀಂದ್ರ ವೆಂಶಿ....................220/–
59. ಜನಮಿತ್ರ ಅರಸು–ಡಾ. ಡಿ.ಎಸ್. ಚೌಗಲೆ....................80/–
60. ಹಂಸಾಕ್ಷರ–ಜಯರಾಮಾಚಾರಿ....................165/–
61. ನದಿಯೊಂದು ಕಡಲ ಹುಡುಕುತ್ತಾ–ಸಂತೆಬೆನ್ನೂರು ಫೈಜ್ನಟ್ರಾಜ್....................180/–
62. ನೀಲಿ ಮತ್ತು ಸೇಬು–ಸುಧಾ ಆಡುಕಳ....................180/–
63. ಕಾಗೆ ಮೇಷ್ಟ್ರು–ವಿಕ್ರಮ ಹತ್ವಾರ....................125/–
64. ಪರಿಮಳದ ಪಡಸಾಲೆ (ಎಸ್. ದಿವಾಕರ್ ಪ್ರಪಂಚಕ್ಕೊಂದು ಪ್ರವೇಶಿಕೆ)....................190/–
65. ಈ ಹೊತ್ತಿನ ಕಥೆಗಳು–(ಸಂ) ವಿಜಯ ಕರ್ನಾಟಕ....................250/–
66. ನಿಶ್ಚಲವ ಕಲಕಿದ ಹಕ್ಕಿ–ವಿಕ್ರಮ ಹತ್ವಾರ....................100/–
67. ಹರಿವ ಕನ್ನಡಿ–ಸ್ವಯಂಪ್ರಭಾ ಮಹೇಶ....................120/–
68. ನರಕದ ಕೆನ್ನಾಲಿಗೆಯಂಥ ನಿನ್ನ ಬೆನ್ನಹುರಿ–ಅಬ್ದುಲ್ ರಶೀದ್....................130/–
69. ಚಿಕ್ಕಪುಟ್ಟಮ್ಮನವರ ಗೃಹನ್ಯಾಯ–ಕೆ. ಸತ್ಯನಾರಾಯಣ....................140/–
70. ಹಕ್ಕಿ ಅಟೆಂಡೆನ್ಸ್–ಡಾ. ಲೀಲಾ ಅಪ್ಪಾಜಿ....................595/–
71. ದಡ ಸೇರದ ದೋಣಿಗಳು–ಬೇಲೂರು ರಾಮಮೂರ್ತಿ....................275/–
72. ನಿಷಿತೆ–ಪ್ರೀತಿನಿ ಧನಂಜಯ....................250/–
73. ಮಲೆನಾಡ ಅಜ್ಜಿ–ಶೋಭಾ ರಾವ್....................175/–
74. ಮಲ್ಲಿಮಲ್ಲಿಗಿ–ಎಂ.ಎಲ್. ಪ್ರಸನ್ನ....................210/–
75. ಬೆಳವಡಿ ಮಲ್ಲಮ್ಮ–ಕೌಂಡಿನ್ಯ....................
76. ಆರೋಹಣ–ವಿವೇಕಾನಂದ ಕಾಮತ್....................190/–

www.ingramcontent.com/pod-product-compliance
Lightning Source LLC
LaVergne TN
LVHW100250051026
849517LV00006B/2040
* 9 7 8 9 3 9 4 9 4 2 3 3 2 *